# अ नोट फ्रॉम इचियो

मूळ लेखिका

**रेई किमुरा**

अनुवाद

**सुनीता कट्टी**



मेहता पब्लिशिंग हाऊस

**Mehta Publishing House,** 1941, Madiwale Colony, Sadashiv Peth, Pune 411030.
✆ +91 020-24476924 / 24460313
Email : info@mehtapublishinghouse.com
production@mehtapublishinghouse.com
sales@mehtapublishinghouse.com
Website : www.mehtapublishinghouse.com


**A NOTE FROM ICHIYO** by REI KIMURA

Translated into Marathi Language by Sunita Katti

**अ नोट फ्रॉम इचियो** / अनुवादित सत्यकथा

अनुवाद : सुनीता कट्टी
आकृती सिल्वर लाईन, एच ००२, २७ मेन रोड,
सेक्टर २, एचएसआर लेआउट, बंगळुर - ५६०१०२

मराठी अनुवादाचे व प्रकाशनाचे हक्क मेहता पब्लिशिंग हाऊस, पुणे.

प्रकाशक : सुनील अनिल मेहता, मेहता पब्लिशिंग हाऊस,
१९४१, सदाशिव पेठ, माडीवाले कॉलनी, पुणे – ४११०३०.

मुद्रक : मुद्रा, ३८३ नारायण पेठ, पुणे – ४११०३०.

मुखपृष्ठ : चंद्रमोहन कुलकर्णी

प्रथमावृत्ती : सप्टेंबर, २०१५

किंमत : ₹ २००/-

ISBN 9788184988321

# १

२२ नोव्हेंबर, १८९६

संध्याकाळची कलती उन्हं परतीच्या वाटेवर होती. खोलीतील शांत, गंभीर वातावरण तिथं मृत्युशय्येवर पडलेल्या तरुण स्त्रीला जणू निःशब्द आदरांजली वाहत होतं. एक जुनी-पुराणी पांढरी गादी त्या स्त्रीला अलगद आधार देत होती. आता जीर्ण, झिरझिऱ्या झालेल्या त्या गादीनं भूतकाळात नक्कीच चांगले दिवस पाहिलेले होते. त्या आजारी स्त्रीला वाऱ्याची हलकीशी झुळूकही सहन होत नव्हती, त्यामुळे खोलीतील सगळ्या खिडक्या अगदी घट्ट बंद केलेल्या होत्या. गेल्या काही दिवसांपासून तिच्या गलितगात्र देहावर दिवस, पोळून टाकणाऱ्या उष्म्याचा तर रात्र, कडाक्याच्या थंडीचा मारा करत होती.

'इचियो... इचियो...' कोणीतरी तिला सारख्या हाका मारत होतं. ती व्यक्ती होती, इचियोची धाकटी बहीण कुनिको. कुनिको मृत्युपंथाला लागलेल्या त्या तरुण स्त्रीला वारंवार हाका मारून प्राणपणाने जीवनाच्या रिंगणात ओढायचा प्रयत्न करत होती. आपल्या बहिणीच्या खोकल्याद्वारे बाहेर येणाऱ्या रक्ताचं प्रमाण वाढलंय, हे तिला दिसत होतं. तरीही कोणत्या तरी वेड्या आशेनं ती तिला बळजबरीनं चिकन सूप पाजत होती. आता तर तिनं आपल्या डोळ्यांतून वाहणाऱ्या अश्रूंना थोपवण्याचा प्रयत्न करणंही सोडलं होतं. त्यामुळेच तिचे छोटे-छोटे अश्रू सूपमध्ये टप-टप गळत होते. त्यांचा आवाज एकीकडं तिला भुलवत होता; तर दुसरीकडं घाबरवत होता.

"अगं बाई, ह्या अश्रूंमधून माझ्या नत्सूला रोगजंतूंची बाधा होईल." तिच्या मनात विचार आला, पण दुसऱ्याच क्षणी तिला वाटलं की, तिची स्थिती कदाचित ह्या सगळ्याच्या पलीकडे तर गेलेली नाही....?

खरंच, आता काही खरं नव्हतं. गेल्या काही तासांपासून इचियोचा ताप भराभर वाढत चालला होता. खोकल्याची ढास थांबता थांबत नव्हती. खोकल्याचा तो खरखरीत आवाज आणि त्याबरोबर होणारी इचियोची घालमेल! ताप आणि आजारानं

गळून गेलेल्या आपल्या बहिणीच्या उशाशी कुनिको रात्रभर बसून राहिली. मधून-मधून खाली वाकून ती आपल्या बहिणीचा घामेजलेला चेहरा पुसत होती. येऊ घातलेल्या अशुभाच्या धास्तीनं आधी तिच्या मनाची खूप तगमग झाली; पण नंतर तिनं स्वत:ला सावरून घेतलं होतं.

आता ती तिथं शांतपणे बसली होती. आपली बहीण मरणाच्या दारात उभी आहे, हे तिला स्पष्ट दिसत होतं. त्या वाइटातवाईट गोष्टीला सामोरं जायची तिनं मनोमन पूर्ण तयारी केली होती.

तरुण बंगक्काई लेखकांपैकी दोघं, बाबा कोचो व हिराता टोकुबोकू अजून तिथं घुटमळत होते. जवळच्या युनिव्हर्सिटीत शिकणारे हे दोघं जण इचियोचे पट्टशिष्य होते. त्यांचा पाय तिथून निघता निघत नव्हता. शेवटी कुनिकोनं त्यांना समजावून सांगितलं की, रात्र खूप झाली होती आणि एवढ्या रात्री आपल्या लाडक्या गुरूसाठी त्यांना आणखी काहीही करता येण्यासारखं नव्हतं.

"आमची गरज नाही असं तुला नक्की वाटत असेल, तर आता निघतो आम्ही, ताई," असं म्हणून त्यांनी कमरेतून वाकून कुनिकोला अभिवादन केलं आणि ते घराबाहेर पडले.

समोरचं दार उघडल्याबरोबर नोव्हेंबरच्या ताज्या, थंड हवेचा झोत घरात शिरला. आत शिरताच हवेच्या त्या ताज्या झोतानं घरातल्या शिळ्या हवेला थोडा तजेला दिला. खोलवर श्वास घेऊन कुनिकोनं ती उत्साह देणारी, ताजीतवानी हवा छातीत भरून घेतली.

"हे देवा! बाहेरची हवा किती छान असते, हे मी जवळ-जवळ विसरूनच गेले होते," ती स्वत:शीच पुटपुटली.

"पटकन आत जा नाहीतर बाधेल तुला ही थंडी," बाबानं तिला ओरडून सांगितलं. "सकाळी उठल्या-उठल्या येऊच आम्ही मदतीला." तो म्हणाला.

आकाशात तरंगणारा तेजस्वी अर्धचंद्र आणि त्याच्याबरोबर लखलखणाऱ्या असंख्य चांदण्या आपण दाराजवळ उभ्या राहून किती वेळ बघत आहोत, हे कुनिकोला कळलंच नाही. आनंदात बुडून गेलेल्या चांदण्यांच्या सहवासात ती रात्र इतकी सुखावलेली होती की, तिथून हाकेच्या अंतरावर झोपलेल्या आपल्या प्रसिद्ध बहिणीचा अंतकाळ समीप येऊन ठेपला आहे आणि आपल्या पूर्ण घरावर एका काळ्याकभिन्न, मोठ्ठ्या ढगाची अशुभ सावली पडलीय, हे कुनिकोला खरंच वाटलं नाही. घरासमोरील छोट्याशा बागेतील एकांड्या बांबूची पानं वाऱ्याच्या झुळकीनं सळसळली आणि कुनिकोच्या अंगावर बारीकसा शहारा आला.

"बुद्धदेवा, नत्सूशिवायचं पुढचं आयुष्य मी कसं घालवणार आहे!... नत्सू नाही, तिची काळजी नाही, तिच्याबद्दलची स्वप्नं आशेनं रंगवणं नाही... काही

म्हणजे काहीच नाही.'' कुनिको एक मोठा उसासा टाकून स्वत:शीच पुटपुटली. त्यासरशी एकदमच हाडं गोठवणारा गारठा तिला जाणवला अन् धारदार सुरीसारखी बोचरी थंडीही तिच्या शरीरात घुसली. मग मात्र खोल नि:श्वास घेऊन तिनं दार बंद केलं आणि ती झटकन घरात शिरली. कधी नव्हे इतकी, तिच्या इचियोला आता तिची गरज होती. असं थंडीनं किंवा हताशेनं गळाठून जाऊन तिला चालणार नव्हतं.

स्वयंपाकघरात जाऊन तिनं स्वत:साठी एक कप गरमागरम वाफाळणारा हिरवा चहा करून घेतला. त्याचा सुखावणारा तजेला क्षणभर श्वासात भरून घेऊन तिनं हळूहळू चहाचे घुटके घेतले. मनावरील ताण कमी होऊन तिला बरंचसं बरं वाटलं. तिनं आपल्या बहिणीकडं नजर वळवली. कित्येक दिवसांनंतर ती अशी शांत झोपलेली होती. शरीर खिळखिळं करणारी खोकल्याची जीवघेणी धाप नाही की श्वासाची घरघर नाही. एका संथ लयीत तिची छाती खाली वर होत होती. ते बघून कुनिकोच्या मनाला उभारी आली. तिनं मायेनं इचियोचं पांघरूण नीट केलं. कपाळाला हात लावला. ते कोरडं आणि थंड होतं. ताप उतरल्यासारखा वाटत होता. 'बाहेरून आलेल्या थंड, ताज्या हवेनं इचियोला बरं वाटायला लागलं असेल का', कुनिकोनं स्वत:च्या मनाशीच प्रश्न केला.

''माझ्या मनात पालवलेली ही आशा बोलून दाखवायला आईशिवाय दुसरं कोणी असतं, तर किती बरं झालं असतं. असं वाटतंय की, माझी लाडकी इचियो ताई उद्या सकाळी आधीसारखी हसऱ्या चेहऱ्यानं उठून बसेल आणि जादूची कांडी फिरल्यासारखी, तिचं हे आजारपण कमी होईल. देवा, एका आठवड्यापुरती, महिन्यापुरती जरी माझी ताई बरी झाली तरी खूप आहे. कर ना आमच्यावर एवढी दया.'' कुनिकोनं हळुवार स्वरात देवाला विनवलं.

कुनिकोला कितीही वाटलं तरी तिला आधार द्यायला, दिलासा द्यायला तिथं कोणीही नव्हतं. अगदी एकटी होती ती तिथं. तिच्या धडधडत्या काळजाला साथ होती, ती फक्त त्या खोलीतील जुनाट घड्याळाच्या टिकटिकीची. कुनिकोनं इचियोजवळ जाऊन गोधडी तिच्या हनुवटीपर्यंत ओढली. रात्र जरा बरी जाईल आणि आपल्याला थोडी फार झोप घेता येईल, असं कुनिकोला वाटलं. गेल्या कित्येक रात्रींपासून तिचा डोळ्याला डोळा लागला नव्हता. अधूनमधून काही मिनिटं मिळणाऱ्या झोपेवरच तिला विश्रांतीची गरज भागवावी लागली होती. अपुरी झोप आणि काळजी ह्यामुळे ती इतकी थकून गेली होती की, इचियोशेजारच्या पातळ गादीवर पाठ टेकताच तिला गाढ झोप लागली.

तिला जाग आली तेव्हा समोरचा दरवाजा हलत होता. कोणाला तरी आत यायचं होतं. नवीन पिढीतील बंगक्काई लेखकांपैकीच कोणीतरी असणार, कारण इतक्या भल्या पहाटे, प्रकाशकांपैकी कोणीच कधी आला नव्हता. किंचित कण्हत

कुनिकोनं दरवाजाकडं पाहिलं. शेजारपाजारच्या सर्व घरांप्रमाणे त्यांच्याही पुढच्या दाराची कडी लावलेली नव्हती. त्यांच्याकडे आलेल्या माणसाला हे माहीत असल्याने तो दार उघडून सहज आत येऊ शकला असता; पण घरमालकाची परवानगी असल्याशिवाय जपानमधील कोणीही दुसऱ्यांच्या घरात पाऊल टाकत नसे.

गोधडीची ऊब सोडून उठायचं जिवावर आल्यानं कुनिको काही वेळ तशीच अंथरुणावर पडून राहिली. पण दारावरच्या हळुवार थापा तशाच चालू राहिल्या. तो माणूस, त्याला आत घेतल्याशिवाय जाणार नव्हता, हे कुनिकोच्या लक्षात आलं. तिनं खिडकीतून बाहेर पाहिलं. आकाश उजळत होतं.

"किती वाजलेयत कोणास ठाऊक! बुद्ध देवा, मी रात्रभर झोपून राहिले की काय!" उठता-उठता ती पुटपुटली, "इचियो कशी आहे ते पाहिलं पाहिजे."

जडावलेल्या हातानं कुनिकोनं अंगावरची गोधडी दूर केली आणि ती कशीबशी इचियोच्या उशाशी आली. इचियो शांतपणे झोपलेली होती. खोलीत शिरलेल्या पहिल्या किरणांच्या प्रकाशात तिचा शांत, सुंदर, निश्चिंत चेहरा न्हाऊन निघाला होता.

"आज खोकल्याला उतार पडलेला दिसतोय. बरं वाटत असेल आता; इचियोताईला. आज नव्या जोमानं उठून बसेल ती!" कुनिको स्वत:शीच पुटपुटली. दारावरच्या थापा तशाच चालू असल्यानं ती घाईघाईनं दार उघडायला धावली.

तिला वाटलं होतं, त्याप्रमाणे दाराशी एक होतकरू लेखकच होता. गोरो, तिच्या बहिणीचा आणखी एक लाडका शिष्य. खास जपानी तातामी चटईवरून चालत, तो हलकेच इचियोच्या उशाशी गेला. आपल्या आदरणीय गुरूच्या आजाराची बातमी कळली तेव्हा तो उत्तरेकडील आओमारी शहरात होता. ती बातमी कळताच, रात्रभर प्रवास करून तो तिला पाहायला, तिच्याजवळ राहायला आला होता. रात्रभराच्या प्रवासाने आंबलेला आणि दमून गेलेला गोरो डबडबलेल्या डोळ्यांनी आपल्या लाडक्या लेखिकेच्याजवळ गेला. इचियोचा थंड, निर्जीव हात हातात घेताच त्याचा चेहरा पांढराफटक पडला. जिवाच्या आकांताने तो ओरडला, "कुनिको, कुनिको! लवकर इकडे ये. अगं, इचियोंची नाडी लागत नाहीये हाताला. मला वाटतं...."

गोरोसाठी हिरवा चहा करायला स्वयंपाकघरात गेलेली कुनिको भांडं तिथंच आदळून बाहेर धावली. गोरोच्याजवळ, आपल्या बहिणीच्या गादीवर गुडघे टेकून बसता-बसता ती तिथंच कोसळली. हमसाहमशी रडता-रडता, आपल्या बहिणीच्या ताठ होत चाललेल्या थंड, निर्जीव शरीराला ती गदागदा हलवू लागली.

" ऊठ, इचियोताई, ऊठ!" म्हणत तिनं हंबरडा फोडला, "अशी नाही जाऊ शकत तू ताई. अगं, तुला नीटसा निरोपही नाही देऊ शकलो आम्ही. नत्सू,

नत्सूताई...'' दु:खाच्या भरात कुनिकोनं स्वाभाविकपणे इचियोचं जन्मनावच घेतलं. कुनिकोच्या शोकाला पारावार उरला नव्हता.

पण कुनिकोच्या किंवा कोणाच्याच शोकाचा, आक्रोशाचा आता काहीच उपयोग नव्हता. इचियो सगळ्यांना सोडून देवाघरी निघून गेली होती. तिची लाडकी ताई दुसऱ्या जगात निघून गेली होती. अत्यंत प्रतिभाशाली व आपल्या मतांचा जाज्वल्य अभिमान असणारी लेखिका; हे जग सोडून निघून गेली होती. ही प्रखर स्वाभिमानी लेखिका लिंगभेदविषयक पूर्वग्रह, हलाखाची आर्थिक स्थिती, वाढता आजार, नकार, अवहेलना ह्यांसारख्या आव्हानांना समर्थपणे तोंड देत सतत लिहिती राहिली. पूर्ण निष्ठेनं आणि झपाटल्यासारखी अर्थपूर्ण, गंभीर, सरस लेखन करत राहिली. तिचं लेखन इतकं उत्कृष्ट अन् समर्पक होतं की, शेवटी चोखंदळ व अभिजात मानल्या जाणाऱ्या बंगक्काई, प्रतिष्ठित साहित्यिकांच्याही ते मनाला भिडलं, बुद्धीला पटलं आणि आता वयाच्या अवघ्या चोविसाव्या वर्षी ही लखलखती ज्योत अकालीच विझून गेली होती. इचियो हिगुची ह्यापुढे कधीच लिहिणार नव्हती.

''देवा, हिच्याऐवजी मला का नाही नेलंस तू?'' कुनिको विलाप करत होती, ''तिच्याकडे जगाला देण्यासारखं आणखी किती तरी होतं. तिला सोडून देऊन मला का नाही घेऊन गेलास तू?''

आपल्या बहिणीचा थंड हात हातात घेऊन कुनिको किती तरी वेळ, तिची बोटं चोळत राहिली. ह्या नतद्रष्ट आजारानं शिक्षा देऊन तिला पराभूत करेपर्यंत, ह्याच बोटांनी कितीतरी सुंदर शब्दांनी आणि कवितांनी पानंच्या पानं भरून लिहिलं होतं. तिच्या त्या शब्दांनी व कवितांनी वाचकांच्या मनात घर केलं होतं. त्यांच्या सद्सद्विवेकबुद्धीला साद घातली होती.

भानावर आल्याबरोबर इचियोच्या खास वर्तुळातील लेखक, कवी व प्रकाशकांना ही बातमी सांगण्यासाठी गोरो बाहेर धावला. हळूहळू इचियोचे चाहते, गंभीर चेहऱ्याने तिच्या गादीभोवती जमले. तिच्या मृत्यूचा शोक करू लागले. स्वत:च्या दु:खात चूर असलेल्या कुनिकोनं आपल्या ताईच्या सभोवार तिच्या प्रेमातील माणसं जमताना पाहिली. वर्षानुवर्षं गरिबीशी आणि स्त्रियांना दुय्यम मानणाऱ्या, तिच्या प्रतिभेची उपेक्षा करणाऱ्या समाजव्यवस्थेशी तिची बहीण झगडत राहिली होती. अशा आपल्या असामान्य बहिणीभोवती तिच्या चाहत्यांना जमताना, तिच्याबद्दल आदर प्रकट करताना पाहून कुनिकोला आत कुठं तरी बरं वाटलं. तिला खातरी होती की, इचियोचा आत्मा तिथंच घोटाळत असेल आणि आपला असा सन्मान होताना पाहून तो प्रसन्नपणे स्मितहास्य करत असेल.

गेल्या काही आठवड्यांच्या दगदगीनं व काळजीनं कुनिको पार थकून गेली होती. वर्षानुवर्षं आपल्या जगावेगळ्या बहिणीचं जीवन आणि काम सावरताना,

तिच्या टेबलावरील पसारा आवरताना तिच्यात जो शांत, चटपटीतपणा दिसून येई त्याचा आज तिच्यात लवलेशही दिसत नव्हता. बहिणीच्या अंत्यविधीच्या व्यवस्थेबद्दल तिच्या हातून काहीच हालचाली होत नव्हत्या. त्या नुसत्या विचारानेच तिच्या शरीराला कंप सुटू लागला होता. इचियोच्या मृत्यूनंतरच्या काही दिवसांत तिची बुद्धी, शक्ती जणू पार ओसरून गेली होती. एखाद्या स्वप्नात असल्यासारखी, एखादी कळसूत्री बाहुली असल्यासारखी ती सगळीकडं वावरत होती.

कोणी तरी डॉक्टरला बोलावलं असावं, कारण त्यानं येऊन इचियोला तपासलं आणि तिच्या मृत्यूचा दाखला दिला. कुनिकोनं पाहिलं की, डॉक्टर असल्यानं मृत्यू, ही जरी त्याच्यासाठी सर्वसाधारण गोष्ट असली, तरी इतक्या तरुण व प्रतिभाशाली स्त्रीच्या त्या अकाली मृत्यूनं डॉक्टरही हादरला होता.

इचियोसारख्या मातब्बर लेखिकेची शवपेटिका घोड्याच्या पाठीवरून इतमामानं दफनभूमीत नेण्यात यावी, असं काही लेखकांचं मत होतं, पण कुनिको आणि बाकीच्या कुटुंबीयांनी ह्या बेताला मान्यता दिली नाही.

"आमची परिस्थिती अगदी बेताची आहे, त्यामुळे इचियोचा अंत्यविधी आम्ही साधेपणानेच करू शकतो," कुनिको म्हणाली, "खरं तर इचियोलाही कमी खर्चाचा व साधासुधा अंत्यविधीच आवडला असता. माझ्या बहिणीची राहणी किती काटकसरी व साधी होती, हे तुम्हा सर्वांना माहीतच आहे. आम्ही किंवा तुम्हीही आपल्या आवाक्याबाहेर खर्च केलेला तिला आवडला नसता."

शेवटी २५ नोव्हेंबर, १८९६ला अत्यंत साधेपणाने इचियो हिगुचीचा अंत्यविधी करण्यात आला. त्या दिवशी एरवी वर्षाच्या त्या दिवसात कधीही नसणारी पावसाची संततधार आणि बोचरा वारा होता. जणू आकाशही तिच्यासाठी टिपं गाळत होतं. आदल्या रात्री इचियोला शवपेटिकेत ठेवण्याचा विधी झाला. आपल्या बहिणीला तिच्या त्या अनंत काळपर्यंतच्या घरात ठेवताना पाहून कुनिकोचे डोळे रडून-रडून सुजून आले.

"इचियोताई, तुला कोणत्याही प्रकारच्या बंदिस्तपणाचा आणि काळोखाचा तिटकारा होता. तुला अगदी स्वतंत्रपणे, उन्मुक्तपणे जगायचं होतं." नेहमी गडद पुरुषी रंगाचा किमोनो घालणाऱ्या आपल्या बहिणीचा देह आयुष्यात पहिल्यांदाच शुभ्र रेशमी किमोनोत गुंडाळलेला पाहून कुनिकोला भडभडून आलं.

"इचियो, तुला ह्या काळोख्या, अरुंद पेटीत ठेवल्याबद्दल आम्हाला क्षमा कर!" कुनिको म्हणाली.

इचियोच्या प्रत्यक्ष अंत्यविधीला दफनभूमीत फारच कमी लोक उरलेले होते. शोक प्रकट करणाऱ्या त्या छोट्याशा समूहावर पाऊसही विषादाचे शिंतोडे उडवत होता. कामाचा अतिरेक करून आपल्या मृत्यूकडे स्वत:हून चालत गेलेल्या एका

महान प्रतिभाशाली लेखिकेचा उदास, एकांडा अंत होता तो. आपली लाडकी महान लेखिका आपल्याला नेहमीसाठी अंतरली आहे, ह्या गोष्टीवर विश्वास ठेवायला तयार नसलेले तिचे असंख्य चाहते तो दफनविधी सहन करू शकले नसते. त्यामुळे ते त्यापासून दूरच राहिले.

होंगजी बुद्ध मंदिरालगतच्या दफनभूमीकडे जाणाऱ्या त्या लहानशा अंत्ययात्रेच्या पुढे कुनिको होती अन् तिच्या हातात होता, इचियोचा काळ्या फ्रेममधील एक विटका झालेला फोटो. पुढे दोनशे वर्षांनी, जपानच्या ५००० येनच्या नोटांवर छापला जाऊन हाच फोटो अमर झाला. हा असाधारण सन्मान मिळालेली इचियो ही जपानमधील एकमेव स्त्री आहे.

दफनभूमीतील त्या शांत, गंभीर वातावरणात एकदमच एक मुलगा धावत-पळत आला. इचियोच्या हकबुकन नामक प्रकाशकाकडून आणलेला एक पुष्पगुच्छ व अर्धा डझन पणत्या त्यानं तिथं तेवत ठेवल्या. तेवत्या पणत्यांच्या प्रकाशमान पिवळ्या ज्योतींनी त्या उदास वातावरणाला थोडा उजाळा, रंग व ऊब दिली. कुनिकोलाही थोडं बरं वाटलं. तिला वाटलं की, तिथं जणू इचियोच्या आयुष्याचा सत्कार सुरू आहे. जबाबदाऱ्यांच्या जड ओझ्याखाली वाकलेलं, गरिबी व निराशेनं भरलेलं इचियोचं आयुष्य, पुरुषी जगात मान्यता मिळावी म्हणून तिनं सतत केलेला संघर्ष अन् त्याच्या बरोबरीनं तिच्या हातून लिहिलं गेलेलं सहजसुंदर, नवोन्मेषपूर्ण, विपुल साहित्य. साहित्यनिर्मितीचा तिचा तो आनंद, जल्लोष. त्या अभिजात, निखळ साहित्याकडं कोणीच दुर्लक्ष करू शकलं नव्हतं.

नोव्हेंबरच्या त्या थंड, भिजल्या सकाळी, होंगजी मंदिराच्या सर्वदूर पसरलेल्या झाडांच्या परिसरात, इचियोच्या पार्थिव शरीराला चिरविश्रांती देण्यात आली.

अंत्यविधी संपवून घरी परतताना कुनिकोच्या हातातील पुस्तकातून कागदाचा एक तुकडा अलगद खाली पडला. ते पुस्तक म्हणजे शेवटच्या आजाराशी लढा देताना, इचियोनं प्राणपणानं पूर्ण केलेली कादंबरी होती. तो कागद गिरक्या घेत-घेत पावसाचं पाणी साचलेल्या डबक्यात पडला. डबक्यातील काळसर गढूळ पाण्यात तो पांढरा, नितळ कागद इचियोच्या दुर्दम्य आयुष्याप्रमाणेच घट्ट पाय रोवून उभा होता.

"तो पाहा," कुनिको मंद स्वरात म्हणाली, "इचियोनं काढलेल्या टिपणांचा कागद, इचियोची 'नोट!'"

# २

उकाड्यानं आणि उन्हानं हैराण करणारा त्रासदायक दिवस होता तो. नोरीयोशी हिगुची मंदिरातील शाळेकडे निघाला होता. मध्येच त्यानं एका बांबूच्या बेटातून जाणाऱ्या जवळच्या रस्त्यानं जायचं ठरवलं. तो रस्ता खाजगी मालमत्तेतून जात असल्याने तिथून जाऊ नये हे त्याला कळत होतं; पण बांबूच्या झाडांची ती शीतल छाया त्याला फार सुखद वाटत होती. शिवाय त्या रस्त्यानं गेल्यानं त्याचं चालण्याचं अंतर अर्ध्यानं कमी झालं असतं. 'खाजगी शेतात, शिवारात पाऊल ठेवायचं नाही,' ह्या आईनं दिलेल्या ताकिदीकडं दुर्लक्ष करून, नुकतंच मिसरूड फुटलेल्या सतरा-अठरा वर्षांच्या त्या तरुणानं बांबूच्या बेटाचं ते थंडगार, सुखावह आमंत्रण आनंदानं स्वीकारलं.

जेमतेम काही पावलंच चालून तो गेला असेल नसेल; तितक्यात डाव्या बाजूनं येणाऱ्या टिपेच्या बायकी आवाजानं त्याची पावलं रोखली.

"ही आमची खाजगी मालमत्ता आहे म्हटलं. इथून जाताना, अतिक्रमण न करण्याच्या नियमाचं तू उल्लंघन करत आहेस. कळलं?"

एक गिरकी घेऊन त्यानं अपराधी भावनेनं आवाजाच्या रोखानं पाहिलं. तिथं एक मुलगी टेचात उभी होती. तिच्या कपड्यांवरून, नापसंतीच्या भावावरून व आत्मविश्वासपूर्ण बोलण्यावरून, ती कोणी नोकरमाणूस नसून त्या बांबूच्या बेटाच्या मालकाची मुलगी असावी, हे त्याच्या लक्षात आलं.

नोरीयोशी एक तडफदार, देखणा तरुण होता. गावातील मुली त्याच्या आवतीभोवती रुंजी घालत. तोही आपल्या मधाळ बोलण्यानं त्यांना गुंतवून ठेवत असे; पण अचानक त्याच्यावर आरोप करणाऱ्या त्या विचित्र मुलीच्या तिखट शेऱ्यानं मात्र त्याची बोलतीच बंद झाली.

मग पेचप्रसंगात सापडल्यावर तो नेहमी करायचा तेच त्यानं त्या दिवशीही केलं. नोरीयोशी ताठ उभा राहिला. मेजी काळाच्या जपानी लोकांच्या मानानं त्याची

पाच फूट अकरा इंच उंची, लोकांवर चांगलीच छाप पाडायची. ताठ उभा राहून तो चढेलपणाने म्हणाला, "माझ्या हातून खरंच असं काही घडलं असेल, तर मी दिलगीर आहे. पण हे बांबूचं बेट खाजगी मालकीचं आहे, असं दाखवणारी एकही पाटी किंवा दुसरी काही खूण इथं नाही. त्यामुळेच माझा गोंधळ उडाला असेल. माझ्या ह्या चुकीसाठी मला माफी मिळू शकेल का?"

खरं तर, त्या तरुणाच्या चढेलपणानं उत्तर तशाच चढेलपणानं द्यावं असं, त्या मुलीला वाटलं पण येणारं हसू दाबून ठेवण्याचा कितीही प्रयत्न केला तरी तिच्या ओठांच्या कोपऱ्यातून ते बाहेर निसटलंच.

"ठीक आहे. ठीक आहे. ह्या वेळी जाऊ देतेय मी तुला, पण परत कधी असा बेकायदेशीर प्रवेश करू नकोस आमच्या शेतात. कळलं?"

कमरेत वाकून तिला अभिवादन करून नोरीयोशीनं भराभर पावलं उचलली. पण अभावितपणे मागे वळून तिच्याकडं पाहताना, तीही तिथं उभी राहून आपल्याकडे पाहतेय, हे त्याच्या नजरेनं टिपलं. ते पाहून त्याच्या मनात एक वेगळीच गोड खळबळ माजली.

नंतर मंदिराच्या शाळेत त्यानं आपल्या मित्राला, ताकीला गाठलं. गावातील चौदा ते अठरा वर्षे वयाच्या प्रत्येक मुलीची त्याच्याकडे इत्थंभूत माहिती असते, अशी त्याची सर्व तरुणांमध्ये ख्याती होती. गावातील लग्नास योग्य अशा जास्तीत जास्त मुलींची माहिती गोळा करून ठेवण्याचं काम तो मोठ्या कसोशीनं आणि आनंदानं करत असे. त्याच्या ह्या छंदामुळेच तो गावातील तरुण मुलांमध्ये तसेच विवाहोत्सुक प्रेमीजनांमध्ये खासा लोकप्रिय होता.

"रस्त्याच्या त्या बाजूच्या बांबूच्या बेटात मला एक मुलगी भेटली; नव्हे त्या मुलीनं मला हटकलं म्हटलं तर ते जास्त बरोबर होईल. तुला माहीत आहे ती? ती त्याच परिसरात राहतेय असं दिसतं," नोरीयोशीनं ताकीला विचारलं, "साधारण सोळा-सतरा वर्षांची असेल. दिसायला चांगली आहे, पण जीभ चांगलीच तिखट आहे तिची."

"अरे, फुरुया आयमीबद्दल विचारतोयस का? ते बांबूचं बेट आणि त्याच्यालगतचं शेत तिच्या बापाचं आहे," ताकी म्हणाला, "पण सांभाळून रे बाबा. फार विचित्र लोक आहेत ते. गर्विष्ठ अन् तुसडे. त्यांना वाटतं की, ते आपल्या सर्वांपेक्षा खूप श्रेष्ठ आहेत; पण मला काही तसं वाटत नाही. इथल्या सगळ्या लोकांप्रमाणेच तेही शेतकरी आहेत आणि ती फुरुयाही काही सोळा-सतराची नाहीये. कमीतकमी अठरा एकोणीसची तर ती नक्कीच असेल."

"फुरुया आयमी! काय गंमतशीर नाव आहे!" नोरीयाशी स्वत:शीच पुटपुटला. आता त्याचं लक्ष ताकीच्या बोलण्यावरून पार उडालं होतं.

आताशा फुरुया आयमी नावाच्या मुलीबद्दल आपण सारखा विचार करत असतो, ह्या गोष्टीचं स्वत: नोरीयोशीलाच खूप आश्चर्य वाटत होतं. नंतर ती परत आपल्याला दिसेल किंवा हटकेल ह्या आशेनं तो त्या बांबूच्या बेटातून मुद्दाम खूपदा गेला; पण परत काही ती त्याच्या नजरेस पडली नाही.

पाचव्यांदा तिथून जाताना त्यानं स्वत:ला बजावलं की, तिथून जायचा त्याचा हा शेवटचा दिवस. आजही ती दिसली नाहीतर तिचा नाद सोडून द्यायचा. तसं पाहिलं तर गावात त्याच्यासाठी वेड्या झालेल्या कितीतरी सुंदर मुली होत्या. असं प्रेमानं व्याकूळ झाल्यासारखं त्या बांबूच्या बेटात फिरत राहायची त्याला काही एक गरज नव्हती. चालता-चालता तो ओळखीचा आवाज त्याच्या कानी पडला आणि त्यानं आनंदानं एक गिरकीच घेतली.

''परत तूच आहेस होय? आमच्या शिवारातून परत जायचं नाही म्हणून सांगितलं होतं ना मी!''

नोरीयोशीनं स्वत:ला सावरलं आणि तो हळुवार आवाजात म्हणाला, ''आठवतंय मला चांगलं! पण खरं सांगू, तू नजरेस पडावीस म्हणून गेले कित्येक दिवस मी तुमच्या शिवारातून जात आहे.''

मेजी युगातील जपानच्या परंपरावादी, बंदिस्त समाजात नोरीयोशीनं तिच्याबद्दलच्या आपल्या आकर्षणाची अशी स्पष्ट कबुली दिली, तेव्हा फुरुया चकितच झाली. कारण एक तर आतापर्यंत तिचा एखाद्या लाजऱ्या-बुजऱ्या मुलाशीही संबंध आला नव्हता. अशात कोणा एका उमद्या मुलानं स्वत:ला काय वाटतं ते असं स्पष्ट शब्दांत सांगणं, तेही खुद्द तिच्याबद्दल, म्हणजे भलतंच काहीतरी होतं. त्याच्या बोलण्यानं फुरुया गोंधळून गेली. लाजेनं लालेलाल झाली. काय बोलावं हे न कळण्याची आज तिची पाळी होती. त्या दोघांना आवडो वा नावडो; पण आकर्षणाची बीजं त्यांच्या मनांमध्ये आता पडली होती.

महत्त्वाकांक्षेनं प्रेरित झालेल्या नोरीयोशीच्या दृष्टीने हे आकर्षण अडचणीचं होतं. अशा प्रकारे कोणत्याही स्त्रीच्या बंधनात पडणं त्याला परवडणारं नव्हतं. कारण शेतकरी म्हणून ह्या खेड्यात खितपत पडलेल्या आपल्या कुटुंबाचा त्याला खूप राग यायचा. एखाद्या मोठ्या शहरात जाऊन राहावं, तिथं नशीब काढावं हे त्याचं आवडतं स्वप्न होतं. इतक्या लहान वयात त्या खेडेगावातील मुलीच्या प्रेमात पडणं, त्याच्या भावी योजनेत बसत नव्हतं. खरं तर एखाद्या शहरी मुलीच्या प्रेमात पडणं त्याला आवडलं असतं. कारण मग आपली महत्त्वाकांक्षा पूर्ण करण्यासाठी त्याला तिची मोलाची मदत झाली असती.

पण प्रेम नावाच्या असाहाय्य करणाऱ्या भावनेच्या तो पूर्णत: आहारी गेला होता. थोड्याच दिवसात फुरुया व नोरीयोशी बांबूच्या त्या बेटात लपून-छपून भेटू

लागले. त्यांच्या त्या भेटीगाठीतून, भावभावनांच्या कल्लोळातून घेतल्या गेलेल्या निर्णयामुळेच पुढे जपानच्या इतिहासातील सर्वश्रेष्ठ स्त्रियांमधील एका स्त्रीचा जन्म झाला.

फुरुया आणि नोरीयोशीनं आपलं प्रेमप्रकरण गुप्त ठेवायचा कसोशीनं प्रयत्न केला, पण खेड्यातल्या वातावरणात लोकांची गुपितं फार काळ गुप्त राहत नाहीत. आपला पोटापाण्याचा कामधंदा केल्यावर खेडेगावच्या लोकांना एकमेकांशी बोलायला, सगळीकडं नजर ठेवायला खूप फुरसत असते. नोरीयोशी व फुरुयाची उमलती प्रीत लोकांच्या नजरेतून सुटली नाही. एकीकडे त्यांचं एकमेकांवरील प्रेम वृद्धिंगत होत होतं. पण त्याचबरोबर फुरुयाच्या आई-वडलांची त्याबद्दलची नाराजी व रागही वाढत चालला होता.

"खबरदार, ह्यापुढे त्या नोरीयोशी हिगुचीला भेटलीस तर!" फुरुयाला तिच्या आईनं इतक्या थंड, बोचऱ्या स्वरात ताकीद दिली की, ती ऐकून कोणालाही कापरं भरलं असतं.

"तो तुला अजिबात साजेसा नाही."

"आई, असं का म्हणतेयस तू?" आईला विरोध करत फुरुया चित्कारली, "नोरीयोशीच्या कुटुंबाची परिस्थिती आपल्यासारखीच आहे. मग त्यानं माझ्यावर प्रेम केलं तर कुठं बिघडलं? शिवाय मी आता अठरा वर्षांची आहे. तूच तर नेहमी म्हणतेस की, आता माझं लग्न झालं पाहिजे."

"ते तर खरंच आहे; पण ह्या नोरीयोशी हिगुचीशी नाही. तुझ्या ह्या प्रियकराच्या बापाची, हचिझेमॉनची कीर्ती फारशी चांगली नाहीये. उठसूट तो सगळ्या अधिकाऱ्यांशी भांडत असतो आणि त्यासाठी त्याची रवानगी तुरुंगात होते म्हणे! त्या कुटुंबाशी तुझं नातं जुळावं असं मला आणि तुझ्या आईला अजिबात वाटत नाही." आपल्या बायकोच्या मताला दुजोरा देत फुरुयाचे बाबा म्हणाले.

पण फुरुयाच्या आई-वडलांच्या विरोधामुळे किंवा रागामुळे नोरीयोशी व फुरुयाच्या गाठीभेटी काही कमी झाल्या नाहीत.

संपत जाणाऱ्या प्रत्येक महिन्याबरोबर त्यांच्या मनातलं एकमेकांबद्दलचं आकर्षण, एकमेकांविषयी वाटणारी ओढ वाढतच गेली. त्याचा व्हायचा तोच परिणाम झाला. त्यांच्या मानसिक प्रेमाला शारीरिक जवळिकीचा आधार हवाहवासा वाटू लागला. फुरुयाला स्वत:लाच आश्चर्य वाटलं. समाजानं आणि तिच्या परिवारानं तिच्यावर घातलेली बंधनं तोडून तिनं नोरीयोशीच्या प्रेमाला पूर्ण प्रतिसाद दिला.

...पण काहीच महिन्यांत त्या प्रतिसादाचा परिणाम लक्षात आला तेव्हा तिला आपल्या त्या कृतीचा फार पश्चात्ताप झाला. मेजी जपानमध्ये कौमार्यावस्थेत गरोदर राहणं म्हणजे फारच भयंकर पाप होतं.

नवीन उद्‌भवलेल्या परिस्थितीबद्दल बोलण्यासाठी नोरीयोशी फुरुयाला भेटला तेव्हा हमसाहमशी रडत ती म्हणाली, ''घराण्याच्या नावाला काळिमा फासल्याबद्दल माझे आई-वडील मला मारूनच टाकतील.''

''आता आपल्याला ताबडतोब लग्न करायला हवं!'' नोरियोशी ठासून म्हणाला; पण मनातल्या मनात तोही घाबरला होता. ह्या पितृपदानं त्याच्या मनातील गुंता आणखी वाढला होता. मोठ्या शहरात जाण्याचं आपलं स्वप्न त्याला कदाचित सोडून द्यावं लागणार होतं; पण त्याचं फुरुयावर मनापासून प्रेम होतं म्हणूनच त्यानं त्या संकटाचा सामना तिच्याबरोबरीनं करायचा निर्धार केला.

''इतकं सोपं नाहीये ते.'' रडणं चालू ठेवत फुरुया म्हणाली, ''लग्न तर दूरच राहिलं. माझ्या आई-वडलांनी तुला भेटायचीसुद्धा बंदी केलीये मला. मी त्यांच्या आज्ञेचं उल्लंघन केलंय. एवढंच नाहीतर मी नको त्या पातळीवर उतरलेय आणि आता गर्भार आहे असं त्यांना कळलं, तर ते मला जिवंत ठेवणार नाहीत.''

पण त्या काही मिनिटांत नोरीयोशीनं पुढे काय करायचं ते ठरवून टाकलं होतं. दुःखी कष्टी फुरुयाला त्यानं आपलं म्हणणं शांतपणानं समजावून सांगितलं. तिच्या दुःखावर त्यानं चांगला उतारा शोधला होता.

''आता रडणं थांबव आणि माझं बोलणं नीट ऐक. तुला माहीतच आहे हे दरिद्री खेडं सोडून देऊन, एखाद्या मोठ्या शहरात जायचं असं माझं स्वप्न आहे. आपण इथून पळून जाऊन लगेच लग्न करू आणि मग शहरात निघून जाऊ. मी थोडे पैसे जमा केले आहेत. शहरात जाऊन मी नोकरी शोधेन. तोपर्यंत मी शिल्लक टाकलेले पैसे आपल्याला पुरतील.''

हा भयंकर धाडसी बेत ऐकून फुरुया बराच वेळ गप्पच राहिली. देवा, असलं वाईट काम आतापर्यंत दुसऱ्या कोणा बाईनं केलं नसेल आणि आता इथून पळून जाऊन आपण खरंच आपल्या स्वतःच्या पायांवर उभं राहू शकू? असं केल्यास आपलं पुढचं आयुष्य कसं असेल? माझे आई-बाबा तर माझं नावच टाकतील. मी पूर्णपणे नोरीयोशीवर अवलंबून राहीन. फुरुयाच्या मनात काही क्षणांत असे अनेक विचार येऊन गेले; पण तिच्यापुढे दुसरा कोणता पर्यायच नव्हता. तिच्या हातून पाप घडलं होतं आणि त्यामुळे दुसरा कोणीही माणूस तिच्याशी लग्न करायला तयार झाला नसता. त्यामुळे नोरीयोशीवर पूर्ण भरवसा ठेवणं किंवा विवाहबाह्य संबंधातून जन्माला आलेल्या मुलासोबत, बिनलग्नाचं एकाकी आयुष्य कंठणं... घराण्याला कलंक लावल्याबद्दल आई-वडलांच्या शिव्या खात... कदाचित समाजानं वाळीत टाकलेल्या अवस्थेत, ह्यापैकी एकच काहीतरी तिला निवडावं लागलं असतं.

लग्न न करता आपण तिथंच खेड्यात राहिल्यास आपल्या चुकीचा पुरावा दिवसेंदिवस स्पष्ट दिसायला लागेल, लोक आपली छी-थू करतील, आपली असह्य

स्थिती होईल ह्या विचारानंच फुरुयाच्या अंगावर सरसरून काटा आला. शेवटी मन कठोर करून तिनं पहिला पर्याय स्वीकारला.

"नोरीयोशी, मी आता गरोदर आहे. त्यामुळे तू करतो आहेस तोच विचार आपल्या दृष्टीने बरोबर आहे; पण त्याचबरोबर तुझ्या हेही लक्षात आलं असेल की, आपण असं केलं तर मला आपल्या कुटुंबीयाबरोबरचे सर्व संबंध तोडून टाकावे लागतील. माझं आणि आपल्या मुलाचं भवितव्य सर्वस्वी तुझ्यावर अवलंबून असेल."

"ही जबाबदारी मी आता झटकू शकत नाही फुरुया," नोरीयोशी शांतपणे उत्तरला, "मी लवकरच एका मुलाचा बाप होईन. बायको-मुलाची काळजी घेणं हे पुरुषाचं कर्तव्यच आहे." नोरीयोशी पूर्णपणे जाणीवपूर्वक व धाडसानं म्हणाला. मनातल्या मनात त्यालाही आपल्या तरुण बायकोइतकीच धाकधूक वाटत होती, पण तो एक पुरुष असल्यानं तो आपली भीती बोलून दाखवू शकत नव्हता.

'आमचं एकमेकांवर जिवापाड प्रेम आहे. शिवाय शहरात भरपूर कामं असतात. मलाही काहीतरी काम मिळेल. सर्वकाही ठीक होईल.' दोघांनी मिळून पळून जाण्याचा बेत पक्का करताना नोरीयोशीनं स्वत:लाच ठामपणे समजावलं.

६ एप्रिल, १८५७ची पहाट. नोरीयोशी आणि फुरुयाचे कुटुंबीय गाढ झोपेत होते. अशा शांत वेळी हे दोन प्रेमी जीव आपापल्या घरातून गुपचूप बाहेर पडले. आता त्यांना इडोचा प्रदीर्घ प्रवास सुरू करायचा होता. साखरझोपेत असलेल्या आपल्या आई-वडलांच्या खोलीत डोकावताना, आपण करतोय ते बरोबर आहे की चूक, ह्याबद्दलच्या संशयानं क्षणभरच फुरुयाच्या मनाची चलबिचल झाली. मग एक खोल श्वास घेऊन स्वयंपाकघरातील एका बुटक्या टेबलावर तिनं त्यांच्यासाठी लिहिलेलं पत्र ठेवलं. आणखी दोन तासांनी होणाऱ्या न्याहारीसाठी तिच्या आईनं तिथं वाडगे आणि छोट्या-छोट्या थाळ्या मांडून ठेवल्या होत्या. त्या निश्चिंत, सुरक्षित वातावरणातून ती आता अनिश्चित भविष्याकडं चालली होती.

फुरुयाचे आई-वडील शिस्तीच्या बाबतीत खूप कडक होते; पण तरीही त्यांचं आपल्या मुलांवर अपार प्रेम होतं. त्यांनी तिला नेहमीच आपुलकीची, प्रेमाची ऊब दिली होती. सुरक्षित आयुष्य दिलं होतं. त्यांच्या प्रेमाची परतफेड ती असं वाईट काम करून, पळून जाताना घाईघाईनं एक पत्र लिहून ठेवून करत होती. कोणाला कळू न देता आपलं घर सोडताना तिचे डोळे पाण्यानं डबडबलेले होते. मन शरमेनं आणि दु:खानं झाकोळलेलं होतं.

"आई-बाबा, तुमच्या प्रेमाची परतफेड मी कधी ना कधी, खूप चांगल्या पद्धतीनं करेन. त्या वेळी तुम्हा दोघांना माझा खूप अभिमान वाटेल. ते कसं होईल ते आता मला नाहीत नाही; पण त्याबद्दल मला पूर्ण विश्वास आहे. मी आता अशी जातेय, पण त्यातून काहीतरी चांगलंच निष्पन्न होईल." आतापर्यंतचं आपलं सगळं

आयुष्य जिथं काढलं होतं, त्या शेतकऱ्याच्या चंद्रमौळी झोपडीकडे शेवटची नजर टाकता-टाकता फुरुया हळूच म्हणाली. त्या क्षणी तिचं मन पश्चात्तापानं आणि शरमेनं इतकं काळवंडलेलं होतं की, तिच्या पोटचं एक मूल, तिलाही माहीत नसलेल्या भविष्यकाळात तिनं आपल्या आई-वडलांना दिलेल्या ह्या वचनाची बूज राखेल, ह्याची तिला कल्पनाही नव्हती.

स्वत:च्याच विचारात गर्क असलेल्या फुरुयाचं लक्ष बाहेर गेलं. तिथं नोरीयोशी, त्यांना इडोला घेऊन जाणाऱ्या घोडागाडीत तिची वाट पाहत होता. त्याच्या डोळ्यांतील प्रेम पाहताच तिच्या मनातही गोड भावनांचं कारंजं उसळलं. आणि फुरुयानं मनातील सगळे खिन्न विचार दूर सारले. आता ते दोघं, जीवनानं रसरसलेल्या इडो शहराकडे घेऊन जाणारा प्रवास सुरू करणार होते. 'ते शहर आपल्या दोघांसाठी आणि आपल्या जन्माला येणाऱ्या बाळासाठी जास्त चांगलं ठरो!' अशी मनातल्या मनात प्रार्थना करून फुरुयानं आपल्या आई-वडलांच्या घरातून बाहेर पाऊल टाकलं.

# ३

तो फार लांबचा आणि त्रासदायक प्रवास होता. फुरुयाच्या नाजूक अवस्थेमुळे त्यांना फार हळू जावं लागत होतं. शिवाय तिला मध्येच गाडी थांबवून लघवीलाही जावं लागत होतं. शेवटी तब्बल सहा दिवसांनंतर ते इडोला पोहोचले. नोरीयोशीला आठवत होतं, तेव्हापासून त्यानं त्या शहरात जाण्याचं स्वप्न पाहिलं होतं. त्या शहराचं पहिलं-वहिलं विराट दर्शन तो कधीच विसरू शकला नसता. दुपार संपता-संपता त्यांची घोडागाडी शोगुनांच्या ह्या राजधानीचं रक्षण करणाऱ्या शायनागवाच्या प्रवेशद्वाराजवळ आली. तिथं उभं राहून दूरवर पसरलेला शहराचा तो अवाढव्य विस्तार पाहताना नोरीयोशी व फुरुयाचा श्वासच अडकल्यासारखा झाला.

"नोरीयोशी, बघ तरी जरा ह्या शहराकडे, इथल्या माणसांकडे," विस्फारलेल्या डोळ्यांनी फुरुया म्हणाली, "आतापर्यंतच्या आयुष्यात इतकं भव्य-दिव्य असं कधी काही पाहिलंच नाहीये मी."

"मी तरी कुठं पाहिलंय?" नोरीयोशीही भारावून जाऊन उद्गारला, "एखादं भलं मोठं हृदय धडधडत असावं, तसंच जिवंत अन् प्रचंड वाटतंय मला हे शहर."

पटकन जेवण करावं म्हणून ते एका अरुंद रस्त्यानं हॉटेलच्या शोधात निघाले. दुकानांच्या ओळीतून, रस्त्यावरील विक्रेत्यांच्या तसेच लोकांच्या गर्दीनं वेढलेल्या कथावाचकांच्या जवळून जाता-जाता ते नजरेनं वेगवेगळी दृश्यं व कानांनी वेगवेगळे आवाज टिपत होते. लोकांची झुंबड उडालेल्या पुस्तकांच्या तीन दुकानांनंतर त्यांना एक शांत हॉटेल दिसलं. भोवतालच्या घाई-गडबडीकडं त्यांचं लक्षच नव्हतं. त्यांचं सर्व लक्ष होतं, किमोनो घालून इकडं-तिकडं वावरणाऱ्या वेट्रेसेसकडं. लोकांनी वेढलेल्या टेबलांच्या गर्दीतून त्या हलकेच तरंगत जात होत्या. हॉटेलमधल्या गिऱ्हाइकांना चहा, मिठाई – गोड मोची व लाल डाळींचा केक पुरवत होत्या.

एक सुंदर तरुण वेट्रेस ट्रेमधील पदार्थ सांभाळत पुढे-पुढे जात होती. तितक्यात एका दारू प्यायलेल्या माणसानं तिचा हात धरायचा प्रयत्न केला. फुरुयाला वाटलं

की ती त्या दारुड्यावर जोरात ओरडेल; पण त्या आगाऊ गिऱ्हाइकाकडं पाहून तिनं एक छानसं स्मितहास्य केलं आणि त्याला न दुखावता तिनं आपला हात त्याच्या हातातून हलकेच काढून घेतला. काही दरवाजांनंतर कोटोच्या साथीनं कोणीतरी गात असल्याचा आवाज स्पष्टपणे ऐकू येत होता. दृश्य, आवाज, गजबज, गडबड, सगळं मिळून त्यांच्या डोळ्यांसमोर उत्साहानं सळसळणाऱ्या एका शहराचं रूप साकार होत होतं. एका परंपरागत, रटाळ गावातून आलेल्या त्या तरुण पती-पत्नींना दिङ्मूढ करत ते शहर त्यांच्यावर भुरळ टाकत होतं.

"चहा प्यायला एखाद्या रेस्टॉरंटमध्ये जाऊ या ना. माझा घसा पार सुकलाय." गर्दीनं फुललेल्या लहान-लहान उपाहारगृहांकडं खेचली जात असलेली फुरुया नोरीयोशीला म्हणाली. तिथं टेबला-टेबलांशी त्यांच्यासारखेच प्रवासी बसलेले होते. चहाचे घोट घेता-घेता ते एकमेकांना आपल्या प्रवासाच्या, पुढील बेतांच्या हकिकती सांगत होते.

इडो शहराच्या दर्शनानं स्तिमित झालेला नोरीयोशी शेवटी एका रेस्टॉरंटपाशी थांबला. एका टेबलाशी बसून त्यानं गरमागरम चहाची आणि लाल डाळीच्या केकची ऑर्डर दिली; पण त्याचं लक्ष दूर कुठं तरी होतं.

"काय पाहतोयस तू एवढं?" नोरीयोशीला भानावर आणण्यासाठी फुरुयानं त्याच्या डोळ्यांपुढे आपली बोटं नाचवली. मग तिनं त्याच्या डोळ्यांच्या दिशेनं पाहिलं आणि तीही त्या विलक्षण सूर्यास्ताकडं पाहत राहिली. त्या सुंदर, नारिंगी प्रकाशात न्हाणाऱ्या त्या प्रचंड मोठ्या शहराच्या विस्ताराकडं ती पाहतच राहिली. शहराच्या त्या प्रचंड विस्तारावर आधिपत्य होतं, टेकडीवर वसलेल्या एका भव्य किल्ल्याचं. जणू राजेशाही करड्या नजरेनं तो त्या शहराचं रक्षण करत होता आणि खाली लांबवरच्या क्षितिजापर्यंत पसरलेला मानवी वस्त्यांचा तो विशाल विस्तार, त्याचं आधिपत्य मान्य करत त्याला अदबीनं कुर्निसात करत होता. कलत्या उन्हाच्या प्रकाशात चमचमणारा तो भव्य किल्ला जणू प्रचंड शक्तीनं हुंकारत होता! त्याच्याकडं पाहता-पाहता फुरुया व नोरीयोशी भयचकित झाले.

"तो शोगुनांचा किल्ला आहे. माहीत आहे?" नोरीयोशी म्हणाला, "आपण आता इडोमध्ये आहोत. शोगुनांच्या ह्या किल्ल्याबद्दल आतापर्यंत आपण फक्त लोकांकडून ऐकत होतो. आपल्या डोळ्यांनी आपण हा किल्ला पाहू असं वाटलं, तरी होतं का कधी आपल्याला? आपल्या खेड्यातले कित्येक जण, ह्या जन्मात कधी पाहू शकणार नाहीत, अशा वास्तूकडं आपण पाहत आहोत फुरुया. ह्या महानगरात आपण आपल्या जीवनाचं सोनं करू शकतो गं!"

ह्यावर त्या शहराच्या प्रभावानं मंत्रमुग्ध झालेल्या नोरीयोशीच्या तरुण बायकोनं नुसती मान हलवली. आपल्या भविष्यात काय वाढून ठेवलंय ह्याची तिला थोडीसुद्धा

कल्पना नव्हती, पण तिला आतून जाणवत होतं की, ते इडो सोडून आता कुठंही कधीही जाणार नव्हते. बरं-वाईट काहीही होवो; पण ते आपलं आयुष्य तिथंच जगणार होते. तिथंच शेवटचा श्वास घेणार होते.

चहा-न्याहरी करून उठेपर्यंत दूरवर संध्याछाया पसरल्या होत्या. रात्र घालवण्यासाठी ते एका स्वस्तशा हॉटेलात आले. नोरीयोशी आणि फुरुयाच्या अंगावर लांबवरच्या प्रवासानं धुळीची पुटं साचली होती. अंघोळ करून ताजंतवानं होण्यासाठी त्यांनी रस्त्याच्या शेवटी असलेल्या सार्वजनिक स्नानगृहात जायचं ठरवलं. त्यातील एकात जाऊन त्यांनी स्नान करण्यासाठी पैसे भरले.

त्या मोठ्या सार्वजनिक स्नानगृहाच्या टबमधील मंद सुगंधित उबदार पाण्यात उतरताच फुरुयाला वाटलं की, तिच्याभोवती रेशमी वस्त्राच्या मऊ, गुळगुळीत घड्या अलगद उलगडत चालल्या होत्या आणि हलक्या हातानं त्या मागच्या काही आठवड्यांत तिच्या मनात पडत गेलेल्या ताणाच्या गाठी सोडवत होत्या. आपल्या थोड्याशा पुढे आलेल्या पोटावर तिनं हलकेच हात फिरवला.

तिचं ओढाळ मन परत आपल्या खेड्यात गेलं. आपल्या इथं येण्यानं आपल्या कुटुंबाला विशेषत: आईला किती मोठा धक्का बसला असेल, असं तिच्या मनात आलं. तिथं ते क्षुब्ध, चिंतित असताना आपण मात्र इथं निश्चिंतपणे स्नानाचा आनंद लुटत आहोत. मजेत आहोत. क्षणभर तिला आपण फार मोठा अपराध करत आहोत असं वाटलं. ह्यापुढे कित्येक आठवडे, महिने आपल्याला त्यांची सारखी आठवण येणार आहे, त्यांच्याशिवाय चुकल्या चुकल्यासारखं होणार आहे, हे फुरुयाला माहीत होतं; पण त्या क्षणी मात्र तिला नोरीयोशी व आपल्या पोटातल्या बाळासकट एका उबदार, स्वच्छ दुलईत घुसायचं होतं.

ते तरुण पती-पत्नी कित्येक दिवसांनी एका स्वच्छ, मऊ दुलईत शांत झोपी गेले होते. हॉटेलच्या बाहेर, रात्रीचा रंगेल डाव रंगला होता. नशेत झोकांड्या खात, काहीतरी बरळत जाणारे गुलछबू आणि त्यांच्याबरोबर त्यांना सोबत करणाऱ्या, क्षणाक्षणाला खिदळणाऱ्या गुलजार वेश्या, फेसाळणाऱ्या, हिंदकळणाऱ्या रात्रीचा जल्लोष! पहाटे पहाटेपर्यंत तो गोंधळ चाललेला होता.

नवऱ्याच्या आश्वासक हाताने वेढलेल्या फुरुयाला गाढ झोप लागली तेव्हा तिला भास झाला की, आपल्या पोटातलं बाळ हालचाल करत आहे.

# ४

हिगुची दांपत्य त्या स्वस्त हॉटेलमध्ये चार दिवस राहिलं. दरम्यान नोरीयोशीनं इडोमध्ये कसं काम मिळवावं, तिथं कसं घर थाटावं ह्याबद्दल विचार केला. त्यानं मोठ्या हौसेनं जमा केलेली आपली दीडशेच्या दीडशे पुस्तकं विकून प्रवासासाठी आणि इडोमधील सुरुवातीच्या काही दिवसांच्या वास्तव्यासाठी पैसे जमा केले होते. उदरनिर्वाहाचा व कायम तिथं राहण्यासाठी निवाऱ्याचा निकडीनं शोध सुरू करण्यापूर्वी, तिथल्या सुंदर वातावरणात रंगून जाण्यासाठी, जास्त घाईगर्दीचं जीवन अंगवळणी पाडून घेण्यासाठी ते पैसे काही दिवसांचा अवधी त्याला देऊ शकत होते.

चौथ्या दिवशी, फुरुयाला हॉटेलमध्ये सोडून नोरीयोशी, माशिमो नामक एका माणसाला भेटायला निघाला. माशिमो सेनोसुकेनंच त्याला इडोमधील जीवनाचं स्वप्न दाखवलं होतं. त्यांच्याच खेड्यातील हा माणूस. इडोमध्ये येऊन, एक यशस्वी व्यापारी बनण्याचं स्वप्न डोळ्यांत घेऊन त्यानं आपलं खेडं सोडलं होतं आणि इथं येऊन ते स्वप्न खरंही करून दाखवलं होतं. माशिमो आपल्या मूळ गावी क्वचितच येई. असाच कधीतरी तो आपल्या गावाला आलेला असताना त्यानं नोरीयोशीला आपला इडोमधील पत्ता दिला होता आणि कधीही तिथं यायचं उदार आमंत्रण दिलं होतं. तेच आमंत्रण स्वीकारून नोरीयोशी आता त्याला भेटायला निघाला होता.

"देव करो आणि सर्व काही व्यवस्थित होवो! मला पूर्ण खातरी आहे की, सेनोसुके नोकरी मिळवून देण्यासाठी तुला मदत करतील. नोरीयोशी, हे शहर आणि इथं मिळू शकणाऱ्या असंख्य संधी मला आवडू लागल्यायेत असं वाटतं." आपल्या नवऱ्याला त्याचा बाहेर जायचा किमोनो घालायला मदत करत फुरुया म्हणाली. वसंत ऋतूच्या सुरुवातीच्या त्या दिवसांत, अचानक थंडी पडली असती, तर त्या किमोनोमुळे नोरीयोशीला ती बाधली नसती. सकाळच्या कोवळ्या उन्हात आपल्या नवऱ्याचा उठून दिसणारा देखणा रेखीव चेहरा, त्याचे काळेभोर दाट केस व सोनेरी, तजेलदार कांती बघून फुरुयाची छाती अभिमानानं भरून आली. तिच्या कुटुंबाला

नोरीयोशीची न आवडलेली एकच गोष्ट होती आणि ती म्हणजे त्याच्या त्वचेचा रंग. खानदानी जपानी लोकांपेक्षा नोरीयोशी थोडा सावळा होता. त्यामुळे त्याच्या पूर्वजांपैकी कोणीतरी परकीय रक्ताचा असावा, असा त्यांचा अंदाज होता.

नोरीयोशी गेल्यानंतर बराच वेळ फुरुया खिडकीतच बसून राहिली. बाहेर रस्त्यावरची वर्दळ आता वाढत चालली होती. खिडकीत बसल्या-बसल्या त्यांच्याजवळच्या संपत आलेल्या पैशांची काळजी तिला सतावू लागली. खेड्यातल्या साध्यासुध्या जीवनापेक्षा इथलं जीवन नक्कीच खूप महागडं होतं.

'नोरीयोशीला लवकरात लवकर काम मिळवावं लागेल. नाहीतर येताना जे काही थोडेसे सोन्याचे दागिने आणले आहेत, ते विकायची पाळी येईल.' ह्या विचारानं डोळ्यांत आलेलं पाणी तिनं नकळत खिडकीच्या कागदी पडद्याला, शोजीला पुसलं.

दुपार संपता-संपता सावल्या लांबू लागल्या. खिडकीत उभी राहून फुरुया बाहेर पाहत होती. अखेर नोरीयोशी घाईघाईनं रस्त्यावरून येत असलेला दिसला तेव्हा तिचा जीव भांड्यात पडला. ती डोळे ताणताणून त्याच्याकडे पाहत होती. त्याच्या चेहऱ्यावरील भाव पाहून त्याची मोहीम फत्ते झाली की नाही, ह्याचा तिला अंदाज घेता आला असता. तो खोलीत शिरला तेव्हा त्याच्या चमकत्या डोळ्यांवरूनच तिला कळलं की, तो चांगली बातमी घेऊन आला होता. उत्साहाच्या भरात तो उंबरठ्याबाहेर चपला काढून ठेवायचंही विसरला. असं करणं जपानमध्ये फार उद्धटपणाचं समजलं जात असे. त्याचं हे वागणं पाहून फुरुया एकदम ओरडली, "नोरीयोशी, अरे चपला घालूनच खोलीत येतोयस की काय?"

एखादी अत्यंत महत्त्वाची सामाजिक पद्धत मोडल्याप्रमाणे नोरीयोशी वरमला. घाईघाईनं उंबरठ्याबाहेर जाऊन त्यानं चपला काढून ठेवल्या. माशिमोसाहेबांनी त्याला किती प्रेमानं आलिंगन दिलं होतं, हे आठवून त्याच्या चेहऱ्यावर हसू फुललं. त्यांच्या त्या प्रेमळ आलिंगनानं, खेड्यात भेटलेला आपला उदार मार्गदर्शक आपलं आपुलकीनं स्वागत करेल की नाही, ह्याबद्दलची त्याची सर्व भीती पळून गेली होती.

नोरीयोशी आश्चर्यचकित होऊन ते आलिशान घर पाहत होता. शहरात येऊन माशिमोसाहेबांचा किती उत्कर्ष झाला होता ते स्पष्टच दिसत होतं. प्रगतीच्या किती मोठमोठ्या संधी आपल्याला मिळू शकतील ह्या कल्पनेनंच नोरीयोशीचे बाहू स्फुरण पावू लागले. फुरुया आणि त्यांच्या जन्माला येऊ घातलेल्या मुलाच्या विचारामुळे नोरीयोशीनं आपल्या महत्त्वाकांक्षा थोड्या दूर सारल्या होत्या; पण आता माशिमोसाहेबांचं वैभव पाहून त्या दूर सारलेल्या महत्त्वाकांक्षा नव्या आवेशानं त्याला खुणावू लागल्या. त्यानं मनोमन ठरवलं की, कितीही मेहनत करावी लागली तरी तो आपल्या मार्गदर्शकाइतकं यश नक्कीच मिळवणारच.

"माशिमोसाहेबांनी मला एक नोकरी दिली फुरुया," त्यानं खोलीत येताच

घोषणा केली, "त्यांच्या कुदातमधील घरात आपण उद्या राहायला जाणार आहोत. आपल्या खाण्यापिण्याची व राहण्याची सोय करण्यासाठी मी लगेचच कामावर रुजू होणार आहे. ही नोकरी तितकीशी चांगली नाहीये; पण ठीक आहे. आपल्या खाण्यापिण्याची व आरामदायक घराची गरज तर नक्कीच भागेल सध्या."

"ओ नोरीयोशी! तितकीशी चांगली नाहीये असं का म्हणतोयस तू?" फुरुया आनंदानं चित्कारली, "तू म्हणतोयस तसं आपल्या डोक्यावर छप्पर असेल आणि तुला नोकरीही मिळालीय. इडोमध्ये आल्यावर फक्त चार दिवसांत आपल्याला ही संधी मिळालीय. आणखी काय पाहिजे? कोणाच्या मदतीशिवाय आपल्याला एवढं तरी जमलं असतं का?"

पण माशिमोसाहेबांकडे ते काहीच दिवस राहू शकणार होते, कारण तिथं राहायला लागल्यानंतर थोड्याच दिवसांत नोरीयोशीला कितमुरा यासुमास नावाच्या डॉक्टरना मदत करायला जावं लागू लागलं. डॉक्टर कितमुरा बरीच वैद्यकीय मासिकं प्रकाशित करत. हाताखाली काम करण्यास एखादा योग्य नोकर मिळेल का, याची चौकशी करायला डॉक्टर यासुमास माशिमोंकडे आले होते.

"आपल्याला डॉक्टर यासुमासच्या जवळ कोइशिकवाला घर घ्यावं लागेल. मला त्यांच्याबरोबर काम करायचं असल्यामुळे तेच योग्य होईल. तिथं गेलं तर चालेल ना तुला फुरुया?"

"आपण दोघं एकमेकांच्या बरोबर आहोत ना? मग जगाच्या पाठीवर कुठंही जायची तयारी आहे माझी" फुरुया म्हणाली. सगळं काही इतकं सुरळीत होत होतं की, ते स्वप्न तर नाहीये ना असंच फुरुयाला वाटायचं. नशीब म्हणजे तिला त्या वेळी हे कळलं नव्हतं की, इडोमध्ये जीवन कंठताना, परिस्थितीच्या रेट्यामुळे त्यांना वारंवार घर आणि जागा बदलाव्या लागणार होत्या.

फुरुयाचे दिवस भरत आले होते. पोटातलं बाळ ढुसण्या देऊ लागलं होतं. जन्माला येण्याचा आपला हक्क जणू तो आतापासूनच दाखवायला लागला होता. फुरुयाला खेड्यातील आपल्या घराची व आईच्या मायेच्या आश्वासक स्पर्शाची तीव्रतेनं आठवण येत होती. केव्हा, काय करावं, ते आईला कसं छान कळे!

तिला भीती होती, त्याप्रमाणे तिची प्रसूती फार अवघड ठरली. आपल्या पहिल्या मुलीला, फुजीला जगात आणण्यासाठी फुरुयाला जवळ-जवळ पूर्ण दिवस प्रसूतिवेदनांनी तळमळावं लागलं.

"बाहेर येण्यासाठी कधीच्या ढुसण्या मारत होती. मग जन्माला येताना इतका वेळ का लावलास?" किंचित लव असलेल्या त्या बाळाला छातीशी धरत फुरुया कुजबुजली. पण आपल्या इवल्याशा मुलीच्या त्या सुरकुतलेल्या चेहऱ्याकडं टक लावून पाहताना फुरुयाचे डोळे प्रेमानं, मायेनं चमकत होते. तिनं आणि नोरीयोशीनं

मिळून घडवून आणलेल्या जीवनाच्या त्या चमत्काराकडं ती चकित नजरेनं पाहत होती.

एका गोष्टीचं मात्र तिला फार फार वाईट वाटत होतं. तिच्या आयुष्यातील ह्या महत्त्वाच्या क्षणी तिच्यासोबत तिची आई नव्हती. ''आई, आपल्या नातीला पाहायला तू इथं असायला पाहिजे होतीस.'' फुरुया पुटपुटली आणि तिच्या गालांवरून एक टपोरा अश्रू खाली ओघळला.

फुजीच्या जन्मानंतर काही आठवडे उलटल्यानंतरचा तो दिवस होता. पूर्ण जेवणभर नोरीयोशी फुरुयाची नजर टाळत होता. जेवणानंतर हिरवा चहा पिताना मात्र फुरुयाला ते सहन होईना. तिनं जोरात विचारलं, ''काय झालंय तरी काय तुला नोरीयोशी? माझ्यापासून काय लपवायचा प्रयत्न करतोयस? तुझ्या डोळ्यांची अशी जोरात उघडझाप व्हायला लागली म्हणजे काहीतरी गडबड असते, हे आता माझ्या लक्षात येतंय म्हटलं!''

''तुझ्यासाठी एक विचित्र मागणी आलीय फुरुया.'' नोरीयोशी उत्तरला.

फुरुयाच्या काळजाचा ठोकाच चुकला. तो काहीतरी वाईट बातमी देणार आहे हे तिला कळून चुकलं होतं.

''आहे तरी काय ती बातमी?'' फुरुयानं घाबरत-घाबरत विचारलं.

''सरदार इनाबा डायझन नावाचे एक मोठ्ठे योद्धा, सामुराई सरदार आहेत. त्यांच्या बायकोनं एका मुलीला जन्म दिलाय. पण ती तिला आपलं दूध पाजू शकत नाही. तिनं माझ्या ह्या मुलीची तू दाई बनू शकशील का?'' असा तुझ्यासाठी निरोप पाठवलाय. नोरीयोशीनं घाईघाईनं सांगितलं.

नोरीयोशीच्या ह्या बोलण्यानंतर तिथं एक भयाण शांतता पसरली. आपल्या नवऱ्यानं उच्चारलेल्या त्या शब्दांचा अर्थ जाणून घेण्याचा फुरुया प्रयत्न करत होती. थट्टा तर करत नव्हता ना तो तिची? 'तिची स्वत:ची एक महिन्याची मुलगी होती. फुरुयाला तिला सांभाळायचं, मोठं करायचं होतं ह्याचा विसर पडला होता की काय त्याला?' फुरुया मनातल्या मनात विचार करत होती. ''सरदार इनाबांच्या बायकोनं पाठवलाय हा निरोप?'' अखेर तिच्या तोंडून शब्द बाहेर पडले, ''पण ती तर इथून लांब, युशिमात राहते. सरदार इनाबांच्या मुलीला दूध पाजायचं असेल, तर मला त्यांच्याकडं राहायला जावं लागेल ना? मग तुझं आणि फुजी बाळाचं काय?''

नोरीयोशीनं बराच वेळ जाऊ दिला. मग तो हळूच म्हणाला, ''सरदार इनाबांसारख्या सामुराईची बायको निरोप धाडते, तेव्हा तो खरं तर हुकूमच असतो. आपल्यासारख्या लोकांना त्यांच्या ह्या विनंतीचा मान राखावाच लागेल. तुला जाणीव आहे ना ह्या गोष्टीची?''

त्यानं पुढे होऊन फुरुयाला आपल्या घट्ट मिठीत घेतलं. त्या वेळी त्याच्या डोळ्यांत दु:खाची गडद छाया तरळली; पण त्याच्या आवाजात मात्र नवीन महत्त्वाकांक्षेची

कर्णकटू धार होती.

"जरा विचार कर फुरुया. त्या महान योद्ध्याच्या कुटुंबाच्या जवळ जायची संधी मिळतेय आपल्याला. ह्या संधीचा फायदा घेऊन आपणही सामाजिक प्रतिष्ठेची एक वरची पायरी चढू शकू. हळूहळू सामुराई वर्गातील एक होऊ शकू."

आपल्या नवऱ्याकडं बघता-बघता फुरुयाच्या घशाशी एक आवंढा दाटला. इडोला आल्यापासून हा किती बदलला आहे. स्वत:ला व आपल्या कुटुंबाला सामुराई सरदारांची प्रतिष्ठा मिळावी, ह्या इच्छेनं पुरता झपाटत चाललाय. आपल्या छोट्याशा कुटुंबाची त्यामुळे ताटातूट होतेय हेही लक्षात येत नाहीये का त्याच्या?

पण त्या वेळी त्याच्या म्हणण्यातही तथ्य होतं. इनाबा डायझनसारख्या मातब्बर सरदाराची विनंती ते धुडकावून लावू शकत नव्हते. दु:खात बुडून गेलेल्या फुरुयाला मनोमन हे माहीत होतं की, आपल्या तान्हुलीच्या पालनपोषणाची जबाबदारी कोणा तिऱ्हाईत बाईच्या अंगावर टाकून, तिला दुसऱ्याच कोणाच्या तरी मुलीला दूध पाजून मोठं करण्यासाठी युशिमाला जावंच लागणार होतं.

...काही दिवसांनी फुरुयाला घेऊन जाण्यासाठी तिच्या दाराशी एक घोडागाडी आली. अश्रूंनी डबडबलेल्या डोळ्यांनी तिनं आपल्या नवऱ्याचा आणि एक महिन्याच्या तान्ह्या लेकीचा निरोप घेतला. आपल्या नव्या संसाराची घडी नीट बसण्याआधीच ती विस्कटत चाललीये ह्या विचारानं तिचं अंत:करण पिळवटून निघत होतं.

"रडू नकोस. आपल्याला पुढे नक्की चांगले दिवस येतील." नोरीयोशी तिच्या कानाशी कुजबुजला; पण त्याच्या शब्दांनी तिचं समाधान झालं नव्हतं. 'नव्या नवलाईचे हे दिवसच इतके त्रासदायक असल्यावर पुढच्या दिवसांचं कोणी पाहिलंय,' फुरुया मनातल्या मनात म्हणाली.

पण अशा उदास मन:स्थितीत घराचा निरोप घेणं म्हणजे दुर्दैवाला आमंत्रण दिल्यासारखं होतं, म्हणून फुरुया बळेच थोडीशी हसली. आपल्या झोपलेल्या लेकीचा पापा घेऊन ती गाडीत चढली. गाडी चालू झाली तेव्हा मुलीला घेऊन उदासपणे उभ्या असलेल्या नोरीयोशीकडे ती वळून-वळून पाहत राहिली. हळूहळू त्यांच्या आकृत्या लहान-लहान होत गेल्या. शेवटी तर त्या पुसट होऊन दिसेनाशा झाल्या.

युशिमाचा रस्ता कच्चा आणि खाचखळग्यांचा होता. आदल्या दिवशी झालेल्या पावसामुळे हवेत चांगलाच दमटपणा आलेला होता. खाचखळग्यांतून जाताना गाडी सारखी हिंदकळत होती. फुरुयाचे डोळे पाण्यानं डबडबलेले होते. फुजी बाळासाठी पान्हा भरून आल्यानं छाती दगडासारखी टणक झालेली होती. बाळाला छातीशी घेता न आल्यानं ती खूप दुखत होती. 'माझ्या ह्या शारीरिक आणि मानसिक वेदनेवर काही औषध आहे का?' शून्यात पाहत ती स्वत:शीच पुटपुटत होती.

# ५

आठवड्यांचे महिने कसे झाले आणि महिन्यांची वर्षं कशी... हे फुरुयाला कळलंच नाही. हळूहळू तिचा युशिमामधील मुक्काम वाढतच गेला. राजकुमारीला दूध पाजणाऱ्या दाईपासून, राजकुमारीची खास दाई म्हणून तिला बढती मिळाली. नाजूक तब्येतीची, किरकिरं बाळ असणारी राजकुमारी को ही आता गोबऱ्या गालांची, छोटीशी, हसरी, खेळकर मुलगी झाली होती. इतक्या वर्षांच्या अवधीत फुरुया आपल्या स्वत:च्या मुलीला, फुजीला मोजून चार वेळाच भेटू शकली होती. राजकुमारी को चा फुरुयाला लळा असला तरी आपल्या स्वत:च्या मुलीसाठी ती मनोमन झुरत होती. तिनं तिला जन्म दिला होता; पण तिचं पालनपोषण करण्याचं सुख मात्र तिला मिळालं नव्हतं.

...सामुराई इनाबा डायझनचं घर म्हणजे एक मोठा आलिशान महाल होता. ह्यापूर्वी असा महाल फुरुयानं कधीच पाहिला नव्हता. एका दासीनं फुरुयाला सांगितलं होतं की, महालातील जवळ-जवळ सगळ्या खोल्यांमध्ये रेशमाचे मोठमोठे पडदे होते आणि त्यांच्यावर खऱ्या सोन्यानं केलेली कलाकुसर होती. घरातील बायकांचे किमोनोही इतक्या उच्च प्रतीचे होते की, दुरूनसुद्धा त्यांचा लखलखाट डोळ्यांचं पारणं फेडत असे. सरदार इनाबांच्या घरातील वैभवाचे बारीकसारीक तपशीलही फुरुया आपल्या डोळ्यांनी टिपून ठेवत असे. घरी जाण्याची, आपल्या नवऱ्याला व मुलीला भेटण्याची संधी तिला कधीतरीच मिळे; पण जेव्हा मिळे तेव्हा ती इनाबांच्या महालातील इतमामाचं रसभरित वर्णन करून नोरीयोशीला खूश करून टाकत असे. सामुराईच्या निवासस्थानातील फुरुयानं सांगितलेले सर्व तपशील तसेच तिथे नियमितपणे येणाऱ्या सामुराईंबद्दल, अमीर-उमरावांबद्दलची माहिती तो आपल्या कानांनी, मनानं जणू शोषून घेत असे.

सामुराई डायझनच्या घरातील वैभवाचं रसभरित वर्णन ऐकून, नोरीयोशीची सामुराईचं प्रतिष्ठित व झळाळतं जीवन स्वत: जगण्याची इच्छा नव्यानं उसळी

मारून वर येत असे. आतापर्यंत त्या स्तरावर यायचे त्याचे प्रयत्न सफल झाले नव्हते; पण आपल्या बायकोला तरी राजकुमारी को ची दूध पाजणारी दाई व आईसारखी असणारी खास दाई असण्याचा मान मिळाला आहे, ह्या गोष्टीचा त्याला खूप अभिमान होता. ज्या अभिजात सामुराई वर्गात सहभागी होण्याचा त्याचा प्रयत्न थोडक्यात हुकत होता, तिथं त्याच्या बायकोचा शिरकाव झालेला होता, ह्याचं त्याला समाधान वाटत असे. खरं म्हणजे फुरुयाला राजकुमार को च्या कुटुंबात तसं काही मानाचं स्थान नव्हतं. त्या घरातील अनेक आश्रितांपैकी तीही एक आश्रित होती. राजकुमारी को ला दूध पाजतानाही तिनं आपलं तोंड जाळीच्या कपड्यानं झाकून ठेवायला पाहिजे, असा नियम तिला घालून दिला गेला होता. आयुष्य फार काही चांगलं नव्हतं, पण संथ गतीने सरळपणे चाललं होतं.

अन् मग एके दिवशी ध्यानीमनी नसतानाच सर्व काही बदलायला लागलं. १८६३मधील त्या दिवशी इनाबांच्या महालात एक जंगी मेजवानी, म्हणजे ओशो गट्स, दिली गेली होती. फुरुया युशिमामध्ये आल्यापासूनची सर्वांत जंगी मेजवानी होती ती. तिनं नुकतंच राजकुमारी को ला साधं-सोपं विणकाम शिकवायला सुरुवात केली होती. आयुष्याचा खूप शांत, सुंदर टप्पा होता तो. त्या दिवशी तिला एकदमच सरदार इनाबा डायझनच्या बायकोकडून चहा प्यायला यायचा तातडीचा निरोप आला.

फुरुयाला नेहमीच मिनोवाबाईसाहेबांबद्दल एक प्रकारचा आदरयुक्त दरारा वाटत आला होता. आपल्या राहत्या खोल्यांमधून त्या क्वचितच बाहेर पडत. कधी बाहेर पडल्या तरीही त्यांचे विलक्षण सुंदर किमोनो, त्यांचं तटस्थ; पण खानदानी वागणं पाहून फुरुया भयचकित होऊन जाई. राजकुमारी को ला तिच्या आईकडे घेऊन जाण्याचा नुसता निरोप आला तरी फुरुयाच्या पायातील त्राण निघून गेल्यासारखं होत असे.

पण ज्या दिवशीची ही हकिकत आहे त्या दिवशी, मिनोवाबाईसाहेबांनी फारच साधे कपडे घातले होते. फिक्या निळ्या रंगाच्या पायघोळ अंगरख्यावर एक लाल रंगाचा सैलसर कंबरपट्टा त्यांनी घातला होता. लांब, रेशमी केस त्यांच्या पाठीवर रुळत होते. खूप नाजूक आणि लहानखुऱ्या दिसत होत्या. एरवी अत्यंत आकर्षक केशरचना करून डौलानं वावरणाऱ्या त्या महालाच्या राणीसाहेबांचा तो साधा वेष व उदास, विमनस्क चेहरा पाहून कोमल मनाच्या फुरुयाचं काळीज लखखकन हललं. तिची छाती धडधडायला लागली. मिनोवाबाईसाहेब इतक्या दीनवाण्या का दिसत होत्या? तसंच काही त्रासदायक घडलं होतं का?

"इतका तातडीचा निरोप पाठवून माझ्या खोलीत तुला का बोलावून घेतलं ह्याचं कोडं पडलं असेल ना तुला? ये, इथं माझ्याजवळ येऊन बैस." क्षुब्ध विचारांच्या जंजाळातून बाहेर येण्याचा प्रयत्न करत, खोलीच्या दाराशी गोंधळून उभ्या असलेल्या फुरुयाला त्या म्हणाल्या.

खुद्द मिनोवाबाईसाहेब शिसवीच्या काळ्या नक्षीदार बैठ्या टेबलापाशी बसलेल्या होत्या. त्यांच्यासमोर जमिनीवर, बारीक कलाकुसर केलेल्या अभ्राची उशी होती. तिकडे हात करून त्यांनी तिला त्या उशीवर बसायचा इशारा केला.

फुरुयानं त्यांना कमरेतून वाकून अभिवादन केलं आणि ती परंपरागत जपानी पद्धतीनं गुडघ्यात पाय मोडून त्या उशीवर बसण्यासाठी खाली वाकली. दोन्ही हात मांड्यांवर ठेवून ती शांतपणे मिनोवाबाईसाहेबांच्या बोलण्याची वाट पाहू लागली. काय ऐकावं लागणार होतं आणि ते चांगलं असेल की वाईट ह्या आशंकेनं तिचं काळीज धडधडत होतं.

पण मिनोवाबाईसाहेबांनी कागदावर लिहून ठेवलेली वाक्यं वाचून दाखवल्याप्रमाणे जे काही सपाट, निर्विकार स्वरात सांगितलं, ते ऐकून घ्यायची फुरुयाच्या मनाची तयारी नव्हती. त्या म्हणाल्या होत्या, ''मी युशिमा सोडून निघालेय. इथून पुढे मी सरदार इनाबांच्या पार उत्तरेकडील होकैडोमधील गावी राहणार आहे....''

''काय म्हणताय तुम्ही बाईसाहेब? असं कसं होऊ शकेल? तुम्हाला थंडी अजिबात आवडत नाही. त्यामुळे तुम्ही तिथं कधीही जाणार नाही, असं सगळे म्हणतात.'' फुरुया चाचरत म्हणाली. असं मध्येच बोलून आपण मिनोवाबाईसाहेबांना त्यांचं वाक्य पूर्ण करू दिलं नाही, हे तिच्या लक्षातच आलं नाही. लक्षात येताच तिनं त्यांचा मान राखण्यासाठी खूपदा खाली वाकून आपल्या ह्या गैरवर्तनाबद्दल क्षमा मागितली.

''ठीक आहे. ठीक आहे. अगं कितीदा क्षमा मागशील तू माझी?'' मिनोवाबाईसाहेब म्हणाल्या. त्यांच्या आवाजात त्यांचं धैर्य संपुष्टात आल्यासारखी धार होती.

''सरदार इनाबांना एक नवीन बायको आणायचीय घरात. म्हणून मला होकैडोला पाठवण्यात येत आहे. आपल्याला मुलगा व्हावा असं त्यांना खूप वाटतंय. त्यांची नवीन पत्नी कदाचित त्यांची ही इच्छा पूर्ण करेल. राजकुमारी को माझ्याबरोबर होकैडोला येणार आहे. तुला तुझ्या कुटुंबीयांकडे परत जायचंय की माझ्याबरोबर होकैडोला यायचंय हे निवडण्याचं स्वातंत्र्य मी तुला देत आहे.''

फुरुयाच्या छातीची धडधड आणखी वाढली कारण ऐकलेल्या गोष्टीवर तिचा विश्वासच बसत नव्हता. मिनोवाबाईसाहेब खरंच तिला आपल्या सेवेतून मुक्त करत होत्या? तिनं नोरीयोशी व फुजीकडं परत जावं की नाही, हे ठरवण्याची संधी देत होत्या?

'बुद्धदेवा, माझं गाऱ्हाणं ऐकलंस रे बाबा तू शेवटी!' ती मनातल्या मनात म्हणाली. अचानक मिळालेल्या ह्या संधीमुळे फुरुया इतकी आनंदित झाली की, तिच्या तोंडून शब्दच फुटेना.

''किती आभार मानू तुमचे मिनोवाबाईसाहेब! मला माझ्या कुटुंबाकडं जायची

मोकळीक देत आहात तुम्ही? माझं म्हणणं धारिष्ट्याचं आहे. पण राजकुमारी को वर माझं खूप प्रेम असलं तरी माझ्या पोटच्या मुलीसाठी, फुजीसाठी मी पहिला पर्याय निवडत आहे.'' शेवटी ती हळू आवाजात म्हणाली.

सामुराईबाईसाहेबांनी मान हलवून तिची निवड मान्य केली. मग त्या निर्जीव, थंड आवाजात म्हणाल्या, ''ठरलं तर मग. तू तुझ्या कुटुंबाकडं परत जाशील. राजकुमारी को ला तुझी खूप आठवण येईल; पण आम्हा सगळ्यांप्रमाणे तिलाही नव्या परिस्थितीशी जुळवून घ्यावं लागेल.''

मग मिनोवाबाईसाहेबांनी दरवाजाकडं मान वळवली. दोघींमधील बोलणं संपलं होतं. फुरुया धडपडत उठली. त्यांना वाकून अभिवादन करून, संथ पावलं टाकत ती खोलीबाहेर पडली. खोलीबाहेर आल्यावर मात्र तिनं धावायला सुरुवात केली. धावताना जमिनीवर घासल्या जाणाऱ्या तिच्या चपला जणू सायप्रस झाडातून वाहणाऱ्या वाऱ्याप्रमाणे शीळ घालत होत्या. आता ती कायमची आपल्या घरी राहायला जाणार होती. तिच्या मनात संगीताचे सूर फेर धरून नाचत होते. आनंदाच्या अतिरेकानं तिच्या काळजात धडधड होत होती. ती धापा टाकत नोकरांच्या राहत्या घराबाहेरील छोट्याशा दगडी बागेत बसली तेव्हा कुठं तिला मिनोवाबाईसाहेबांनी नुकत्याच सांगितलेल्या गोष्टीचा खरा अर्थ आणि त्याचा सखोल परिणाम उमजला.

''आपल्याला मुलगा व्हावा असं सरदार इनाबांना खूप वाटतंय. त्यांची नवीन पत्नी कदाचित त्यांची ही इच्छा पूर्ण करेल. मला होकैडोला पाठवून देण्यात येत आहे.'' मिनोवाबाईसाहेबांचे शब्द फुरुयाच्या कानांत घुमत होते. तिच्या मनात त्यांच्याबद्दलच्या सहानुभूतीची, दयेची लाट उसळली. आपल्या नवऱ्याच्या वंशाचं नाव पुढे चालवण्यासाठी त्या मुलगा देऊ शकल्या नव्हत्या. इनाबांच्या घरावर ह्या गोष्टीचं सावट पसरलं होतं. त्यांच्या बाबतीत जे काही झालं, ते तर अटळच होतं.

होकैडोमधील वनवासासाठी मिनोवाबाईसाहेब, राजकुमारी को आणि त्यांच्या नोकरांचा ताफा निघाला तेव्हा इनाबांच्या घरातील कोणाचेही डोळे पाणावल्याशिवाय राहिले नाहीत. सगळ्यात वाईट वाटलं होतं, फुरुयाला. खोडकर, खेळकर राजकुमारी को वर तिची फार माया होती. आपल्या नवऱ्यावर जिवापाड प्रेम करणाऱ्या मिनोवाबाईसाहेबांना, आपल्याला मिळालेला हा वनवास स्वीकारताना मनातल्या मनात किती वाईट वाटलं असेल, ह्याची फुरुयाला पूर्ण कल्पना होती.

मिनोवाबाईसाहेब घर सोडून जायला निघाल्या तेव्हा सरदार इनाबा त्यांना निरोप द्यायलासुद्धा बाहेर आले नव्हते. ते आपल्याला निरोप द्यायला येताहेत की नाही, हे पाहायला बाईसाहेबांनी मान कलती केली, तेव्हा त्यांच्या चेहऱ्यावर पसरलेली दुःखाची गडद छाया फुरुयाच्या डोळ्यांनी टिपली होती. त्यांच्या कुलीनतेमुळे,

आत्मसन्मानामुळे त्यांनी सगळ्यांसमोर डोळ्यांत पाणी येऊ दिलं नव्हतं; पण आतून उफाळून येणाऱ्या भावनांना आवर घालण्यासाठी त्यांनी खालच्या ओठांवर आपला दात रोवलेला होता. आतापर्यंत त्यांचं आणि राजकुमारी को चं घर असलेल्या त्या भव्य महालातून त्यांची गाडी हलली तेव्हा त्यांचा खालचा ओठ रक्ताळलेला होता.

त्यांचं ते दु:ख पाहताना, आपण काहीतरी घोर अपराध करत आहोत असं फुरुयाला वाटत होतं. कारण मिनोवाबाईसाहेब दु:खात चूर असताना तिचं मन मात्र आनंदात नाचत होतं. तिच्या मनात एकच गीत रुंजी घालत होतं, 'मी घरी परत चाललेय. परत कधी कुठं जायचं नाही घर सोडून.'

लवकरच फुरुयाच्या आयुष्यातील एक नवा टप्पा सुरू होणार होता. ह्या टप्प्याबद्दल तिच्या मनात खूप आशा-आकांक्षा होत्या, पण नोरीयोशीकडं परत गेल्यावर आपल्याला एक असं मूल होणार आहे, जे आपल्याला माहीत नसलेल्या काळात, तिचे वडील कल्पनाही करू शकले नसते, अशा प्रकारे त्यांची सामाजिक वर्चस्वाची महत्त्वाकांक्षा पूर्ण करणार आहे, हे तिला माहीत नव्हतं.

# ६

१८६४च्या एप्रिल महिन्यात हिगुची परिवारातील दुसरं मूल जन्माला आलं. त्याचं नाव ठेवण्यात आलं सेंटारो. मुलाच्या जन्मानं फुरुयाला कृतकृत्य झाल्यासारखं वाटलं; पण काहीही करून सामुराईचा दर्जा मिळवायचाच ह्या नोरीयोशीच्या हव्यासामुळे तिच्या आनंदावर विरजण पडल्यासारखं झालं. त्याच्या दृष्टीनं त्याच्या सामुराईपद प्राप्त करण्याच्या महत्त्वाकांक्षेपुढे दुसऱ्या कोणत्याही गोष्टीला फारसं महत्त्व नव्हतं. आजूबाजूच्या प्रत्येक गोष्टीत आनंदाने रस घेणारा तिचा तो प्रेमी युवक गेला तरी कुठं, ह्या विचारानं फुरुयाची झोप उडत असे.

"नोरीयोशी, सोडून दे ना तो विचार," ती त्याची विनवणी करत असे, "आपण आहोत तसेच बरे आहोत. आहे ह्या परिस्थितीतच आपण सुख मानून घेऊ या. कधीही पूर्ण होऊ न शकणाऱ्या व्यर्थ महत्त्वाकांक्षेसाठी, असं सारखं काटकसरीनं राहून काय साधणार आहोत आपण? शोगुन राजपरिवारातील विश्वासार्ह नोकर, जिकिसन, हा मान तर तू मिळवलेलाच आहेस. त्याच्यावरच का समाधान मानत नाहीस तू?"

पण तिच्या नवऱ्याचं तेवढ्यानं समाधान होण्यासारखं नव्हतं. त्यानं आपला प्रयत्न चालूच ठेवला होता. शेवटी १८६७मध्ये त्याला हवा असलेला सामुराई दर्जा त्याला मिळाला; पण तरीही त्याचं पूर्ण समाधान झालं नव्हतं. आपल्या मुलाला, सेंटारोलाही ती सामाजिक प्रतिष्ठा मिळावी म्हणून खूप खटपट करून त्यानं त्याला एका सामुराई परिवारात दत्तक दिलं, तेव्हा मात्र फुरुया हादरून गेली.

तिनं नोरीयोशीला कितीही समजावून सांगण्याचा प्रयत्न केला, तरी नोरीयोशीवर त्याचा काही परिणाम होत नव्हता. शेवटी तिनं त्याला आणि त्याच्या महत्त्वाकांक्षेला आवर घालण्याचा प्रयत्न सोडून दिला. एकामागोमाग एक झालेल्या मुलांच्या व्यापात ती पार बुडून गेली. १८६६ साली तिला दुसरा मुलगा, तोरानुसके झाला आणि १८६९ला तिसरा मुलगा झाला. पण जन्मानंतर एकाच आठवड्यात तो

देवाघरी गेला. त्याच्या मृत्यूनं हिगुची कुटुंबावर दुःखाचं सावट पसरलं.

इतक्या सगळ्या बाळंतपणानंतर, १८७२मध्ये आपण परत गरोदर आहोत, हे कळताच फुरुयाच्या तोंडचं पाणीच पळालं. गर्भ पाडण्यासाठी सर्वसामान्य बायका करतात ते माहितीतील सर्व उपाय तिनं करून पाहिले; पण कशाचा काही उपयोग झाला नव्हता. बाळानं गर्भातून हलायचंच नाही, असं ठाम ठरवलं होतं. त्यामुळे हताशपणे, रागानं फुरुयानं आपले ते प्रयत्न सोडून दिले. आपला गरोदरपणा तिनं नाइलाजानं मान्य केला आणि आश्चर्य म्हणजे तिच्या ह्या गरोदरपणात तिला काही म्हणजे काही त्रास झाला नाही. पोटातल्या बाळानं जणू तिला कमीत कमी त्रास द्यायचा निश्चयच केला होता. त्या वेळी फुरुयाला खूप शांत, प्रसन्न वाटत होतं. जणू ती बाळाला नाहीतर बाळ तिला पोसत होतं.

कधी-कधी तर फुरुयाला आपण गरोदर आहोत ह्याचाही विसर पडायचा. पूर्ण दिवस भरल्यानंतर त्यांची दुसरी मुलगी, नत्सुको, अगदी शांतपणे जन्माला आली. जन्माला येताना तिनं आपल्या आईला अजिबात त्रास दिला नव्हता. साहजिकच होतं म्हणा ते, कारण पुढील आयुष्यातही आपल्या वाट्याला आलेली सगळी संकटं, दुःखं, धैर्यानं, शांतपणानं पचवून तिनं जपानच्या इतिहासात प्रयत्नपूर्वक असं आपलं एक वेगळंच स्थान निर्माण केलं होतं.

बाळाला आईशी जोडणारी नाळ तोडण्यात आली अन् घरातील ते सगळ्यात लहान बाळ फुरुयाच्या जवळ ठेवण्यात आलं. नाळ तोडली गेली असली, तरी क्षणात फुरुयाचं मन वात्सल्याच्या धाग्यानं त्याच्याकडं ओढलं जाऊ लागलं.

नत्सुको जगात आली तीच विस्फारलेल्या नजरेनं. तिनं जगाला आपल्या छोट्या-छोट्या डोळ्यांमध्ये सामावून घेण्याचा प्रयत्न केला. ते जगच तर पुढे तिचा रंगमंच होणार होतं. तिच्या लाल-लाल सुरकुतलेल्या गालांकडं बघत तिची आई तिच्या कानांत कुजबुजली, "बाळे, तू माझं आवडतं बाळ आहेस. मला अगदी आतून वाटतंय की, तू कोणी तरी खास व्यक्ती होणार आहेस."

अगदी लहानपणापासूनच नत्सुकोनं आपल्या कुटुंबाला खूप आनंद दिला होता. तिला मान सावरता येत नव्हती, तेव्हा सगळे तिला रमवण्यासाठी 'चकऽऽ चकऽ' आवाज करत तिच्याशी लाडे-लाडे बोलत. ह्या नव्या बाळाच्या हसऱ्या चेहऱ्यानं अन् गोड हालचालींनी हिगुची घरातील बेशिस्त व ताण कमी होऊ लागला. नत्सुकोच्या जन्मानंतर दोन वर्षांनी हिगुची परिवारातील शेवटचं मूल, एक मुलगी जन्माला आली. तिचं नाव ठेवण्यात आलं कुनिको. कुनिकोच्या जन्माने नत्सुकोचा कुटुंबातील दर्जा, सगळ्यात लहान मुलीवरून मधल्या मुलीवर आला. मेजी जपानच्या सामाजिक व्यवस्थेत हे स्थान म्हणजे फारसं महत्त्व नसलेलं म्हणजे कुटुंबातील एक यःकश्चित मुलगी असं होतं; पण ह्या छोट्याशा मुलीमध्ये असं काही

खास आकर्षण होतं की त्यामुळे तिच्या आई-वडलांच्या मनाची तिनं घट्ट पकड घेतलेली होती. त्यामुळेच ते तिची कोणतीही मागणी नाकारू शकत नसत.

"नत्सुकोकडं आपण फारच जास्त लक्ष देतो आहोत. आपल्या कुटुंबात आणखीही तीन मुलं आहेत, ह्याचा आपल्याला विसर पडता कामा नये." कधीतरी फुरुया आपल्या नवऱ्याला म्हणे. पण लगेच आपल्या प्रखर बुद्धीच्या प्रदर्शनानं नत्सुको सगळ्यांचं लक्ष आपल्याकडं वेधून घेई आणि सगळ्या मुलांकडं सारखंच लक्ष द्यायचा फुरुया-नोरीयोशीचा निश्चय, पाण्यात मातीचं ढेकूळ विरघळावं, तसा विरघळून जाई.

नोरीयोशीनं प्रत्यक्ष कधीच कबूल केलं नसलं, तरी नत्सुको त्याची आवडती मुलगी होती. नोरीयोशीला ह्या लाडक्या मुलीला मांडीवर बसवून, खूप आवडीनं श्रेष्ठ दर्जाच्या कविता शिकवताना व तिलाही खूप उत्सुकतेनं त्या शिकताना, समजून घेताना पाहून फुरुयाला खूप गंमत वाटे. बाकी काही नसलं तरी, नत्सुको आपल्या वडलांच्या आवाक्याच्या बाहेर असलेल्या, उच्च सामाजिक प्रतिष्ठा मिळविण्याच्या त्यांच्या तीव्र महत्त्वाकांक्षेपासून त्यांचं लक्ष विचलित करत होती. ह्यानंच फुरुयाला हायसं वाटत होतं; पण हळूहळू वेगळ्याच चिंतेनं तिला घेरलं. आता नोरीयोशी दुसऱ्याच महत्त्वाकांक्षेनं पछाडला जाऊ लागला होता. त्याची खातरी पटत चालली होती की, आपल्या ह्या मुलीमध्ये, नत्सुकोमध्ये असामान्य प्रतिभा आहे आणि आपण अनुकूल वातावरण निर्माण करून देऊन तिच्या ह्या प्रतिभेला खतपाणी घालायला पाहिजे.

"इतक्या कविता का ऐकवतोस तू नत्सुकोला?" फुरुया आपल्या नवऱ्याला विचारे. "तू काय बोलतोस ते सगळं तिच्या डोक्यावरून जात असेल."

"फार चुकीचा समज आहे तुझा." नोरीयोशी लगेच म्हणायचा, "खरं तर मला आश्चर्य आणि खेदही वाटतो की, आपल्या मुलीला लिहिण्या-वाचण्यात आणि साहित्यात जितकी विलक्षण गती आहे तितकी आपल्या एकाही मुलाला का नाहीये? तिची अचाट बुद्धिमत्ता पाहिलीच पाहिजेस तू. मी वाचत असलेल्या गोष्टी तिला समजत नाहीत, हा तुझा गैरसमज तरी त्यामुळे दूर होईल."

जसजसं नत्सुकोचं वय वाढू लागलं तसतसा आपल्या वडलांनी आपल्यावर ठेवलेला विश्वास अनाठायी नव्हता, हे ती सिद्ध करून दाखवू लागली. एकत्र जमलेल्या लोकांसमोर, आपल्या किनऱ्या आवाजात, प्रभावशाली पद्धतीनं कवितावाचन करून ती त्यांची दाद मिळवू लागली. श्रोत्यांच्या मधोमध उभी राहून, मोठ्या माणसांच्या आत्मविश्वासानं आणि बुद्धिमत्तेनं कवितावाचन करून ती त्यांना मंत्रमुग्ध करत असली, तरी तिचं वय त्या वेळी होतं फक्त सहा वर्षं.

## ७

आपल्या घरातील हॉलमध्ये उभी राहून आपण केलेलं कवितावाचन नत्सुकोला पुढेही स्पष्ट आठवत असे. तिच्याकडे उत्सुकतेनं, कौतुकानं पाहत असायचा तिच्यासमोरचा समुद्रासारखा विशाल श्रोतृसमुदाय. त्यात असायचे तिच्या वडलांचे, अभिजात साहित्यिक जगातील आदरणीय पाहुणे. त्यातील बहुतेक सर्व कवी व लेखक असायचे. त्या समुदायात प्रसिद्ध काबुकी नाटकातील एक-दोन नटही असायचे. त्या वेळी ती केवळ सहा वर्षांची होती; पण तिचे वडील त्या मान्यवर प्रतिभावंतांसमोर तिला उभी करून स्वत:च्या कविता म्हणायला लावत. आपल्या अस्खलित कवितावाचनानं ती त्यांचा मान नक्की वाढवेल, हे त्यांना माहीत होतं.

एकदा नोरीयोशींकडून घाबरत-घाबरत कवितांचे कागद घेता-घेता त्या छोट्या मुलीनं स्वत:ला बजावलं होतं, 'मी हे करू शकते. माझ्या वडलांचा माझ्याबद्दलचा विश्वास मी फोल ठरू नाही देणार.' कागद हातात घेऊन तिनं सहज व स्पष्ट आवाजात कविता वाचली होती. तिच्या वयाच्या मुलीला कठीण वाटणारे शब्दही ती न अडखळता, लीलया वाचत होती,

'सकाळच्या धुक्यात पक्षी येतात  
बोलावतात आपल्याला साद घालून....'

नत्सुको वाचत होती अन् तिचे श्रोते तिचं वाचन अत्यंत एकाग्रतेनं, उत्सुकतेनं ऐकत होते. साहित्यिक जगातील त्या विद्वानांवर आपल्या कवितावाचनाचा पडलेला प्रभाव आणि त्यांची ती उत्स्फूर्त दाद! सहा वर्षांची ती बालिका रोमांचित झाली. तिला वाटलं की, कवितेच्या लिखित शब्दांमधून आपल्या शरीरात एक वेगळ्याच प्रकारची शक्ती, एक वेगळ्याच प्रकारचं संमोहन प्रवाहित होत आहे. त्या दिवशी तिच्या शरीरातील अणू-रेणूत एक अद्भुत रसायन प्रवाहित झालं. हळूहळू त्याचा प्रभाव वाढतच गेला. तिचं अल्पकालीन आयुष्य त्या अपूर्व शब्दकळेनं पुरतं भारलं गेलं.

नत्सुकोचं कवितावाचन चालूच राहिलं. हळूहळू श्रोत्यांच्या कुतूहलानं तिच्यावर

भुरळ घातली. त्या समाजमान्य साहित्यिकांवर आपल्या कवितावाचनाचा पडत असलेला प्रभाव पाहून तिला एक वेगळाच हुरूप येत असे. शब्दशक्तीचा तो संमोहक प्रभाव तिच्या अल्पकालीन जीवनावर सतत राहणार होता; किंबहुना दिवसेंदिवस तो वृद्धिंगत होणार होता.

फक्त सहा वर्षांच्या मुलीनं केलेल्या त्या अद्भुत कवितावाचनानं नोरीयोशींचे पाहुणे भारावून जात. तिचं भरभरून कौतुक करत. ते ऐकून नोरीयोशींचं काळीज सुपाएवढं होत असे.

"इतक्या लहान मुलीला ही देणगी केव्हा आणि कशी मिळाली?" लोक आश्चर्यचकित होऊन विचारत.

एकदा आपल्या गुणाच्या लेकीला जवळ घेत नोरीयोशी म्हणाले होते, "फार छान वाचलंस तू नत्सुको बेटा, खूप अभिमान वाटतो मला तुझा." वडलांनी केलेल्या कौतुकाच्या वर्षावात ती चिंब भिजून गेली होती. मधलं मूल आणि तेही मुलगी असल्यानं, आपल्या वडलांच्या पसंतीच्या शेऱ्यासाठी ती नेहमीच हपापलेली असे.

"मोठी झाल्यावर मला बाबांच्या मित्रांप्रमाणे लेखिका व्हायचंय." त्या रात्री रजईत शिरताना नत्सुको दृढनिश्चय केल्यासारखी म्हणाली होती.

"तू मुलगी आहेस. त्यामुळे तू लेखिका नाही होऊ शकणार कधी." तिचा भाऊ सेंटारो तिची टर उडवल्यासारखा म्हणाला होता, "मुलींचं लग्न होतं आणि मग त्या, नव्या घरात राहतात. स्वयंपाक करतात. त्यांना मुलं होतात. मग त्या आपल्या मुलांना मोठं करतात. त्या लेखिका वगैरे काही होत नाहीत."

"सेंटारो, असं काही बोलू नकोस तू." नत्सुको जोरात ओरडली, "जोपर्यंत मुलींमध्ये बुद्धी असते आणि त्यांचे दोन्ही हात शाबूत असतात तोपर्यंत काय पाहिजे ते त्यांना होता येतं. त्याही मुलांइतक्याच हुशार आणि तडफदार असतात."

"पण समाजाला किंवा त्यांना स्वत:लाही तसं वाटत नाही ना!" सेंटारो चिडवत म्हणाला, "बाबांच्या त्या साहित्यिक लोकांच्या गर्दीत एखादी तरी बाई दिसली का तुला आज?"

"गप्प बस. तू काय म्हणतोयस ते तुझं तुलाच कळत नाहीये." आपल्या भावाच्या रजईत घुसून त्याला ढुसणी देत नत्सुको म्हणाली. मग भावा-बहिणींची चांगलीच जुंपली. त्यांचा आरडाओरडा ऐकून फुरुया त्या खोलीत आली आणि तिनं त्यांना झापलं, "बास झाला हं आरडाओरडा आता! खूप रात्र झालीय. गुपचूप पडून राहा. तुमच्या बाबांनाही झोपायचंय आता."

नत्सुकोनं भावाकडं पाठ फिरवली. त्याच्या उद्धट बोलण्यानं चिडलेली नुत्सको अजूनही रागानं डोळे ताणत अंधाराकडं पाहत होती. कधी-कधी तिला सेंटारोचा आणि त्याच्या पुरुषी अहंकाराचा खूप राग येत असे. तोही बाकीच्या मुलांसारखाच

होता. तिच्या जुनाट पुस्तकं वाचण्याच्या छंदाची तो टर उडवत असे. एखाद्या मुलीला चिडवून, चिरकायला लावून नाक रगडायला लावेपर्यंत मुलांच्या मनाचं समाधानच होत नाही.

आईनं आणलेल्या कंदिलाचा उजेड हळूहळू दूर निघून गेला आणि खोली काळोखात बुडून गेली तशी नत्सुकोनं आपल्या लहान बहिणीला रजईत आपल्याजवळ ओढून घेतलं. तिच्या ह्या चिमुकल्या बहिणीला अंधाराची फार भीती वाटत असे. त्यामुळे ती गाढ झोपी जाईपर्यंत तिनं तिच्या अंगावरला आपला हात काढला नाही.

त्या रात्री नत्सुकोला फार उशिरा झोप लागली. तिचं कोवळं मन किती तरी वेळ त्या रात्रीच्या कवितावाचनाचा आणि त्यामुळे मनात चेतवल्या गेलेल्या स्फुलिंगाचा विचार करत होतं. त्या दिवशी चेतवलं गेलेलं ते स्फुलिंग पुढे कधीच विझलं नाही. उलट जाणाऱ्या प्रत्येक वर्षागणिक ते अधिकाधिक तेजस्वी होत गेलं. त्या तेजानं जणू तिच्या शरीराच्या अणूरेणूंचा, मनाच्या काना-कोपऱ्यांचा, संपूर्ण आत्म्याचा ताबा घेतला आणि शेवटी त्यानं तिच्या जीवनाचीच आहुती घेतली.

"ही मुलगी इतक्या लवकर इतकं सगळं वाचायला कुठं शिकली कोण जाणे! तुझ्या वडलांनी तुला मुलांसारखा विचार करायला, वागायला प्रोत्साहन दिलंय खरं! पण आता त्याचे काय परिणाम भोगायला लागणार आहेत कोण जाणे!" नत्सुकोला घरात कुठं तरी पुस्तकात नाक खुपसून बसलेलं पाहिलं की, फुरुयाचे उसासे सुरू होत.

फुरुयाचं म्हणणं बरोबरच होतं. नोरीयोशीनं आपल्या मुलीच्या वाचनाच्या वेडाला सक्रिय प्रोत्साहन दिलं होतं. आपल्या मुलीच्या प्रतिभेला, वाचनकलेला खतपाणी घातलं होतं. सात वर्षांची नत्सुको आपल्या वडलांना वर्तमानपत्र वाचून दाखवायला लागली होती. एव्हाना नोरीयोशींची दृष्टी अंधूक होऊ लागली होती. बापाला आणि मुलीला असं एकत्र बसलेलं पाहिलं की, फुरुयाला कुरकुरत का होईना; आपल्या मुलीला असामान्य प्रतिभा लाभली आहे, हे कबूल करावंच लागत होतं. उच्चभ्रू समाजातील तिच्या समवयस्क मुलाला उत्तम शिक्षकानं शिकवूनही आलं नसतं, इतकं छान नत्सुको वाचायची. पण तरीही, तू पुढे खूप छान लेखिका व विदुषी होऊ शकशील असं नोरीयोशी तिला म्हणू लागला की, फुरुयाला आपल्या मुलीची खूप काळजी वाटे. तिच्या मनात लेखिका बनण्याचं स्वप्न निर्माण करून नोरीयोशी खूप मोठी चूक करत आहे असंच तिला वाटे. पुरुषप्रधान समाजात एखाद्या बाईनं असं स्वप्न पाहणं व्यर्थ आहे, क्रूर समाज त्या स्वप्नाला चुरडून टाकेल आणि तसं झाल्यास मनोभंग होऊन आपली लेक कोलमडून पडेल अशी तिला भीती वाटत असे.

आपल्या सर्वसाधारण मुलींपेक्षा वेगळ्या अशा मुलीची फुरुयाला चीडही येत असे आणि भीतीही वाटत असे. ती तिच्याशी कितीही कठोरपणे वागली, तरी

तिच्यावर तिची खूप माया होती आणि पुढे कधी तिचा मनोभंग व्हावा, तिच्या पदरी निराशा यावी, असं तिला चुकूनही वाटत नसे.

आपल्याला समाजात वरचं स्थान मिळावं म्हणून नोरीयोशीनं कितीही धडपड, खटपट केली, तरी ते स्थान त्याला सतत हुलकावण्याच देत होतं. नोरीयोशीच्या ह्या व्यर्थ खटपटीमुळे फुरुयाची नेहमी निराशा व चिडचिड होई. त्यामुळे आपल्या मुलीच्या आयुष्यातही ह्याची पुनरावृत्ती होऊ शकेल, ह्या कल्पनेनंच तिचा जीव कासावीस होई.

"आपल्या वाचनाच्या वेडामुळे आपल्याला जीवनात काहीतरी विशेष करून दाखवता येईल, असं तुम्ही नत्सुकोच्या मनात भरवताहात. मला नाही वाटत की, ही काही चांगली गोष्ट आहे." एके दिवशी घरातील साहित्यिक मेळावा संपल्यावर फुरुया नोरीयोशीला म्हणाली. त्या दिवशी नत्सुकोनं आपल्या वयाच्या मानानं खूपच उच्च दर्जाच्या असलेल्या हक्केनडेन कवितांचं अस्खलित वाचन केलं होतं आणि ते ऐकून तिथं जमलेली विद्वान मंडळी नेहमीप्रमाणेच मंत्रमुग्ध झाली होती.

"काय चाललंय तुझं हे नोरीयोशी? हे जपान आहे. जपानमध्ये स्त्रीला काय दर्जा असतो, हे तुला चांगलंच माहीत आहे. हो की नाही?"

"हो; पण नत्सुकोच्या बुद्धिमत्तेवरही माझा पूर्ण विश्वास आहे. माझं मन मला सांगतंय की, माझ्या मुलीच्या महान साहित्यिक प्रतिभेला अखेर मानमान्यता मिळेलच आणि मग ती एक स्त्री आहे, ह्या गोष्टीकडं लोकांचं दुर्लक्ष होईल." नोरीयोशी ठामपणे उत्तरला. दरवाजात उभी राहून नत्सुको आपल्या आई-वडलांचं बोलणं ऐकत होती. नोरीयोशीच्या आवाजात तिच्याबद्दलचा, स्वत:च्या विचारांबद्दलचा विश्वास ओसंडून वाहत होता. पुढे आयुष्यानं खूप कठीण वळण घेतल्यावर तिला वडलांच्या त्या शब्दांची खूप आठवण यायची. त्या शब्दांमधून तिला खूप शक्तीही मिळायची.

पण त्या वेळी मात्र आईच्या शब्दांनी ती खूपच दुखावली गेली होती. रागाच्या भरात डोळ्यांत आलेले तप्त अश्रू तसेच वाहू देत, तिनं आपली पुस्तकं एका कापडी पिशवीत कोंबली आणि त्यांच्यात आपलं दु:ख बुडवण्यासाठी ती अडगळीच्या खोलीकडं धावली. आपल्या स्वत:च्या मुलीची बुद्धिमत्ता आणि तिला लागलेला ध्यास आपली आई का समजून घेत नाहीये? नत्सुकोला कळत नव्हतं की, प्रत्येक वेळी आपला पाणउतारा करण्यापेक्षा आपली आई आपल्याबद्दल अभिमान का बाळगत नाही?

पण आईच्या बोलण्यानं नत्सुकोच्या मनात स्वत:च्या सामर्थ्याबद्दल संशयाची पहिली बीजं पेरली गेली होती. तिला सारखं वाटायचं की, तिच्या आईचं म्हणणं खरं तर नसेल? स्त्री असल्यामुळं साहित्याची दारं तिच्यासाठी बंद तर असणार नाहीत? कधीकधी आईच्या निराशाजनक विचारांमुळे ती तिचा द्वेष करत असे.

फुरुयानं आपल्या परीनं कितीही प्रयत्न केला तरी नत्सुको काही आपलं वाचनाचं वेड सोडायला तयार नव्हती. मात्र त्या विशिष्ट दिवसापासून, आपल्या आईचा ससेमिरा चुकवण्यासाठी ती अडगळीच्या खोलीत जाऊन पुस्तकं वाचू लागली. तिथं फार अपुरा प्रकाश असायचा; पण बहुतेकदा ती वाचनात इतकी मग्न असायची की, ते तिच्या लक्षातच येत नसे. फक्त शब्द दिसेनासे झाले की, ती हातातील पुस्तक आपल्या चेहऱ्याच्या आणखी जवळ नेत असे.

ह्याचा व्हायचा तोच परिणाम झाला. शाळेला जायला सुरुवात होण्यापूर्वीच तिच्या डोळ्यांवर चश्मा चढला. मुलीच्या नाकावरचा तो दळभद्री चश्मा पाहून फुरुयाचा पारा आणखीच चढायचा. ती नत्सुकोवर आग पाखडू लागायची, "असला चश्मा घालणाऱ्या, धुळीनं भरलेल्या पुस्तकांत डोकं खुपसून बसणाऱ्या, दिसायला, वागायला आणि विचारांनीही जडबंबाळ असणाऱ्या माझ्या ह्या मुलीला नवरा तरी मिळेल की नाही कोण जाणे!"

कधी-कधी नत्सुकोत लपलेल्या लहान मुलीला वाटायचं की, खरंच आपलं कुठं काही चुकत तर नाही ना? कारण तिला आपल्या भावा-बहिणीसारखं, शेजारपाजारच्या मुलांसारखं खेळावं किंवा इतर काही गोष्टी कराव्यात असं वाटायचंच नाही. तिला आपली काना झोशी – गोष्टीची पुस्तकंच – वाचत राहायला आवडायचं.

"नत्सुको, तू आपली सारखी वाचतच असतेस. खेळाच्या मैदानावरसुद्धा तू वाचत असतेस. सभोवार आवाज होत असताना तुझं लक्ष तरी कसं लागतं वाचनात?" तिच्या मैत्रिणी तिला विचारायच्या, "आणि इतक्या भराभर कशी वाचतेस तू?"

"आवाजाकडं लक्षच नसतं माझं!" नत्सुकोचं उत्तर असायचं. "आणि भराभर वाचायचं म्हणाल तर माझ्याकडं चार-चार डोळे असल्यानं मी एका नजरेत दोन-दोन ओळी वाचते. समजलं?"

कधी-कधी आपल्या त्या सोन्यासारख्या मुलीकडं नोरीयोशी पाहतच राहत असे. काय बरं लिहिलं असेल हिच्या भविष्यात? तो विचार करू लागे; पण आता पुस्तकांच्या जगात हरवून गेलेल्या नत्सुकोची परतीची वाट बंद झाली होती. आठ वर्षांची झाल्यावर एकदा ती आपल्या वडलांना म्हणाली, "बाबा, माझ्या वयाच्या बाकीच्या मुलांपेक्षा मी किती वेगळी आहे! मला नाही वाटत, मी त्यांच्यासारखं सर्वसाधारण आयुष्य जगू शकेन!" तिचं हे म्हणणं तिनं आणि नोरीयोशींनी आपल्या नकळतच फुरुयापासून लपवून ठेवलं. लिखित शब्दांबद्दल त्या दोघांनाही वाटत असणारं अपार प्रेम फुरुयाच्या आकलनाच्या पलीकडलं होतं.

'इचियो' ह्या नावानं तिनं मोठेपणी लिहिलेल्या डायरीत, आपलं बालपण एका अधांतरी तरंगणाऱ्या जगात, सतत ढगांवर चालत असल्यासारखं आपण कसं

घालवलं, आपली स्वप्नं खरी करण्यासाठी आपण आकाशातील ताऱ्यांकडे कसा हात पसरवत असायचो ह्याचं वर्णन केलेलं आहे.

तशी ती एक अतिशय चांगली मुलगी होती. तिच्या वागण्याबद्दल, शिस्तीबद्दल कधीच काही प्रश्न निर्माण झाले नाहीत. तिची ग्रहणशक्ती इतकी तीव्र होती की, शाळेतील शिक्षक-शिक्षिकांची ती अत्यंत आवडती विद्यार्थिनी होती. नोरीयोशीला ह्या गोष्टीचा अर्थातच सार्थ अभिमान होता. त्या वयापासूनच नत्सुकोला खातरी होती की, तिनं एखादी गोष्ट करायची ठरवली तर आणि त्या दिशेनं चिकाटीनं प्रयत्न केले तर ती गोष्ट तिला नक्कीच येईल.

पण कधीकधी आपल्या वयाला न साजेशा भावभावना व महत्त्वाकांक्षा तिच्या मनात उसळी मारू लागत. त्यांचे धक्के बसायला लागल्यावर ती मनोमन हादरून जाई. आपल्या वयाच्या बाकीच्या मुला-मुलींप्रमाणे आपण खेळू का शकत नाही, नाचू-गाऊ का शकत नाही, रडू का शकत नाही, हे तिला कळतच नसे. बाकीच्या मुलांनाही ती फार विचित्र वाटे. ती तिला शक्यतो टाळतच असत.

"बाकीची मुलं मला आपल्यात का घेत नाहीत रे?" एकदा तिनं कुतूहलापोटी आपल्या भावाला, सेंटारोला विचारलं होतं.

"तू खूप हुशार आहेस. त्यामुळे ते जाम घाबरतात तुला. तुझ्याकडं पाहून त्यांना शाळा, पुस्तकं ह्यासारख्या त्यांना न आवडणाऱ्या गोष्टींची आठवण होते. शिवाय ते तुझ्याबरोबर गमतीजमती करू शकत नाहीत. त्यामुळेच त्यांना तू आवडत नाहीस."

"मला वाटतं मी त्यांना आपल्या बाजूस वळवू शकेन." नत्सुको मनाचा निश्चय करून म्हणाली; पण ती जेव्हा मैदानातील धामाधूम झालेल्या धटिंगण मुलांकडं गेली, तेव्हा अखेरीस तिच्या तोंडी वाचनाच्या फायद्याचंच गुणगान होतं. ती त्यांना आपल्या 'काना झोशी' म्हणजेच गोष्टींच्या पुस्तकांच्या जगात ओढू पाहत होती.

तिथल्या कोणत्याही मुलाला पुस्तकांशी मैत्री करायची किंवा शाळेबाहेरचं काही पुस्तकी शिकायची इच्छा नव्हती. त्यांना फक्त खूप-खूप खेळायचं होतं, हुंदडायचं होतं, धुळीत गोंधळ घालायचा होता. नत्सुकोला त्यांच्या ह्या बालिश खेळांमध्ये काहीच रस नव्हता. त्यामुळे तिला लवकरच कळून चुकलं की, ती आणि इतर सगळी मुलं फार-फार वेगळी होती. पाणी आणि तेलाप्रमाणे वेगळी होती आणि पाणी आणि तेल एकमेकांत कधीच मिसळू शकत नाहीत. आपलं आणि इतर मुलांचंही अगदी असंच आहे. मसाओ कोबायाशी नावाच्या एका मुलाचा एके दिवशी तिच्या आयुष्यात अचानक प्रवेश होईपर्यंत तिला स्वत:बद्दल व आपल्या समवयस्क मुलांबद्दल असंच वाटत राहिलं.

त्या दिवशी शाळेच्या आवारात शिरताच तिचं लक्ष एका मुलाकडं वेधलं गेलं.

धुरळ्यानं भरलेल्या शाळेच्या आवारात, जमिनीला टेकवून ठेवलेल्या एका हातगाडीवर बसून तो मुलगा कोणतं तरी पुस्तक वाचत होता. वाचनात तो इतका दंग झाला होता की, सभोवारच्या गोंगाटाकडं त्याचं लक्षच नव्हतं.

"माझ्यासारखाच पुस्तकातील किडा दिसतोय." त्याला पाहून नत्सुको उद्गारली होती.

मागचा पुढचा काहीच विचार न करता नत्सुको सरळ त्या मुलाकडं गेली. त्याच्याजवळ बसत तिनं धीटपणे त्याला विचारलं, "एवढं काय वाचतोयस तू?"

नोसीकीचं "गाणारे पक्षी" तिच्याकडं न पाहताच तो मुलगा उद्गारला. त्यानं तिच्याकडं लक्ष दिलं नाही, तेव्हा सगळ्यांच्या उत्सुक नजरांची, आदराची सवय झालेल्या नत्सुकोला चिडायला झालं. ह्या नव्या, अनोळखी मुलाला तिचा अनादर करण्याची हिंमतच कशी झाली? तिनं आपल्या कापडी पिशवीतून गोष्टींची चांगली-चांगली पुस्तकं बाहेर काढली. तिच्या ह्या कृतीनं मुलाच्या डोळ्यांत चमक आलेली पाहून तिला समाधान वाटलं.

"इतकी छान गोष्टीची पुस्तकं? तुझी आहेत?" त्यानं उत्सुकतेनं विचारलं.

त्या मुलाचं पूर्ण लक्ष आपण वेधून घेतलं आहे, ह्या गोष्टीनं खूश होऊन नत्सुकोनं अभिमानानं मान डोलावली.

"हो. माझीच आहेत. आणखीही खूप पुस्तकं आहेत माझ्याकडं. ही थोडीशी शाळेत वाचायला आणलेली पुस्तकं आहेत, मसाओ." त्याचं नाव वाचण्यासाठी त्याच्या शाळेच्या ओळखपत्राच्या जवळ जात ती म्हणाली.

"तुला मी खूप छान-छान पुस्तकं देऊ शकेन वाचायला."

आता गोंधळून जाऊन मान हलवायची पाळी होती, मसाओची. नत्सुकोच्या जवळचंच काय ते पाहू शकणाऱ्या अधू डोळ्यांनाही, त्याच्या डोळ्यांत स्वतःबद्दल निर्माण झालेली नवीन उत्सुकता दिसली आणि का कोणास ठाऊक, त्या गोष्टीनं तिला खूप बरं वाटलं.

# ८

किशोरवयातील गोंधळून गेलेल्या नत्सुकोला आपल्या कोणत्याही भावनेचं प्रदर्शन करणं म्हणजे मनाचा दुबळेपणा आहे असं वाटे. मनाचा दुबळेपणा दाखवायला तिला अजिबात आवडत नसे; म्हणूनच आपल्या कुटुंबापासून, विशेषत: सेंटारोपासून तिनं मसाओबरोबरची आपली नवी मैत्री लपवून ठेवली. तिला माहीत होतं की त्याबद्दल कळताच 'नत्सुको प्रेमात पडली...' 'नत्सुको प्रेमात पडली...' असा सगळीकडं बोभाटा करत तो नाचत सुटला असता. दुसऱ्यांची पर्वा न करणाऱ्या बेदरकार वयात होता तो तेव्हा. आपल्या बहिणींची टर उडवणं, त्यांना वेगवेगळ्या प्रकारच्या शिक्षा करणं, हा तेव्हा त्याचा आवडता छंद होता; पण मोठा झाल्यावर तो हिगुचींच्या दोन मुलांमधील जास्त जबाबदार आणि यशस्वी मुलगा होणार होता.

वडलांनी नत्सुकोच्या काव्यवाचनाचा कार्यक्रम ठेवला नसला, तर ती जवळजवळ रोज आपल्या नव्या मित्राला, मसाओला भेटायला शाळेजवळच्या लहानशा बागेत जायची. बहुतेकदा नत्सुकोनं घरून आणलेल्या पुस्तकांचा फडशा पाडत ते तिथं तासन्तास बसत. कधी-कधी तर पुस्तकात वर्णन केलेल्या विषयावर किंवा त्यातील लेखनशैलीवर त्यांची खडाजंगी उडे.

मसाओबद्दल आपल्या मनात काहीतरी नवथर भावना निर्माण होत आहेत, हे नत्सुकोला कळत होतं. उमलू पाहणाऱ्या त्या गोड भावना प्रेम तर नव्हत्या! नत्सुको गोंधळून जाऊन विचार करत असे. तिच्या स्वत:च्या बुद्धिमत्तेच्या, साहित्यप्रतिभेच्या तोलामोलाचा, मसाओ हा एकुलता एक मुलगा होता. त्याच्याबद्दलच्या आदरामुळे, प्रशंसाभावामुळे तर ती किमया घडत नव्हती? काही का असेना; पण नत्सुकोच्या त्या भावना फार सुंदर होत्या. तिच्या साहित्यिक मनाला त्या भावत होत्या. समृद्ध करत होत्या म्हणूनच तिनं त्यांना अटकाव केला नाही.

नत्सुकोमध्ये घडून येणारा तो बदल इतका सूक्ष्म, इतका तरल होता की, नोरीयोशीला तो जाणवत असला तरी तो नेमका काय आणि कशामुळे होता, ते

त्याला सांगता येत नव्हतं. आताशा नत्सुको हवेत तरंगत असल्यासारखी वागायची. तिच्या ह्या नवीन वृत्तीमुळे पुस्तकांच्या जगाबद्दल तिनं स्वत:ला लावून घेतलेली साहित्यिक शिस्त थोडी कमी होऊ लागली होती आणि त्यामुळे तिच्या वडलांच्या कपाळावर नापसंतीच्या आठ्या पडू लागल्या होत्या. तिच्या मनाची चलबिचल होऊ लागल्यानं आपल्या प्रतिभेच्या संवर्धनासाठी बाकी सर्व गोष्टींचा त्याग करण्याचा तिचा स्वभावही थोडा बदलू लागला होता.

"झालंय तरी काय तुझ्या बहिणीला?" शेवटी न राहवून नोरीयोशींनी कुनिकोला विचारलंच. नत्सुकोनं आपल्या भावा-बहिणींना काही लालूच दिली असली किंवा बोलण्याची मनाई केली असली तरी त्याबद्दल काही विचारल्यास, सगळ्यात धाकटी म्हणून कुनिकोच काहीतरी बोलण्याची शक्यता होती, असं त्यांना वाटलं.

"आताशा ती शाळेत खूपच जास्त वेळ थांबते. अगं, त्या दिवशी एका महत्त्वाच्या वाचनमंडळातील तिच्या काव्यवाचनाच्या कार्यक्रमाबद्दल ती जवळ-जवळ विसरूनच गेली होती. तिच्या हातून आतापर्यंत असं कधीच घडलं नव्हतं." नोरीयोशी म्हणाले.

"नाही बाबा," जोरात मान हलवत कुनिको म्हणाली, "तसं काहीच खास नाही बाबा. अभ्यासात मागं असणाऱ्या मुलांकडून अभ्यास करून घेण्यासाठी ती शाळेत थांबते. मला माहीत आहे हे," आपल्या बहिणीची बाजू सावरून घेण्यासाठी कुनिकोनं थाप मारली; पण वडलांशी खोटं बोलताना त्या लहानगीच्या छातीत जोरजोरात धडधडत होतं. शाळेनंतर नत्सुको कुठं जाते, हे तिला माहीत होतं. पण काहीही झालं तरी हे गुपित फोडायचं नाही, अशी नत्सुकोनं कुनिकोला शपथ घातली होती. नत्सुकोशी आजन्म एकनिष्ठ राहिलेल्या नत्सुकोच्या त्या लहान बहिणीनं आयत्या वेळी काहीतरी थाप मारून आपल्या वडलांची समजूत काढली होती. गंमत म्हणजे नत्सुकोबद्दलची विचारपूस करण्यासाठी नोरीयोशींनी तिच्याशी एकनिष्ठ असलेल्या, तिचं हित प्राणपणानं जपणाऱ्या बहिणीचीच निवड केली होती. त्यामुळे नत्सुकोला तिच्या साहित्यपथावरून किंचित्काळ विचलित करणाऱ्या, तिच्या किंचित अधोगतीला कारणीभूत असणाऱ्या त्या प्रकरणाबद्दल नोरीयोशी अंधारातच राहिले.

उन्हानं हैराण करणारे उन्हाळ्याचे दिवस संपत आले होते. हिवाळ्यातील पहिल्यावहिल्या थंडीनं संध्याकाळचा वारा गार होऊ लागला होता. हळूहळू हवेतील गारठा वाढत जाणार होता, इतका की नत्सुको आणि मसाओला बागेत भेटता किंवा वाचता येणार नव्हतं. नत्सुकोनं ठरवलं की, ह्यापुढे त्या दोघांनी अडगळीच्या खोलीत भेटायचं. तिथंच वाचन करत राहायचं. ते तिथं बसले आहेत हे कोणाला कळलं असतं तर त्यांनी काय ते खरं-खरं सांगितलं असतं. जिवाला सुखावणारा जिवलग मित्र मिळवणं ही काही चूक नव्हती. त्यात काही लपवण्यासारखंही नव्हतं.

लिखित शब्दांवरील गाढ प्रेमामुळेच ते एकमेकांचे जिवलग मित्र झाले होते; पण खोल कुठंतरी नत्सुकोला जाणवत होतं की, आता ते फक्त मित्र राहिलेले नव्हते. ते ज्या प्रकारे एकमेकांच्या डोळ्यांत खोलवर पाहत होते, एकमेकांच्या हातांना स्पर्श करत होते, हात हातात घेत होते, त्यावरून ते एकमेकांचे आणखीही काही लागत होते, हे स्पष्ट कळून येत होतं. नोरीयोशींना ही गोष्ट कधीच आवडली नसती. नत्सुकोच्या साहित्यसाधनेच्या आड येणाऱ्या, तिची साहित्यशिस्त कमी करणाऱ्या, तिला ह्या बाबतीत कोमल बनवणाऱ्या कोणत्याही गोष्टीला त्यांचा तीव्र विरोध होता. आदल्याच संध्याकाळी घरी उशिरा आल्याबद्दल त्यांनी तिला फैलावर घेतलं होतं. घाईघाईनं ती हॉलमध्ये डोकावली तेव्हा तिच्या वाचनकलेचं प्रदर्शन करण्यासाठी नोरीयोशींनी बऱ्याच विद्वानांना बोलावलं होतं, हे तिला दिसलं.

"कुठं होतीस तू इतका वेळ नत्सुको? ह्या महत्त्वाच्या लोकांना तुझ्यामुळे पंधरा मिनिटं ताटकळत बसावं लागलं." ते तिच्या कानाशी कुजबुजले होते.

"चुकलंच माझं बाबा खरंच!" असं म्हणून तिनं! घाईघाईनं पुस्तकं गोळा केली. एक खोल श्वास घेतला आणि जमेल तितकं चांगलं वाचन करण्यासाठी ती त्या वृद्धत्वाकडं झुकलेल्या विद्वानांच्यासमोर हजर झाली. त्यांच्यासमोर उभं राहताच नेहमीप्रमाणेच लिखित शब्दांमधील जबरदस्त शक्तीनं तिचा ताबा घेतला आणि पुस्तकातील श्रेष्ठ साहित्याचं तिनं इतक्या चांगल्या पद्धतीनं वाचन केलं की, तिच्यावर चिडलेल्या तिच्या वडलांनाही तिच्या वाचनात काही दोष काढता आला नाही. त्या दिवसापुरता का होईना; पण त्यांचा राग शांत झाला.

खूप रात्री, अंथरुणावर पडल्यावर नत्सुकोनं मसाओबद्दलच्या आपल्या भावना तपासून पाहिल्या. तसं पाहिलं तर ती अकरा वर्षांची होती. मग तिच्या मनात मसाओबद्दलच्या तीव्र भावनांचा एवढा आवेग का बरं निर्माण व्हावा! 'बहुधा सर्वसाधारण लोकांच्या बाबतीत असं होत नसावं; पण मसाओ आणि मी विशेष आहोत आणि म्हणूनच आम्हाला एकमेकांचं एवढं आकर्षण आहे. आमच्या वयाचा विचार करता हे कदाचित फार लवकर होत असेल; पण नक्की तशाच प्रकारचं आकर्षण आहे हे.' नत्सुकोनं स्वत:शी कबूल केलं.

मग मात्र तिला झोपच लागेना. तासभर झोपेची आराधना करूनही काही उपयोग झाला नाही, तशी स्वयंपाकघरालगतच्या त्या खोलीतून ती हळूच बाहेर पडली. ही तिची आणि कुनिकोची खोली होती. पौर्णिमेची रात्र होती ती. झिरझिरीत शोजी कागदातून हॉलमध्ये चांदणं झिरपत होतं. त्या शांत वेळी तिथं बसून नत्सुको स्वत:साठी व मसाओसाठी कविता करू लागली.

जीवनातील एका अननुभूत आनंदानं, प्रकाशानं न्हाऊन जात, ती पानांवर पानं लिहीत होती. पुढ्यातले सर्व कागद संपून जाईपर्यंत ती लिहीत राहिली. तिचा तो

भावनिक आवेश उतरला, काव्यलेखनाची ऊर्मी शांत झाली तेव्हा तिचं शरीर घामेजून गेलं होतं. मग नत्सुको तिथून उठली आणि शांतपणे गादीवर जाऊन पहुडली.

दुसरा दिवस लख्ख सूर्यप्रकाशानं माखलेला होता. नत्सुको नेहमी म्हणे त्याप्रमाणे तो दिवस म्हणजे हिवाळा सुरू होण्यापूर्वी उन्हाळ्यानं दाखवलेली आपल्या शक्तीची शेवटची चुणूक होती. आदल्या दिवशी आलेल्या विद्वानांकडून तिच्या वडलांना दोन नवी पुस्तकं मिळालेली होती. ती पुस्तकं व आपण लिहिलेली कविता घेऊन ती मसाओला भेटायला निघाली. आपण लिहिलेली ती नवीन कविता केव्हा एकदा मसाओला दाखवतेय असं झालं होतं नत्सुकोला.

मसाओ कधी नव्हे ते त्या दिवशी तिच्या आधी येऊन पोहोचला होता. दिलेली वेळ न पाळण्याच्या मसाओच्या स्वभावाची, शिस्तशीर नत्सुकोला नेहमी चीड येत असे.

"वा! आज लवकर आला आहेस तू मसाओ?" वेळ पाळण्याच्या त्याच्या ह्या प्रयत्नांना दाद देत ती म्हणाली.

"हो. तुला खूश करण्यासाठी मी स्वतःला बदलण्याचं ठरवलंय." मसाओ मान हलवत म्हणाला.

"छान! त्याबद्दल बक्षीस म्हणून कालच आम्हाला मिळालेली ही दोन नवीन पुस्तकं वाचण्याची संधी तुला देण्यात येईल." आपल्या आवडत्या मित्राच्या पुढ्यात पुस्तकं धरत नत्सुको उतरली. नत्सुकोला आश्चर्य वाटलं की, नेहमीप्रमाणं पुढे होऊन मसाओनं त्या पुस्तकांवर झडप घातली नाही. तो होता तिथंच ओठ चावत गप्प उभा राहिला. त्याला कशाचं वाईट वाटलं, तर तो तसाच उभा राहत असे. एकदम गार वाऱ्याची एक झुळूक आली. नत्सुकोच्या अंगावर काटाच आला. असा का विचित्र वागतोय मसाओ?

"झालंय तरी काय मसाओ?" शेवटी नत्सकोनं विचारलं, "एखादं भूत पाहिलं असल्यासारखा पांढराफटक पडलाहेस तू."

"तुला कसं सांगू ते कळत नाहीये मला नत्सुको." मसाओनं हळू आवाजात बोलायला सुरुवात केली. नत्सुकोनं पाहिलं, त्याच्या डोळ्यांत अश्रू चमकत होते. तिला एकदम जाणवलं की, मसाओ फक्त अकरा वर्षांचा मुलगा होता. दुःखाच्या आघातानं हादरलेला अकरा वर्षांचा अश्राप मुलगा.

"शोगुननं माझ्या वडलांना होकैडोला जायचा हुकूम दिलाय. आपल्या तिथल्या घराची देखरेख करायला सांगितलंय त्यानं. आम्हाला तीन दिवसांत निघायचंय."

"काय? तू होकैडोला निघून चाललायस?" अर्थाचा बोध न झाल्याप्रमाणे नत्सुकोनं परत तेच म्हटलं. त्या साध्या वाक्याचा अर्थ न कळल्यानं ती बावचळून गेली होती.

"हो. इडोहून खूप लांब आहे होकैडो. मध्ये कितीतरी वर्षं आपण एकमेकांना

भेटू शकणार नाही. खूप आठवण येईल मला तुझी नत्सुको.''

मग खूप वेळ नत्सुको गप्पच बसली. एरवी इतकं चुरुचुरु बोलणाऱ्या त्या अजब मुलीला आज बोलण्यासाठी शब्दच मिळत नव्हते. शेवटी स्वत:ला सावरून घेत ती म्हणाली, ''फारच मोठा धक्का आहे हा मसाओ. आपल्या वाचनाच्या बैठकी फारच लवकर अन् अचानक संपत आहेत; पण हेच नशिबात आहे आपल्या. आता आपल्यात नशिबाशी झगडण्याची शक्ती नाहीये. कदाचित आणखी काही वर्षांनी ती शक्ती आपल्यात येईलही.''

नत्सुकोच्या मानेवरची एक शीर तटतटत होती. त्याच्याप्रमाणेच तिलाही ह्या ताटातुटीनं खूप दु:ख झालं होतं, पण ती शांत राहून आपण खूप धीराच्या आहोत असं दाखवायचा प्रयत्न करत होती, हे मसाओला कळत होतं. त्या वेळी मसाओला वाटलं की, आपल्या वाट्याला आलेली निराशा, तिरस्कार, मनाचा कमकुवतपणा लोकांना कळू नये म्हणून नत्सुकोनं स्वत:भोवती उभारलेली भिंत पाडून टाकण्यासाठी तिला गदागदा हलवावं.

पण त्यांच्याकडे फार थोडा वेळ होता. त्यामुळे आपल्याला काय व्यक्त करावंसं वाटतंय ते आताच केलं पाहिजे हे त्याला कळलं. ओठांवरून जीभ फिरवून तो आपल्या अजिंक्य वाटणाऱ्या त्या मैत्रिणीजवळ गेला. तिच्या लहानखुऱ्या, रोड शरीराला त्यानं आपल्या लांब, सडपातळ बाहूंच्या मिठीत घेतलं. पुढे तो किती उंच-नींच, धिप्पाड होणार होता, ते तेव्हाच दिसू लागलं होतं.

त्याच्या ह्या कृतीनं नत्सुको चकित झाली होती हे त्याला जाणवलं; पण पुढच्याच क्षणी तिच्या नकळत, तिनं स्वत:भोवती उभारलेली ती संरक्षक भिंत कोसळून पडली आणि ती त्याच्या मिठीत विरघळून गेली. कौमार्याच्या उंबरठ्याशी उभ्या असलेल्या त्या कोवळ्या मुलीच्या मनात, आपल्या कौतुकमिश्रित आदराला पात्र झालेल्या त्या उंच, बेंगरूळ मुलाबद्दल पहिल्यांदाच संमोहक असं प्रेम उचंबळलं.

''नत्सुको, माझं तुझ्यावर प्रेम आहे, मला माहीत आहे, आपण फक्त अकरा वर्षांचे आहोत; पण मी तुझ्यावर मनोमन प्रेम करतो आहे. खरंखुरं प्रेम करतो आहे. आपल्या नशिबात पुढे काय आहे हे मला माहीत नाहीये; पण मी तुला कधीही विसरू शकणार नाही हे निश्चित.''

''केवढी मोठी घोषणा करतोय हा लाजरा-बुजरा मसाओ!'' नत्सुकोनं घोगऱ्या आवाजात त्याला चिडवायचा प्रयत्न केला; पण तिचे डोळे मात्र पाण्यानं डबडबलेले होते. तशी नत्सुको फार समंजस मुलगी होती. लहानपणीही फार क्वचितच ती आरडाओरडा आणि रडारड करायची. मोठी झाल्यावर फक्त एकदाच ती रडली होती. तिची आई तिच्या वाचनाबद्दल टोचून बोलली होती तेव्हा. तेसुद्धा तिच्या मनात साठलेल्या संतापामुळे तिला रडू आलं होतं; पण दु:खामुळे असं तिच्या

डोळ्यात पहिल्यांदाच पाणी आलं होतं. मसाओला माहीत होतं की, ताटातुटीच्या दु:खामुळे खरं तर तिच्या तोंडून शब्द फुटत नव्हते; पण आपल्या मनाचा हा दुबळेपणा प्रकट करणं, त्या मानी मुलीला सहन होत नव्हतं. म्हणूनच तो झाकून टाकण्याचा एक दुबळा प्रयत्न करत होती ती!

त्या लहानखुऱ्या, रोड मुलीसाठी त्याचं मन कळवळलं. तिच्या दुबळ्या, नाजूक शरीराला न पेलवेल अशी प्रखर प्रतिभा लाभली होती तिला आणि जीवनात आपल्या मनाला दुबळं, कोवळं करणाऱ्या भावनेला कधीही थारा द्यायचा नाही, असं तिच्या वडलांनी तिच्या मनात ठासून भरलं होतं. तिला लाभलेल्या लेखनकलेच्या अमोल देणगीच्या ओझ्यामुळे तिला फार लवकर आपलं लहानपण गमवावं लागलं होतं. मोठी झाल्यावर आपल्याला लेखिका, कवयित्री व्हायचंय हे वयाच्या सहाव्या वर्षीच तिला माहीत झालं होतं.

त्या दोघांनाही अशी काही लखलखीत प्रतिभा लाभली होती की, तिनं त्यांचं बालपणच हिरावून घेतलं होतं. वयाच्या मानानं त्यांच्या जाणीवा, भावना फारच प्रगल्भ होत्या. मनात साकळलेल्या दु:खानं, हुरहुरीनं आपलं शरीर दबून जात आहे असं मसाओला वाटलं.

"नत्सुको, काय होणार आहे गं आपलं?" वासंतिक पालवीचा सूक्ष्म गंध असलेल्या तिच्या काळ्याशार, तुकतुकीत केसांवर झुकत मसाओ पुटपुटला. त्याच वेळी झाडावरील एक पान गरगरत येत नत्सुकोच्या खांद्यावर विसावलं. ते पाहून नत्सुको कुजबुजली, "बघ, मसाओ, तुझ्याकडून मला मिळालेली सायोनाराची, निरोपाची ही भेट! हे सुंदर हिवाळी पान! इचियो – एक पान! किती सुंदर आहे हे. ह्याचं सौंदर्य शब्दांत पकडताच येणार नाही."

# १

मसाओ होकैडोला गेला, त्याला एक महिना होत आला होता. नत्सुकोचं आयुष्य पुन्हा नेहमीच्या पद्धतीनं सुरू झालं होतं. तिचं आधीचं, शिस्तशीर आयुष्य. शाळा, घर, वडलांनी आयोजित केलेल्या विद्वानांच्या सभांना आपल्या बुद्धिमत्तेनं मंत्रमुग्ध करणं. ती परत नव्या उत्साहानं मिळेल ते साहित्यिक पुस्तक वाचून आपली वाचनाची भूक शमवू लागली होती. ह्याशिवाय आपल्या वडलांच्या व आणखी एक-दोन विद्वानांच्या हाताखाली तिनं लेखनाचे धडे गिरवायला सुरुवात केली होती. आपल्या आवतीभोवती पसरलेल्या समाजाबद्दलच्या लहान-लहान गोष्टी व आपल्या प्रिय निसर्गाबद्दलच्या सुंदर-सुंदर कविता ती करत होती.

आपल्या हुशार मुलीचा साहित्याबद्दलचा नेहमीचा हुरूप पाहून नोरीयोशींना खूप बरं वाटत होतं. काही काळ ती निराशेनं घेरल्यासारखी दिसत होती. अंघोळ करून बाहेर यायची तेव्हा डोळे रडल्यासारखे सुजलेले, लाल-लाल दिसायचे.

ह्याबद्दल त्यांनी फुरुयाला विचारलं तेव्हा ती म्हणाली होती, ''काही नाहीये हो. तिच्या शरीरात बदल होतोय, तसा मनातही होतोय. पाळी आलीय ना आता तिला. मी तसं तिला समजावून सांगितलंय सगळं, पण तरीही एकदम घडून येणाऱ्या ह्या प्रकारच्या बदलामुळं मुलींना बावचळायला होतं. तिला वाटतंय तसं वागू द्या. आपल्या काही लक्षात आलंय असं मुळीच दाखवू नका. हळूहळू ह्या सर्व गोष्टींची तिला सवय होईल.''

फुरुयाचं म्हणणं खरं ठरलं. नोरीयोशींना वाटलं की, त्यांच्या मुलीनं कौमार्यावस्थेतील तो बदल अंगवळणी पाडून घेतलाय आणि ती परत पूर्वीसारखी होऊ लागलीय. पण थोड्याच दिवसांत नत्सुकोनं एक विचित्रच घोषणा केली.

''आई-बाबा, ह्यापुढे मी माझं नाव बदलणार आहे. माझं नवं नाव असणार आहे इचियो, एक पान. माझ्या ह्या गोष्टीला तुम्ही विरोध करणार नाहीत, ह्याची खातरी आहे मला. बघा ना, भविष्यकाळात मी एक लेखिका, कवयित्री होणार आहे.

नत्सुको हे अगदीच सर्वसाधारण नाव आहे. माझ्या नव्या प्रतिमेला ते मुळीच शोभून दिसणार नाही. इचियो – एक पान! मला माहीत असलेला सर्वांत सुंदर शब्द आहे हा. ह्यापुढे मी लिहीन त्या अनेक पुस्तकांच्या पानांमधील एक पान.''

नत्सुकोनं अचानक केलेल्या त्या घोषणेनं नोरीयोशीला आश्चर्याचा धक्काच बसला; पण हल्ली हल्लीच तिचा लहरीपणा कमी झाला होता. तिचा स्वभाव नेहमीसारखा शांत राहावा ह्यासाठी नोरीयोशी, तिची नाव बदलण्यासारखी मोठी गोष्टही मान्य करायला तयार होते. तिला खुलवण्यासाठी ते म्हणाले, ''हे बघ, नत्सुकोऐवजी, इचियो ह्या नावानं तुला स्फूर्ती मिळत असेल, तर ह्या गोष्टीला माझा मुळीच विरोध नाहीये. तुझ्या आईलाही तसंच वाटतंय.''

खरं म्हणजे फुरुयाला हे नाव बदलण्याचं प्रकरण मुळीच मान्य नव्हतं. नत्सुकोपुढे नोरीयोशीनं अशी नांगी टाकावी, हेही तिला अजिबात आवडलेलं नव्हतं. त्यामुळे तिनं करायची ती चिडचिड केलीच.

''असं जन्मनाव बदलणं बरं नाही. जन्मकाळची शुभ चिन्हं, पत्रिकांमधील ग्रह-नक्षत्रं वगैरेंचा नीट विचार करून आपण मुला-मुलींची नावं ठेवतो. जन्मनावाच्या संरक्षक कवचाला झुगारून देऊन, दुसरंच कुठलं तरी नाव घेतल्यानं तिच्या नशिबी दुर्दैव आलं तर? खरंच सांगतेय, ही मुलगी फारच शेफारलीय आणि तुम्हीसुद्धा नको तिथं तिला प्रोत्साहन देता. हे विचित्र खूळ काढून टाक म्हणावं तिला आपल्या डोक्यातून. जन्मानंतर मुद्दाम ठेवलेलं नावच वापर म्हणावं तिला.'' फुरुया आपल्या नवऱ्याला म्हणाली.

''सोड ना तिचा नाद. फुरुया, तूच तर म्हणाली होतीस ना की, तिच्या घडत असलेल्या बदलांमुळे ती त्रासली आहे, बावचळली आहे. तिनं ह्या स्थितीतून बाहेर पडायला पाहिजे. कदाचित ह्या नव्या नावाचा तिला नंतर कंटाळाही येईल. आपलं जुनं नाव परत लावावं वाटेल. खरं तर ह्या वयात नवीन नावाची सवय करून घेणं फारच कठीण आहे आणि तसाच विचार केला, तर इचियो हे नावही काही वाईट नाही. इतक्या प्रतिभाशाली लेखिकेसाठी नत्सुको हे नाव फारच साधं वाटतं.'' आपलं कुटुंबप्रमुखत्व सिद्ध करण्यासाठी नोरीयोशीनं ठामपणे सांगितलं. जेव्हा म्हणून बायको स्वत:चं स्थान विसरून शिरजोर व्हायचा प्रयत्न करायची तेव्हा तो असेच तिच्यावर डाफरायचा.

काही का असेना, नत्सुकोच्या बदललेल्या नावाबद्दलची चर्चा संपुष्टात आली. तिला इचियो म्हणणं, तिच्या भावंडांच्या अंगवळणी पडायला थोडा वेळ लागला; पण नत्सुकोनं आपल्याला नत्सुको म्हणून कोणी बोलावलं, तर त्याच्याशी बोलायचंच नाही असं ठाम ठरवलं होतं. ती तशी वागलीही. शेवटी 'इचियो' हे तिचं नवं नाव प्रचारात आलं.

ह्यानंतर थोड्याच महिन्यांत हिगुची कुटुंबावर एक मोठ्ठं संकट येऊन कोसळलं. नोरीयोशीच्या सुयोग्य पुत्राला, सेंटारोला क्षयरोगाची बाधा झाली. त्याची शाळा सुटली. सेंटारोच्या औषधपाण्यासाठी कुटुंबाला पाण्यासारखा पैसा खर्च करायला लागला. भावाला शाळा सोडावी लागल्यानं इचियोच्या जीवनालाही एक वेगळीच कलाटणी मिळणार होती.

आपल्या मुलीचं वाचनाचं अफाट वेड फुरुयाला कधीच आवडत नसे. तिचं म्हणणं होतं की, मुलीच्या जातीनं लिहिण्या-वाचण्याच्या फार नादी लागू नये. त्याऐवजी त्यांनी शिवण-टिपणं, स्वयंपाकपाणी वगैरे करायला शिकावं आणि लग्न करून सुखी व्हावं. त्या काळी साधारणपणे सर्व मुली हेच करायच्या. आपल्या मुलीनं, इचियोनंही हेच करावं आणि सुखी व्हावं असं तिला वाटे.

सेंटारोचं नाव शाळेतून काढून टाकण्यात आलं, तेव्हा तिला वाटलं, आपल्या दुसऱ्या मुलीचं शिक्षण बंद करून तिला बायकांना शोभेलशा कला शिकवण्याची ही एक चांगली संधी चालून आलीये. तिनं नोरीयोशीच्या मागे भुणभुण सुरू केली, "नोरीयोशी, मला काय वाटतं, सेंटारोची शाळा बंद झालीच आहे. त्याच्या आजारपणाची बिलं भरता-भरता आपल्या नाकी नऊ येऊ लागलेत. अशा स्थितीत इचियोची शाळा चालू ठेवण्यात काय अर्थ आहे? मुलाला शाळेतून काढून टाकल्यानंतर, मुलीचं शिक्षण चालू ठेवलं, तर लोक काय म्हणतील आपल्याला?

"तसंही शिक्षणानं असं काय चांगलं होणार आहे तिचं? नोरीयोशी, जरा नीट विचार करा. तिला पुढे एक चांगली पत्नी, चांगली आई व्हायचंय. हे जे तुम्ही तिला इतकं शिकवताय ना, त्यामुळे सगळे चांगले तरुण तिला घाबरायला लागतील. कोणी मागणी घालणार नाही तिला. मग बसून राहील पूर्ण आयुष्य, बिनलग्नाची."

"तुम्ही आपलं सगळं लक्ष, शक्ती आणि पैसे नत्सुकोवर केंद्रित केलेत. आता तर तिला नत्सुकोही राहायचं नाहीये. इचियो... इचियो झालीये म्हणे ती. आपल्या बाकीच्या मुलांवर ह्या गोष्टीचा काय परिणाम होतोय, इकडं लक्ष आहे का तुमचं? अहो, शाळा सोडून ते घरी बसलेत. आपलं आयुष्य वाया घालवताहेत. इतक्या लहानवयात फुजीनं दोन-दोन लग्नं केली आणि तिची दोन्ही लग्नं अयशस्वी ठरली. हे सगळं घडू देण्यात माझीही चूक आहेच म्हणा कुठं तरी!"

"आणखी काही वर्षं शिकू दे ना तिला फुरुया!" नोरीयोशीनं बायकोची समजूत घालण्याचा प्रयत्न केला; पण ह्या वेळी मात्र तिनं आपल्या नवऱ्याचं म्हणणं चालू दिलं नाही.

"काही नको. मुलीनं मुलीसारखंच वागावं. मुलगी म्हणून तिला काय शिकायला पाहिजे ते शिकावं. बास झालं आता हे मुलासारखं उंडारणं! ह्या वेळी मी माझंच म्हणणं खरं करणार आहे बघा. ह्या महिन्याच्या शेवटी इचियो शाळा सोडून घरी

बसेल आणि मग एक पत्नी व आई होण्यासाठी लागणाऱ्या गोष्टी शिकू लागेल.'' फुरुया ठासून म्हणाली, ''ह्या आधी मी तुमचं म्हणणं ऐकलं कारण ती कविता वगैरे लिहायला शिकली की, तिला जास्त चांगल्या घरचा नवरा मिळेल असं मला वाटलं; पण त्यासाठी पाहिजे होतं तेवढं ती शिकलीय आता. म्हणूनच ह्यापुढे तुमचं मी काही एक ऐकणार नाहीये.''

नोरीयोशीनं फुरुयाला खूप समजावून सांगितलं, पण ती हटूनच बसली आणि वयाच्या केवळ तेराव्या वर्षी इचियोला शाळा सोडून घरी बसावं लागलं. जबरदस्तीनं शाळा सोडून द्यावी लागण्याचा हा धक्का इचियोसाठी इतका मोठा होता की, तिच्या चेहऱ्यावरील हसूच मावळलं. थोडाही वेळ न गमावता, तिच्या आईनं तिचं नाव शिवणकामाच्या, स्वयंपाकपाणी शिकवणाऱ्या व फुलं सजवण्याच्या वर्गात घातलं. ते सगळंही इचियो पूर्ण लक्ष देऊन शिकली. तिला ते आवडत होतं म्हणून नाही; तर हातात घेतलेलं कोणतंही काम उत्तम तऱ्हेनं करायचं हा तिचा स्वभावच होता. म्हणूनच बिनमहत्त्वाच्या व आपल्या दर्जाला साजेशा नाहीत असं वाटणाऱ्या गोष्टीतही प्रावीण्य मिळवणं ही तिची भावनिक गरज होती.

'मी मनानं फार खच्ची झालेय. मला पुस्तकं वाचायला वेळ मिळू नये म्हणून आईनं माझ्या मागे किती तरी रटाळ कामं लावली आहेत. मला 'स्त्रीला शोभेलसे' वर्ग नसले, तर ती माझ्यामागं घरगुती कामं लावते.' इचियोनं आपल्या डायरीत लिहिलं होतं. मनातील उद्विग्नता नाहीशी करण्यासाठी, आपल्या मनाच्या खोल कप्प्यात दडवलेले विचार प्रकट करण्यासाठी, डायरी लिहिणं ही तिची गरज होऊन बसली होती. 'आपल्या मुलीची प्रतिभा कुंठित करणारी, तिची साहित्यातील गती रोखणारी, आईसारखी दुसरी बाई नसेल जगात. देवानं बाबांच्या रूपात मात्र मला त्याचे आशीर्वाद पाठवले आहेत. त्यांच्यामुळेच पुस्तकांशी माझा अजूनही संबंध आहे. माझं लिहिणंही त्यांच्यामुळेच चालू राहिलं आहे. आईच्या भुणभुणीकडं दुर्लक्ष करून ते अजूनही मला पुस्तकं वाचण्यासाठी, लिहिण्यासाठी प्रोत्साहन देत आहेत. आज त्यांनी एक नवीनच दर्जेदार पुस्तक मला आणून दिलं. अख्खे दोन तास आम्ही त्याच्यावर चर्चा करत होतो. माझी बौद्धिक भूक इतकी वाढली आहे की, मी त्या पुस्तकाचा एका तासात फडशा पाडला. बाबा म्हणालेसुद्धा की, मी ज्या गतीनं पुस्तकं संपवतेय त्या गतीनं त्यांना पुस्तकं पुरवणं कठीणच जाणार आहे.'

'मसाओ कसा असेल कुणास ठाऊक! माझ्या बाबतीत हे जे काही घडलंय ते कळल्यावर त्याची काय प्रतिक्रिया होईल? फार आठवण येतेय मला त्याची. मला माहीत आहे, त्याच्यासारखा जिवाभावाचा साथी मला पूर्ण आयुष्यात मिळणार नाहीये. मला साजेसा नवरा मिळाला की, त्याच्याशी माझं लग्न लावून द्यायचं, असं आई सारखं म्हणतेय. मी मात्र रोज रात्री देवाला प्रार्थना करते आहे की, तिला

माझ्याजोगा नवरा मिळूच नये. कारण माझी पुस्तकंच आता माझ्यासाठी माझे मित्र, प्रियकर, माझा आत्मा व जीवन आहेत.'

'...माझी शाळा सुटून अडीच वर्षं झालीयेत. आज मी पंधरा वर्षांची झाले. आईनं माझ्यासाठी ओसेकी हान, मटारभात केला आहे, पण त्याला हातही लावावा असं वाटत नाहीये मला. अंत नसलेल्या रटाळ, कंटाळवाण्या कामांमध्ये माझं जीवन जणू गाडलं जातंय. आईच्या मते एक स्त्री म्हणून माझं हेच आयुष्य आहे, असणार आहे; पण मला मात्र वाटतंय की असं आयुष्य घालवण्यानं माझी जीवनशक्ती दिवसेंदिवस आटत चाललीय. मी मृत्यूच्या जास्त जवळ चाललेय. काल मला प्रकर्षानं वाटलं की, मी पुरुष म्हणून जन्माला आले असते तर किती बरं झालं असतं! मग काय पाहिजे ते मला करता आलं असतं. बायकांच्या जीवनावर समाजाचं एवढं नियंत्रण का बरं असावं? खूप विचार करते मी, पण मला काहीच उत्तर मिळत नाही.'

'शोगुनच्या एका दूताकरवी एकदा मसाओनं मला दोन पुस्तकं पाठवली होती. माझ्या ह्या बेरंग आयुष्यात तीच काय ती थोडा रंग भरतात. मला ती इतकी प्रिय आहेत की, रोज रात्री झोपताना मी त्यांना छातीशी घट्ट कवटाळून झोपते.'

'...आज मी खूप आनंदात आहे. एक चांगली बातमी देऊन बाबांनी मला आशेचा एक किरण दाखवलाय. त्यांनी आणि आईनं माझ्याबद्दल विचारविनिमय करून एक मध्यममार्ग स्वीकारला आहे म्हणे! त्यानुसार मला कदाचित शाळेत परत जाता येईल; पण फक्त काव्याचा अभ्यास करण्यासाठी. मला वाटतं एव्हाना आईच्या लक्षात आलंय की, मला वाचनापासून परावृत्त करणं, ही अगदी अशक्य कोटीतील गोष्ट आहे. तिनं कितीही नको म्हटलं तरी मी रोज रात्री वाचतच राहणार. अगदी पहाटे पहाटेपर्यंत वाचत राहणार. त्याचा परिणाम म्हणजे मी जवळजवळ आंधळी होणार. मुलीचं आंधळं होणं तिला परवडलं नसतं, कारण आंधळ्या मुलीशी मग कोण लग्न करेल?'

'दोन वर्षांत पहिल्यांदा इतका आनंद झालाय मला की, माझ्या काळजात कळ उठतेय. बाबांनी सांगितलेली गोष्ट मला सगळ्या जगाला ओरडून सांगावीशी वाटतेय. बाबा म्हणाले की, आईनं मला काव्याचा अभ्यास चालू ठेवायला परवानगी दिलीय. तिच्या दृष्टीनं ही एक तडजोडच आहे आणि तिनं ही तडजोड फक्त ह्यासाठी स्वीकारलीय की तिला अजूनही वाटतंय की, चांगला नवरा मिळवण्याच्या दृष्टीनं काव्य करायचं कौशल्य उपयोगी पडेल. आई गं, माझ्या लग्नाचा विचार तू डोक्यातून काढणारच नाहीस का गं कधी? माझ्या लग्नाबद्दलच्या तिच्या सुखस्वप्नांची मला कीव येते. मला खातरी आहे की, मला लग्नासाठी मागणी घालण्याचं धारिष्ट्य कोणाही पुरुषात असणार नाही. माझ्या असामान्य बुद्धिमत्तेनं त्यांना घाबरायला होतं.

अर्थात ते पाहून मला बरंच वाटतं!'

इचियोला सोळावं वर्ष लागायच्या थोडं आधी नोरीयोशीनं तिला एका बाजूला बोलावून सांगितलं की, कोशिकावामध्ये काव्यरचनेचं एक फार प्रसिद्ध विद्यालय होतं. सुप्रसिद्ध कवयित्री नकजिमा उटाको त्याच्या संस्थापिका व संचालिका होत्या. अशा प्रतिष्ठित काव्यविद्यालयात त्यांनी तिच्यासाठी प्रवेश मिळवला होता.

"नकजिमा उटाकोंच्या काव्यविद्यालयात माझं नाव घातलं जाणार आहे?" वडलांनी नुकत्याच सांगितलेल्या गोष्टीवर विश्वास न बसल्यानं इचियोनं अचंबित स्वरात विचारलं.

"माझ्या एका लेखक मित्रानं माझी आणि त्यांची ओळख करून दिली. मी तुझ्या काही कविता त्यांना दाखवल्या. त्या पाहून त्यांनी लगेच मला विचारलं की, तुमच्या मुलीला माझ्या ॲकॅडमीत काव्य शिकायला आवडेल?" हे सांगताना नोरीयोशीचा चेहरा अभिमानानं व इचियोचं शिक्षण पुढे चालू ठेवायला नकार देणाऱ्या बायकोवरील अनपेक्षित विजयानं फुलून आला होता.

तरुण इचियोचं अंत:करण आपल्या वडलांवरील प्रेमानं, कृतज्ञभावानं तसेच तिच्यासाठी त्यांनी फुरुयाशी केलेल्या असंख्य वादविवादांच्या आठवणीनं भरून आलं होतं. त्या भावनांनी ती इतकी भारावून गेली की, तिच्या चेहऱ्यावरील नेहमीचा निर्विकार भाव व तिचा व्यवहारी स्वभाव पार गळून पडला. गुडघ्यांवर बसून तिनं नोरीयोशींना अभिवादन केलं. असं करताना तिचा गळा भरून आला होता व रोखून ठेवलेल्या अश्रूंनी तिचे डोळे ओलावले होते.

"बाबा, किती करता तुम्ही माझ्यासाठी!" एवढंच काय ते इचियो बोलू शकली होती. नोरीयोशीला माहीत होतं की, त्यांची ही गुणी मुलगी त्यांच्यावर अपार प्रेम करत होती आणि तिच्या त्या एका वाक्यात ते एकवटलं होतं.

"नत्सु, २० ऑगस्टला तू आपल्या ह्या शाळेत जायला लाग." ते घोगऱ्या आवाजात म्हणाले. बोलण्याच्या भरात त्यांनी तिच्या जुन्या व आपल्या लाडक्या 'नत्सु' ह्या नावानं तिला हाक मारली होती. खूप-खूप दिवसांनी कानी पडलेलं ते नाव आणि ते शब्द तिच्या कानांना खूपच गोड वाटले.

# १०

२० ऑगस्ट, १८८६ला कवयित्री नकजिमा उटाकोंच्या हागिनोया ह्या काव्यविद्यालयात इचियो दाखल झाली. तिथे कोण भेटेल किंवा काय करायला मिळेल ह्याची इचियोला काहीच कल्पना नव्हती. तिला एवढंच कळत होतं की, दोन वर्षं ती साहित्यिक क्षेत्रापासून दूर अशा सक्तीच्या 'अज्ञातवासात' राहिली होती त्यामुळे हे विद्यालय तिच्या लेखी स्वर्ग असणार होतं आणि ह्या स्वर्गात राहण्यासाठी ती काहीही सहन करायला तयार होती. तिच्या साहित्यिक वाढीसाठी, पोषणासाठी, विकासासाठी हागिनोयाला जी काही किंमत वसूल करायची असेल ती द्यायला ती तयार होती.

हागिनोयाच्या परिसरात प्रवेश करताच तिला जाणवलं की, तिच्या भुकेल्या साहित्यिक मनाला पाहिजे असलेलं सर्व खाद्य व पोषण तिला तिथं मिळणार होतं. पण तिला हेही जाणवलं की, तिला परत एकदा सगळ्यांमधून वगळलं जाण्याचा अनुभव घ्यावा लागणार होता. तिथं शिकत असलेल्या बाकी सर्व विद्यार्थिनी थोरा-मोठ्यांच्या घरातील होत्या. त्या सगळ्या श्रीमंत सरदारांच्या, अत्युच्च सरकारी अधिकाऱ्यांच्या, नामवंत उद्योगपतींच्या किंवा धनाढ्य व्यापाऱ्यांच्या मुली-बाळी होत्या. तिथं त्या काव्याच्या प्रेमापोटी आलेल्या नव्हत्या. शक्तिशाली, कुलीन घरांमधील मैत्रीचं साधन होऊ शकणाऱ्या लग्नांसाठी किंवा उद्योगसमूहांच्या एकीकरणाचं माध्यम होऊ शकणाऱ्या लग्नांसाठी स्वत:ला योग्य बनवण्यासाठी त्या काव्यविद्यालयात त्या आल्या होत्या. त्या तिथं आल्या होत्या, आपलं सर्वांग व्यक्तिमत्त्व परिपूर्ण करण्यासाठी. त्यांच्यामध्ये ना इचियोसारखी काव्याची जाण होती, ना आसक्ती, ना तो त्यांच्या जीवन-मरणाचा प्रश्न होता. इचियोमध्ये मात्र काव्य शिकण्याचा अपार उत्साह होता. त्यासाठी ती सर्वस्व अर्पण करायला तयार होती. हागिनोयाच्या वास्तव्यात तिनं केलेल्या सर्व कवितांमधून तिची ही अनन्य काव्यनिष्ठा दिसून येते. तिच्या कविता हागिनोयाच्या स्वामिनीला व इतर शिक्षिकांनाही खूप आवडत.

पण आपल्या सहाध्यायिनींमध्ये मात्र ती मिसळू शकत नसे. हागिनोया काव्यविद्यालयात काव्य करण्याचा थातूरमातूर प्रयत्न करणाऱ्या, उत्साहानं उचंबळणाऱ्या सुंदर मुलींच्या ताफ्यात इचियो बिचारी एकटी पडत असे. त्या काळात तिनं लिहिलेले शब्दच तिचे सखेसोबती झाले आणि डायरी, तिची जिवलग सखी. ती तिच्याशी जवळजवळ रोज 'बोले.' स्वत:च्या लिखाणाच्या भविष्याबद्दलच्या आपल्या भावना व चिंता ती डायरीमध्ये मनमोकळेपणी प्रकट करत असे.

'खरं तर मला तसं वाटायला नको होतं; पण आयुष्यात पहिल्यांदाच आपण आपल्याबरोबरीच्या मैत्रिणींपेक्षा खूप गरीब व निकृष्ट स्तरातील आहोत असं वाटलं.' त्या काळातील डायरीच्या एका टिपणात इचियोनं लिहिलं होतं, 'त्या माझ्या साध्या, फाटक्या कपड्यांकडे, साधेपणानं विंचरलेल्या, काहीही विशेष रचना न केलेल्या केसांकडे ज्या दृष्टीनं पाहतात त्यावरूनच मला कळून येतंय की त्या मला आपल्यातील एक नक्कीच समजत नाहीत. परत एकदा मी बाहेरच्या रिंगणात एकटी उभी आहे. नेहमीच राहील का हे असं?'

'अर्थात ह्यात नवीन असं काहीच नाही. आतापर्यंत सवय होऊन जायला पाहिजे होती मला ह्या गोष्टीची, मी स्वत:लाच समजावते पण नेहमीच असं होत असलं तरी मनाला वेदना ही होतेच. ह्या पसाऱ्यात अगदी एकटं एकटं वाटतं मला; पण नशिबानं ह्या एकटेपणाच्या, खड्यासारखं वगळल्याच्या भावनेची भरपाई नकजिमाबाईसाहेब व त्यांच्या सहशिक्षिका, काव्यरचना, काव्य आस्वादन ह्याबाबतचं ज्ञान ज्या उत्कृष्ट पद्धतीनं देतात त्यानं होत आहे. त्यांची प्रत्ययकारी भाषा, प्रभावी भाषणं ह्यांच्या जादूनं मी अशी काही भारून जाते की, कधीकधी मला वाटतं की मी मरून जाऊन स्वर्गात विहार करत आहे. ह्या अवर्णनीय सुखाचा अनुभव घेण्यासाठी मला तिरस्कार व एकटेपणा सहन करावा लागला तरी चालेल.'

'आज माझ्या हिवाळी पानांवरील कवितेचं नकजिमांनी रसग्रहण केलं. वर्गात ती कविता वाचून दाखवून त्या म्हणाल्या की संग्रह काढण्याकरता कविता झाल्या की, त्या माझ्या कविता प्रकाशित करतील. माझ्या प्राणप्रिय डायरी, अगं मला आज इतका आनंद झालाय की त्याचं वर्णन करायला माझ्याकडं शब्दच नाहीत. ह्या सुखद धक्क्यानं वजनरहित होऊन मी अंतराळात तरंगत आहे. अंतराळीच्या ह्या यात्रेनंतर मी कुठं जाऊन उतरणार आहे, मला माहीतच नाही.'

'आणखी एक गंमतशीर गोष्ट झाली आज. आज पहिल्यांदाच नत्सुको नावाच्याच एका विद्यार्थिनीनं मला आपल्या घरी चहापार्टीला येण्याचं आमंत्रण दिलं. नकजिमाबाईसाहेबांनी सगळ्यांसमोर माझ्या कवितांची जी वाखाणणी केली त्यामुळे माझ्या वर्गमैत्रिणींना माझ्याबद्दल आदर व कौतुक वाटू लागलं आहे आणि हळूहळू त्या मला आपल्या वर्तुळात ओढून घेऊ लागल्या आहेत. माझ्या गुणांच्या जोरावर

मी संपत्ती वा माझ्या उच्चस्तरीय लोकांशी ओळखीपाळखी नसण्याच्या अभावांवर मात केली आहे आणि शेवटी माझ्या अटींवर हागिनोयाच्या माझ्या वर्गमैत्रिणींच्या बरोबरीचं स्थान मी प्राप्त करून घेतलंय.'

# ११

हागिनोयामध्ये जायला लागल्यापासून इचियोची साहित्यक्षेत्रात प्रगती होत राहिली; पण तिच्या घरची परिस्थिती मात्र फारशी काही सुधारली नव्हती. हिगुची कुटुंबाच्या दृष्टीनं १८८७चा जून महिना फारच वाईट होता. एक तर ५७ वर्षांच्या नोरीयोशीची मेट्रोपोलिटन पोलीस विभागातील नोकरी गेली. त्या विचित्र वयात दुसरीकडं कुठं नोकरी मिळणं अशक्यप्राय होतं. शिवाय सेंटारोची प्रकृती सुधारते आहे म्हणे म्हणेपर्यंत परत बिघडली. त्याचा क्षयरोग बळावतच गेला.

अचानक नोकरी गेल्यानं नोरीयोशीला आधीच कमी होत चाललेल्या मालमत्तेतील आणखी काही मालमत्ता पैशांसाठी विकून टाकावी लागली. सेंटारोची प्रकृती आणखीच खालावत गेली व त्याचबरोबर हिगुची कुटुंबावर कोसळू पाहणाऱ्या संकटांचे काळे-कभिन्न ढग अधिकाधिक गडद व भयावह होत गेले.

"देवा, असा कठोर नको रे होऊस," फुरुया कळकळीनं देवाला आळवत होती, "माझा मुलगा सेंटारो, वित्त मंत्रिमंडळातील उगवता तारा आहे. आमच्या कुटुंबाचा अभिमान, आनंद, आधार आहे. त्याला आमच्यापासून हिरावून घेऊ नकोस रे. फक्त तेविसाव्या वर्षी त्याला आमच्यापासून दूर नको रे नेऊस."

वर्षानुवर्षं, देवानं हिगुची कुटुंबावर आपलं संरक्षक छत्र ताणून धरलं होतं. नोरीयोशीच्या अतिमहत्त्वाकांक्षी स्वभावामुळे त्यांच्या आयुष्यात थोडीफार खळबळ उडे, तरीही भयानक परिणाम होऊ शकणाऱ्या त्याच्या अविचारी योजनांपासून देवानं त्याला वेळोवेळी मागं खेचलं होतं. हिगुची कुटुंबाच्या हाकेला ओ दिली होती, पण त्या वेळी मात्र देव त्यांचं काहीही ऐकून घ्यायला तयार नव्हता. सेंटारोची तब्येत दिवसेंदिवस ढासळतच गेली.

घरातील उदास, हताश परिस्थितीचा घरातील सगळ्यांवरच परिणाम झाला होता. साधारणपणे आनंदी वृत्ती असणाऱ्या इचियोवरही त्याची अशुभ सावली पडली होती. आपल्या प्रिय भावाला वेदनांनी व्याकूळ होताना पाहून तिचं अंत:करण

पिळवटून निघायचं. तो आपल्यापासून दूर-दूर निघून चालला आहे आणि त्याला थांबवायचा कोणताच उपाय आपल्या हाती नाहीये हे जाणवल्यावर तिच्या मनाची झालेली उलघाल तिनं आपल्या डायरीत व्यक्त केली आहे, 'आज सेंटारोच्या खोकल्याबरोबर आणखी रक्त बाहेर पडलं. त्यानं आजही जेवायला नकार दिला. तो आता फारच रोड आणि क्षीण झाला आहे. त्याच्या शरीरात आता फक्त थोडीशी हाडं आणि थोडंफार कातडं उरलं आहे. माझ्या भावाच्या असाहाय्यतेच्या धारदार जाणिवेनं माझं आतडं पिळवटून निघत आहे. आपला भाऊ मरणाच्या दारात उभा आहे आणि त्याला वाचवण्यासाठी आपण काहीच करू शकत नाही, ह्यासारखं दुसरं दुःख नाही. मी बुद्ध देवापुढे शपथ घेतलीये की, त्यानं सेंटारोला जीवदान दिलं तर मी अशक्यातील अशक्य गोष्ट म्हणजे लेखन सोडून देईन. साधी शेतकरीण होऊन जीवन कंठेन; पण आज सकाळीच त्याच्या चेहऱ्यावर मी मरणकळा पाहिलीय.'

एक तर देव इचियोची प्रार्थना तरी ऐकत नव्हता किंवा त्याला तिची लेखन सोडून शेतकरीण होण्याची शपथ तरी आवडली नसावी. कारण इचियोनं तसं काही केलं असतं, तर जपानच्या साहित्याला आपल्या इतिहासातील एक महत्त्वाचा कालखंड गमवावा लागला असता. शेवटी बर्फानं गोठलेल्या डिसेंबरच्या एका सकाळी घरातील सगळे गाढ झोपेत असताना, सेंटारोच्या गळ्याभोवती मृत्यूचा फास घट्ट आवळला गेला.

आपल्या जीवनात सेंटारो जसा शांतपणे, कोणाला न दुखवता जगला होता तसाच शांतपणे शेवटचा श्वास घेऊन तो मृत्यूच्या राज्यात निघून गेला.

नोरीयोशीला आपल्या मुलाच्या मरणाचं अपार दुःख झालं. आपल्या व्यावहारिक, धोरणी स्वभावामुळे त्याचा हा मुलगा आपल्या कुटुंबाच्या भविष्याचा भक्कम आधार ठरला होता. त्यानं कित्येकदा आपल्या वडलांना भावनेच्या भरात घेतलेल्या त्यांच्या अव्यवहार्य निर्णयांपासून परावृत्त केलं होतं. इचियो ही नोरीयोशीची, विशेष गुणवत्ता असलेली प्रतिभाशाली मुलगी होती; पण तिच्यामुळे त्यांच्या मनात उफाळलेल्या बेफाम, साहसी वृत्तीला लगाम घालण्याचं कठीण काम सेंटारोच काय ते करू शकत असे.

नोरीयोशींच्या मनातील सेंटारोच्या मृत्यूचं दुःख कधीच कमी झालं नाही. सन १८८८मध्ये आपल्या मालकीच्या जमिनीचा शेवटचा तुकडा आणि राहतं घर नोरीयोशींनी विकून टाकलं. आपल्या कुटुंबाला घेऊन ते शिबामध्ये गेले. तिथं ते भाड्याच्या घरात राहू लागले अन् तिथूनच त्यांच्या जीवनाची घसरण सुरू झाली. आपल्या चिरेबंदी वाड्यासारख्या भक्कम वडलांची दयनीय स्थिती पाहून इचियोच्या पोटात तुटल्यासारखं होत असे.

'सेंटारोच्या मृत्यूनंतर बाबा फार झपाट्यानं म्हातारे होत चालले आहेत. आता

विचार करता ध्यानात येतंय की, घरात घडलेल्या ह्या दु:खद घटनेचा त्यांच्या बळकट शरीरावर व कधीही हार न मानण्याच्या मन:शक्तीवर फारच मोठा परिणाम झालाय. त्यांनी स्वत:ची काळजी घेणं सोडून दिलंय हे पाहून माझ्या मनाला पीळ पडतोय.' इचियोनं आपल्या ह्या घरगुती समस्येवर उपाय शोधून देण्याची आपल्या डायरीला विनंती केली, 'माझ्या पूर्वीच्या बाबांची मला फार-फार आठवण येतेय. त्यांच्याकडे कोणत्याही अडचणीतून बाहेर येण्याच्या शेकडो युक्त्या होत्या, वेड्यासारख्या वाटणाऱ्या विचित्र महत्त्वाकांक्षा होत्या, आश्चर्यकारक आशावादीपणा होता आणि जीवन पूर्णार्थानं जगता यावं ह्यासाठी केलेला संघर्ष होता. त्यांची ती जिद्द पाहून आम्हालाही जगण्याचा उत्साह वाटत असे; पण आता मात्र त्यांच्यात ह्यापैकी काहीही राहिलेलं नाही. त्यांची उमेद परत येईल असं काहीतरी घडावं असं मला प्रकर्षानं वाटतंय.'

काहीच आठवड्यांनी इचियोला आपल्या वडलांबद्दल लिहिलेले हे शब्द परत घ्यावे लागणार होते, कारण नोरीयोशींच्या डोळ्यांत परत एकदा पूर्वीची ती आशेची, उत्साहाची चमक दिसायला लागणार होती. कुठं पैसे गुंतवले की ते दुप्पट होतील, याबद्दल काही व्यापाऱ्यांनी येऊन नोरीयोशीला सल्ला दिला होता. घर विकून आलेले पैसे त्या व्यापाऱ्यांच्या व्यापारात गुंतवावे की काय, ह्याचं विचारचक्र नोरीयोशीच्या मनात चालू झालं होतं.

व्यापाऱ्यांच्या त्या दलानं, शहरा-शहरातील वाहतूक बोटींनी करावी व त्यासाठी शिपिंग कंपनी काढावी अशी योजना नोरीयोशींपुढे मांडली होती. ही योजना अतिमहत्त्वाकांक्षी व अवास्तव असल्यानं कितपत यशस्वी होईल, ह्याची फुरुयाला शंका होती. त्यामुळे तिचा त्या योजनेला तीव्र विरोध होता. तिला हेही जाणवत होतं की, नोरीगोशींना खरं तर त्या योजनेत फारसा रस नव्हता; पण सेंटारोच्या मृत्यूनं निर्माण झालेल्या निराशेच्या व निष्क्रियतेच्या वातावरणातून बाहेर पडण्याच्या तीव्र इच्छेमुळेच ते त्या योजनेकडे खेचले जात होते.

"अहो असा बुडीचा व्यवहार नका हो करू तुम्ही! एक तर हे लोक तुमच्या फारसे ओळखीचे नाहीत. शिवाय शिपिंग कंपनीच्या व्यवहाराबद्दलही तुम्हाला काही माहिती नाहीये. नका ह्या भानगडीत पडू." फुरुयानं आपल्या नवऱ्याला त्या शिपिंग कंपनीत पैसे गुंतवण्याच्या विचारापासून परावृत्त करण्याचा खूप प्रयत्न केला; पण त्याचा काही उपयोग झाला नाही. नाहीतरी जन्मात त्यांनी फुरुयाचं म्हणणं कधी ऐकलं होतं म्हणा!

"अगं, खूप छान आहे ही योजना. तुलाही पुढे कळेलच फुरुया," नोरीयोशींनी आपल्या नेहमीच्या पद्धतीनं वाद संपवला; पण तरीही फुरुयाच्या मनात अनिष्ट शंकेची पाल चुकचुकत राहिली. त्यांच्या मनानं एखादा निर्णय घेतला की कोणी

कितीही समजावून सांगितलं तरीही ते आपला निर्णय बदलत नसत, हे तिला आपल्या नेहमीच्या अनुभवानं माहीत होतंच. मग पुढे कितीही का नुकसान होईना!

"नोरीयोशी, अहो, त्यांच्याजवळ ह्या योजनेत गुंतवायला पैसे नाहीयेत. म्हणून ते तुम्हाला गळाला लावायला पाहताहेत. तुम्हालाच सगळा पैसा घालावा लागेल. अरे, कोणाच्या तरी अव्यवहार्य योजनेसाठी आपण आपल्याजवळचा आहे नाही तो पैसा गुंतवायचा? हा व्यापार बुडाला तर आपणही पार बुडून जाऊ. नीट विचार करा नोरीयोशी." फुरुया न राहवून नोरीयोशींना परत-परत समजावत राहिली होती.

पण नोरीयोशी कुणाचं काही ऐकून घेण्याच्या मन:स्थितीत नव्हते. आपल्या लाडक्या मुलीचा, इचियोचा सल्लाही त्यांनी पार धुडकावून लावला.

"काही बुडणार नाहीये हा व्यापार आणि फुरुया, तू नको लुडबूड करूस पुरुषांच्या ह्या व्यवहारात. पटकन पैसे दुप्पट करायची संधी मिळालीय आपल्याला. तिचा लाभ घेतला नाही तरच आपण करंटे ठरू. आपल्या कुटुंबासाठी खूप पैसे मिळवणार आहे मी! पुन्हा चांगले दिवस येतील आपल्याला. आपण श्रीमंत होऊ. चांगलं आयुष्य जगू. एवढं पुरेसं नाहीये का तुझ्यासाठी?"

सर्व समजून-उमजूनसुद्धा फुरुयाला गप्प बसावंच लागलं. जीवनाच्या ह्या टप्प्यावर इचियो मनानं आपल्या आईच्या जवळ आली होती. आपल्या घरातील आहे नाही, तो पैसा नोरीयोशींनी त्या अव्यवहार्य योजनेत गुंतवू नये म्हणून माय-लेकींनी खूप प्रयत्न केले; पण त्याला यश आलं नाही. ह्या सर्व गोष्टींमुळे फुरुया स्वत:च निराशेच्या गर्तेत रुतत चालली होती. त्यामुळे आपल्या कुटुंबाला एकत्र व बळकट ठेवण्याची जबाबदारी इचियोवर पडत होती. त्या वेळी इचियोचं वय फक्त सतरा वर्षांचं होतं.

त्या वेळची मनाची आंदोलनं इचियोनं डायरीत टिपून ठेवली आहेत.

'घरात खूप अडचणी आहेत. बाबांचा व्यापार बुडत चाललाय. ते सारखे काळजीत असतात. त्यांच्या डोळ्यांतील चमक परत विझू लागलीये. आपलं तारू भरकटत चाललंय हे ते आपल्या स्वाभिमानामुळे व भीतीमुळे कबूल करत नाहीत; पण मनोमन ते त्यांच्या लक्षात आलंय. त्यामुळे ते गप्प गप्पच असतात. मला माझे ते पूर्वीचेच हसरे, उत्साही बाबा आठवताहेत. मी लिहीत राहावं, मानमान्यता मिळवावी म्हणून किती प्रोत्साहन द्यायचे ते. माझी बाजू घेऊन आईशी किती भांडायचे; पण ते सगळं संपलंय आता. ह्यापुढे मला स्वत:च्याच ताकदीवर पुढे जावं लागणार आहे असं दिसतं. ह्या दृष्टीनं मी पहिल्यांदाच स्वत:ला आरशात पाहतेय. तिथं मला दिसतेय चिमणीसारखं तोंड असलेली एक अशक्तशी मुलगी. चिंतेनं वेढलेल्या पांढऱ्या सपक चेहऱ्याची. अशी आहे मी? माझ्या हातून खरंच काही होईल का? मन शंकांनी डगमगतंय; पण तरीही खोल कुठं तरी विश्वास आहे.

ह्या अशक्त, दुबळ्या शरीरात एक बळकट मन आहे. त्या मनात एक जाज्वल्य आग आहे. लिहिलेल्या शब्दांनी चेतवलेली, लिहिलेल्या शब्दांसाठी जळत राहणारी. माझ्या शरीरातील प्रत्येक कण ओरडून सांगतोय की, माझं लेखन खूप चांगलं ठरेल. लोकांच्या स्मरणात राहील. अगं माझ्या लाडक्या डायरी, मला आपले प्राण द्यावे लागले तरी बेहत्तर; पण मी अविस्मरणीय असंच लेखन करेन.'

नोरीयोशींनी परत एकदा घर बदललं. हे घर ऑफिसच्या जवळ, चालत जाण्याएवढ्या अंतरावर होतं. आपला सगळा वेळ ते ऑफिसमध्येच घालवायचे. घरातील लोकांच्या फारसे नजरेसही पडायचे नाहीत. डिसेंबरपर्यंत त्यांनी कल्पनाही केली नव्हती, अशी वाईट परिस्थिती त्यांच्यावर ओढवली होती. एव्हाना व्यापार पार बुडाला होता. भागीदार म्हणवणारे ते दोघे व्यापारी कुठं तरी बेपत्ता झाले होते आणि त्या भेडसावणाऱ्या अपयशाला एकट्या नोरीयोशींना सामोरं जावं लागत होतं.

हाडं गोठवून टाकणारा तो भयानक हिवाळा इचियो कधीच विसरू शकणार नव्हती. तिची आई तिच्या खोलीत अंगाचं मुटकुळं करून बसली होती. त्यांच्याजवळचे होते नव्हते ते सगळे पैसे नोरीयोशींनी केलेल्या बिनबुडाच्या व्यापारात बुडले होते. आपल्या मनात खदखदत असलेला संताप, नोरीयोशींच्या बेजबाबदारपणावर ताशेरे झाडून ती व्यक्तही करू शकत नव्हती; कारण नोरीयोशींना थंडी भरून ताप आला होता. फार आजारी होते ते. स्वत:वर नियंत्रण मिळवण्याच्या प्रयत्नांनी फुरुयाचं शरीर गदागदा हलत होतं.

"काय करायचं? काय करायचं आता?" फुरुया स्वत:शीच परतपरत म्हणत होती. इचियो शांत राहून, त्यांच्या जीवनात उत्पन्न झालेल्या त्या नवीन समस्येवर विचार करत होती आणि संकटात शांत राहणाऱ्या आपल्या मुलीपासून फुरुया शांती आणि दिलासा मिळवण्याचा प्रयत्न करत होती.

"ह्या थंडी-तापातून तुझे वडील बरे होतील ना तेव्हा त्यांना चांगलं फैलावर घेणार आहे मी. होता नव्हता तो सगळा पैसा आपण गमावून बसलो आहोत. आता पैसे मिळवण्यासाठी काहीतरी शक्कल लढवावीच लागेल त्यांना," फुरुया म्हणत होती.

पण ती संधी तिला मिळालीच नाही; कारण नोरीयोशींच्या त्या जीवघेण्या आजाराला उतार पडलाच नाही. डिसेंबर, जानेवारी, फेब्रुवारी कसेबसे पार पडले; पण मार्चमध्ये त्यांचा हिवताप आणखी वाढला. हिगुची कुटुंबातील आणखी एक जण क्षयाला बळी जाणार असं दिसत होतं.

'आज १२ मार्च आहे. आम्ही परत सामान हलवत आहोत. ह्या वेळी आम्ही अवजिचोला चाललो आहोत.' इचियोनं डायरीच्या कानांत सांगितलं होतं. 'आईला बिचारीला वाटतंय की, शहरातून दूर अशा जागी गेल्यानं आम्ही बाबांच्या बुडलेल्या व्यापारापासून दूर जाऊ, नव्यानं आयुष्य सुरू करू; पण त्या व्यापारानं झालेल्या

जखमा फार ताज्या आणि खोलवरच्या आहेत. त्या कधी काळी बऱ्या होतील, असं आता तरी वाटत नाहीये. बाबांच्या मनातील जखमा तर कधीच बुजणार नाहीत. त्यांच्या मनातील जगण्याची उमेद पार नाहीशी झालीये. जाणाऱ्या प्रत्येक दिवसाबरोबर ते अधिकाधिक क्षीण होत चालले आहेत. कणाकणानं मरत आहेत. मला वाटतं त्यांना आता फक्त लवकरात लवकर मरून आपली निराशा, दु:खं, संताप, अपमान संपून जावा असंच वाटतंय. त्यांची अशी घसरण होताना पाहून मनाला फार यातना होताहेत. त्यांचा आशावाद आणि प्रतिष्ठा परत मिळवून देण्यासाठी मी काही करू शकत नाहीये. ह्या विचारानं मला असाहाय्य वाटतंय. आई त्यांच्याकडं सगळं काही संपलंय अशा त्रयस्थ, त्रासिक नजरेनं पाहते आहे. तिची ती नजर त्यांच्या लक्षात येत नाहीये असं तिला वाटतंय; पण तिच्या त्या दोषारोपण करणाऱ्या नजरेला नजर द्यायचं धारिष्ट्य त्यांना होत नाही हे मला दिसतंय.'

'देवा बुद्धा, होणार तरी काय आहे बाबा आमचं? अर्थात काहीही झालं तरी मला माझं लक्ष माझ्या लेखनावर केंद्रित करायलाच हवं. लेखन हा माझा व्यवसाय तर आहेच, शिवाय माझ्या ह्या दळभद्र्या अस्तित्वाचं एकमेव ध्येयही आहे.'

'बाबा आणखी एक हरलेला सामुराई आहेत. संख्याशास्त्रातील आणखी एक संख्या. असे जीवनात हरलेले सामुराई रस्त्यारस्त्यावर पडले आहेत, ह्या विचारानं मन भयभीत होतं; पण फक्त आम्हालाच अपयश आलेलं नाही ह्या विचारानं धीरही येतोय.'

'काल आई बाहेरून घरी आली तेव्हा रडत होती. बाहेर तिला तिची छोटी राजकुमारी भेटली होती. इनाबाच्या प्रतिष्ठित सामुराई घराण्यातील राजकुमारी. आईनं तिला ती तान्ही असताना आपल्या दुधावर वाढवलं होतं. तिची देखरेख करत आपल्या आयुष्याचा एका तपाचा काळ घालवला होता. अशी ही लाडाकोडात वाढलेली राजकुमारी आता एका सामान्य कामगाराची बायको होती. भाग्यचक्राचे फेरे विचित्र असतात. क्षणांत रंकाचा राव होतो आणि रावाचा रंक. तिरस्कार वाटतो मला पैशांचा. पैसे माणसाचं किती अध:पतन करतात. पैशांसाठी माणसं किती वेड्यासारखी वागतात.'

शेवटी १२ जुलै, १८८९ला नोरीयोशींचा आजारपणाशी चाललेला सततचा संघर्ष संपला. दुपारी दोन वाजता त्यांचे प्राण त्यांची कुडी सोडून गेले. झिरझिरीत कागदांच्या शोजी पडद्यांमधून मावळत्या सूर्याची किरणं त्यांच्या घरात झिरपू लागली होती. मृत्युसमयी नोरीयोशींचं वय एकोणसाठ वर्षांचं होतं. त्यांच्या मृत्यूनं इचियोचं जीवनच बदलून टाकलं. केवळ सतराव्या वर्षी तिच्या कोवळ्या खांद्यांवर कुटुंबाला आधार देण्याची जबाबदारी येऊन पडली होती.

# १२

आपल्या जीवनाचा आधार असलेल्या वडलांच्या मृत्यूचा स्वीकार करणं इचियोला फार जड गेलं. कधी-कधी तर तिला आपल्या वडलांचा खूप राग येई. तिच्या आयुष्यात त्यांचं स्थान किती महत्त्वाचं आहे हे माहीत असूनही ते तिला असे अचानक सोडून गेले होते. त्यांच्या मृत्यूनं जणू तिला पोखरून काढलं होतं. वेगवेगळ्या भावनांच्या आवर्तात हेलकावे खाता-खाता आपले वडील आपल्याला कायमचे सोडून गेले आहेत आणि आता आपल्याला त्यांच्याशिवाय जगण्याची सवय करून घ्यायला हवी हे कठोर सत्य तिला पचनी पाडून घ्यावं लागलं.

नोरीयोशींच्या मृत्यूनंतर आठवडाभरानं इचियो हिशेबाची कागदपत्रं चाळून पाहू लागली. आपल्याकडे किती कमी पैसे उरले आहेत हे कळल्यावर ती पुरती धास्तावली होती. वडलांच्या शेवटच्या इच्छेनुसार माशिमो सेनोसुकेचा नातू, शिबुया सोबुरो ह्याच्याशी लग्न करून टाकावं की काय, असा विचारही तिच्या मनात येऊन गेला. नोरीयोशींना इडोला आल्यानंतरच्या सुरुवातीच्या काळात ज्यांनी आश्रय दिला होता, तेच हे माशिमो सेनोसुके होते.

नोरीयोशी मरणाच्या दारात असताना शिबुया त्यांना पाहायला आला होता.

"नत्सुकोशी लग्न कर. मी गेल्यावर तिची काळजी घे." मरताना नोरीयोशी पुटपुटले होते. दु:खानं व दयेनं भारावून जाऊन शिबुयानं मान हलवून त्यांना संमती दिली होती; पण हिगुची कुटुंबाची हलाखीची स्थिती पाहून ती जबाबदारी फार जड आहे, हे त्याला जाणवलं होतं. त्यामुळे नोरीयोशींचं दफन झाल्या-झाल्या त्यानं काढता पाय घेतला. तो एकदम दिसेनासाच झाला.

'आणखी एक वचनभंग,' इचियोनं आपल्या डायरीला सांगितलं होतं, 'पण खरं तर त्यामुळे मला सुटल्याचाच आनंद झाला आहे. शिबुयाच काय; पण मला कोणाशीच लग्न करायची इच्छा नाहीये. माझं लग्न होणं शक्य नाही, हे पुरेपूर पटलंय मला. आमच्या घरच्या गरिबीचा भार उचलायला कोण माणूस तयार होणार

आहे? माझ्या लिहिण्याच्या वेड्या प्रेमासकट मला कोण स्वीकारणार आहे?'

"मला वाटतं आपण सगळ्यांनी शिबाला तोरनोसुकेकडे राहायला जायला हवं," नोरीयोशीच्या मरणाचं, एकोणपन्नास दिवसांचं सुतक संपल्यावर फुरुया म्हणाली, "तुझे वडील गेल्यावर आपलं पूर्ण कुटुंब परत एकत्र यायला हवं. तो एकच तर पुरुष माणूस उरलाय आपल्या घरात."

"पण तो कसा आहे, ते तुला माहीतच आहे. आपलं त्याच्याशी पटत नाही हेही आपल्या सगळ्यांना माहीत आहे. आई, आपण सगळे एकत्र राहू तरी शकू का? आपण पुन्हा एकत्र आलो तर परत भांडण-तंडण सुरू होईल. घरातली शांती नाहीशी होईल." आईला विरोध करत कुनिको म्हणाली.

"गप्प बस बरं कुनी!" कुनिकोला दटावत इचियो म्हणाली, "आई म्हणतेय ते खरं आहे. ह्या स्थितीत आपण एकमेकांना धरून राहायला हवं. निदान तसं करायचा प्रयत्न तरी करायला हवा. तोरनोसुके बदलेल, काहीतरी बनून दाखवेल अशी आशा तर आपण करू शकतो ना? त्याची निरीक्षणशक्ती खूप चांगली होती. त्याची चित्रकला चांगली होती. आपल्या भावाला आपण आपलं कुटुंब सावरायची संधी द्यायला काय हरकत आहे?"

खालचा ओठ दातानं दाबून धरून कुनिको गप्प बसली; पण तिच्या डोळ्यांत टचकन पाणी आलं. तिच्या मनात आपल्या मोठ्या बहिणीबद्दल अपार आदर होता. त्यामुळे ती इचियोच्या मनाविरुद्ध कधीच काही करत नसे; पण पूर्ण कुटुंबानं तोरनोसुकेकडं जाण्याची, जुन्या जखमा परत उकरून काढून दु:खीकष्टी होण्याची कल्पना तिला अजिबात आवडली नव्हती. केवळ आपल्या मोठ्या बहिणीबद्दलच्या आदरामुळेच तिनं आपल्या जिभेला आवर घातला.

"तू म्हणतेयस ते खरं आहे. आपण सगळ्यांनी मिळून एकत्र राहायला हवं. तोरनोसुकेबद्दल उगाचच शंका घेतली मी," शेवटी कुनिको पुटपुटली, "बाबांच्या मृत्यूमुळे कदाचित तो एक जबाबदार माणूस होईलही!"

पण फुरुया आणि इचियोच्या अपेक्षेप्रमाणे काहीही घडलं नाही. इचियोला आणि सगळ्यांनाच कळून चुकलं की, तोरनोसुकेमध्ये कणभरही बदल झालेला नव्हता. तो आधी होता तसाच मुलखाचा आळशी, बेजबाबदार आणि पार वाया गेलेला मुलगा होता. घरच्या त्या एकुलत्या एका पुरुषाकडून कोणत्याही आधाराची अपेक्षा करता येणार नव्हती. इचियोला जड मनानं समजून घ्यावंच लागलं की, हिगुची कुटुंबाला सावरायची जबाबदारी आता घरातील स्त्रियांवरच पडलेली होती. शांतपणे निवृत्तीचं आयुष्य घालवायच्या फुरुयाच्या इच्छेवर त्यामुळे वज्राघातच झाला होता.

इचियो अजूनही हागिनोयाच्या काव्यविद्यालयात शिकण्यासाठी जात होती; पण घरातील आर्थिक विवंचना व भावाच्या आळशी, बेफिकिर वागण्याशी सतत

लढा देत राहिल्यानं तिच्यातील आधीची चमक व आवेशात्मक उत्साह कमी होत चालला होता.

आपल्या अत्यंत तल्लख विद्यार्थिनीची उदासीनता नकजिमाबाईसाहेबांच्या लक्षात आली. एक दिवस त्यांनी इचियोजवळ जाऊन अत्यंत हळुवारपणे विचारलं, "इचियो, हल्ली तू फारच निराश, उदास दिसतेस. तुझे वडील गेल्यानंतर घरी काही अडचणी निर्माण झाल्या आहेत का?"

साधारणपणे इचियो आपल्या जीवनातील अडचणी गप्प राहून सहन करत असे; पण त्या वेळी मात्र तिच्या सहनशक्तीचा बांध फुटला. आपल्या अडचणी समजून घ्यायला, आपल्याला मानसिक आधार द्यायला कोणीतरी पुढे आलं आहे, ह्या विचारानं तिला भरून आलं होतं. तिनं आपल्या कुटुंबाच्या आर्थिक अडचणी नकजिमाबाईसाहेबांना सांगितल्या. आपल्या कुटुंबाच्या अशा अडचणीच्या वेळी हागिनोयाला शिकत राहण्यात आपल्याला किती अपराधी वाटतंय हेही सांगितलं.

आपल्या प्रिय विद्यार्थिनीचं बोलणं शांतपणे ऐकून घेतल्यावर नकजिमाबाईसाहेबांनी तिच्या खांद्यावर हात ठेवला अन् तिला दिलासा देत त्या म्हणाल्या, "नत्सुको, शांत हो. माझ्याजवळ तुझ्या ह्या समस्येवर तोडगा आहे, असं वाटतं. तुझ्या लक्षात आलं असेल की, इथलं काम फार वाढत चाललंय. ते सांभाळायला मला एका मदतनीसाची गरज आहे. तू इथं राहायला येऊन मला मदत करशील का?"

वडलांच्या मृत्यूनंतर पहिल्यांदाच इचियोला जिवंतपणाची सळसळ जाणवली. आधी तर तिचा आपल्या कानांवर विश्वासच बसला नाही; पण मग नकजिमांच्या बोलण्यामागची उदार सहृदयता लक्षात येऊन तिची छाती जोरात धडधडू लागली. तिनं हागिनोयामध्ये त्यांच्याबरोबर राहावं, त्यांना मदत करावी असं त्यांनी तिला सुचवलं होतं. नकजिमांसारख्या श्रेष्ठ कवयित्रीबरोबर एका छताखाली तिला राहायला मिळणार होतं. त्यांच्याबरोबर काम करायची संधी तिला मिळत होती – "देवा, इतकं चांगलंही कधी माझ्या आयुष्यात घडू शकतं का रे?" ती स्वत:शी पुटपुटली.

"म्हणजे इथं हागिनोयामध्ये तुमच्याबरोबर राहायचं?" इचियोनं थरथरत्या आवाजात विचारलं होतं.

"हो, तसंच म्हणायचंय मला," नकजिमांनी दिलदारपणे मान हलवली होती. त्या मानेवर त्यांच्या काळ्याभोर तकतकीत केसांचा फार व्यवस्थितपणे बांधलेला अंबाडा होता. त्यांचे केस असे सैलसरपणे बांधलेले असायचे की वाटायचं, आता सुटेल की काय तो अंबाडा; पण गंमत म्हणजे त्यातील एकही केस इकडचा तिकडे व्हायचा नाही.

"इथं माझ्याबरोबरच राहा तू. हे काव्यविद्यालय सांभाळायला मला मदत कर. पुढे-मागं मी तुला एखाद्या मुलींच्या शाळेत शिक्षिकेची नोकरी लावून देईन. बऱ्याच

मुलींच्या शाळांत माझ्या शब्दाला मान आहे.'' नकजिमाबाई म्हणाल्या.

''बाई, काय बोलू? तुमच्या शब्दांनी मला भरून आलंय बघा. काय बोलावं तेच समजत नाहीये,'' इचियो कृतज्ञतेनं म्हणाली. आश्चर्याच्या त्या सुखद धक्क्यातून तिचं मन अजूनही बाहेर आलं नव्हतं.

''तूर्तास तू माझे आभार मानू शकतेस,'' मानेला एक झटका देत त्या म्हणाल्या. हे बोलताना त्यांच्या डोळ्यांत एक वेगळीच चमक होती.

शेवटचा तास संपताच इचियो धावत-धावत घरी गेली. परिस्थितीशी झुंज देऊन थकत चाललेल्या तिच्या कुटुंबीयांच्या दृष्टीनं ही बातमी फारच आशादायक होती. समाजात मानमान्यता मिळालेल्या एवढ्या मोठ्या कवयित्रींबरोबर त्यांच्या नत्सुकोला राहायला मिळणार होतं. एवढंच नाहीतर नकजिमाबाईंनी मुलींच्या एखाद्या चांगल्या शाळेत तिला नोकरी लावून देण्याचं आश्वासनही दिलं होतं. तसं झालं तर तिच्या कुटुंबाला मोठा आधार मिळणार होता. दुहेरी फायद्याची ही सोन्याची संधी तिच्याकडं आपणहून चालत आली होती. अचानक झालेल्या ह्या लाभानं इचियोचं मन हरखून गेलं होतं. 'बुद्ध देवानं ऐकली वाटतं आमची प्रार्थना', डोळे मिटून ती मनातल्या मनात म्हणाली.

नकजिमाबाईंनी दिलेल्या संधीमुळे फुरुया व कुनिकोला आनंदच झाला होता, पण परिस्थितीच्या चटक्यांनी पोळलेल्या त्या घरात त्यापुढे इचियोचा शांत आश्वासक वावर असणार नाही, हेही त्यांच्या लक्षात आलं होतं. तोरानसुकेच्या बेजबाबदार वागण्यानं आणि न संपणाऱ्या आर्थिक विवंचनांनी घरात शांतता अशी राहिलीच नव्हती. तरुण मुलीनं असं घरापासून दूर राहण्याची कल्पना न भावल्यानं 'नकजिमांना नाही म्हण', असं इचियोला सांगायचं फुरुयाच्या जिभेवर आलं होतं; पण आता परंपरागत रीतिरिवाजांना चिकटून राहण्याची चैन त्यांना परवडण्यासारखी नव्हती. नकजिमांनी म्हटल्याप्रमाणे हागिनोयात राहिल्यानं इचियोला मुलींच्या शाळेत शिक्षिकेची नोकरी मिळण्यासारखी असती, तर त्यांना इचियोला जाऊ द्यावं लागणार होतं.

फुरुयानं दुःखाचा, नाराजीचा कढ मनातच दाबून ठेवला आणि जरा जास्तच उत्साह दाखवत म्हटलं, ''फारच छान बातमी आहे गं ही. तुझ्या चांगल्या कपड्यांची जमवाजमव करायला पाहिजे आता. नाहीतर त्या श्रीमंत घरात तू भांडी-धुणं करणारी एखादी कामवाली वाटायचीस.''

काही आठवड्यांनी आईनं म्हटलेल्या त्या शब्दांमधील कटू सत्य फार दारुणपणे इचियोच्या प्रत्ययास येणार होतं, पण त्या रात्री मात्र आपलं आयुष्य कोणत्या वळणावर आहे ह्याची तिला यत्किंचितही कल्पना नव्हती.

...इचियोला निरोप देण्याचा कडू-गोड प्रसंग तिच्या कुटुंबीयांनी उत्साहानं साजरा केला. फुरुयानं खारवलेल्या माशांचं कालवण मोठ्या आनंदानं केलं. अशाच

एखाद्या चांगल्या प्रसंगासाठी तिनं ते मासे मोठ्या मुश्किलीनं राखून ठेवले होते. त्या रात्री कुनिकोलासुद्धा थोडंसं मद्य घ्यायची परवानगी दिली गेली. फार दिवसांनी घरी आलेली ती पहिली-वहिली चांगली बातमी आपल्यासाठी सुखाची, आनंदाची दालनं खोलणार आहे ह्या कल्पनेनं, दारूच्या धुंदीत त्यांनी अंथरुणावर पाठ टेकली.

त्या रात्री इचियोला शांत झोप लागली. तिच्या स्वप्नात तिचे बाबा आले होते. तिच्या काव्यलेखनाला, काव्यवाचनाला मनमुराद दाद देणारे तिचे बाबा. विद्वानांनी तिची वाहवा केली की, बाबांच्या चेहऱ्यावर एक प्रोत्साहक, उदार स्मित असे. साहित्यसभांमध्ये ती काव्यवाचन किंवा अन्य साहित्यिक वाचन करत असे; तेव्हा तिच्या आवाजात इतका आवेश असे की, त्यामुळे तिचं लहानसं पक्ष्यासारखं असलेलं शरीर थरथरू लागे. तिचे वडील खूपदा मजेत म्हणत की, इचियोला मिळालेल्या प्रतिभेच्या ओझ्यामुळे तिचे खांदे आताच थोडे वाकल्यासारखे झाले आहेत.

त्या रात्रीचं ते स्वप्न आणि त्यातले बाबा इतके खरेखुरे वाटत होते की, इचियो जागी झाली तेव्हा तिला वाटलं की, आठवडाभराच्या तिच्या वाचनासाठी व संशोधनासाठी तिला लागणारी पुस्तकं हातात घेऊन नोरीयोशी तिच्या जवळच उभे आहेत. तिच्याकडं कौतुकानं, अभिमानानं पाहत आहेत; पण शेजारी देवदूतासारख्या शांत, सुंदर चेहऱ्याची कुनिको तेवढी झोपलेली होती. म्हणजे ते केवळ एक स्वप्न होतं. तिची साहित्यिक जडणघडण करणाऱ्या, तिच्या जीवनाचं ध्येय ठरवणाऱ्या, तिचा आधारस्तंभ असलेल्या नोरीयोशींना भेटण्याच्या तळमळीमुळेच तिला ते स्वप्न पडलं होतं.

## १३

१८९०च्या मे महिन्यातील एका सुंदर सकाळी, मनात खूप उत्साह आणि नव्या आशा घेऊन इचियो हागिनोयामध्ये राहायला गेली. अजून वसंत ऋतूच होता; पण हागिनोया काव्यविद्यालयाच्या त्या भव्य इमारतीभोवती उन्हाळ्यात फुलणाऱ्या जांभळ्या-गुलाबीसर अझेइल्या फुलांना बहर आला होता. त्या जुन्या भव्य इमारतीत आता-आतापर्यंत तोकुगावा राजवंशाच्या मिटो शाखेचे वंशज राहत होते.

"अझेइल्याची फुलं ह्या वर्षी किती लवकर फुललीयेत!" नीट राखलेल्या अझेइल्याच्या झुडपावर वाकून त्यांचा सुगंध नाकात भरून घेत इचियो म्हणाली, "जणू काही उन्हाळ्यापर्यंत त्यांना वाट बघवत नाही. जगण्याचा उत्साह ओसंडून वाहतोय त्यांच्यात. आज माझंही तसंच झालंय."

त्या अतिसुंदर दिवसाची जादू म्हणा की, रंगांची लयलूट करणाऱ्या वसंत ऋतूतील त्या फुलांचा प्रभाव, इचियोचं मनही आशेनं बहरलं होतं. हागिनोयाची ती जुनाट भव्य वास्तू, तीत तिला लाभणार असलेला नकजिमांसारख्या महान कवयित्रीचा सहवास, त्यांचं मिळू शकणारं अमूल्य मार्गदर्शन. तिला वाटलं आपलं भाग्यचक्र नक्कीच पालटणार आहे. "इथं मिळणाऱ्या प्रत्येक संधीचं मी सोनं करेन," इचियोनं स्वत:ला आणि काळाला वचन दिलं.

पण हाय! हागिनोयात येऊन महिना होण्याच्या आतच तिच्या मनातील आशा निराशेत बदलू लागली होती. तिच्या डायरीत तिच्या मन:स्थितीचं स्पष्ट प्रतिबिंब दिसून येतं.

'परत एकदा माझ्या विश्वासाला तडा गेला आहे. ह्या वेळी तो तडा माझ्या प्रिय काव्यगुरू नकजिमासानमुळे गेलेला आहे. माझ्या कल्पनेतील नकजिमासान आणि प्रत्यक्षातील नकजिमासानयामध्ये जमीन-अस्मानाचा फरक आहे. जवळ-जवळ रोज रात्री मी त्यांना छानछोकीचे कपडे आणि लखलखीत दागिने घालून आपल्या आवडत्या माणसांबरोबर नाचताना, खिदळताना, हैदोस घालताना पाहते आणि

शेवटी त्यांना आवडलेल्या माणसाबरोबर त्या आपल्या खोल्यांमध्ये नाहीशा होतात.'

'माझ्या स्वत:च्या बाबतीतही मला वाटलं होतं तसं काहीच घडत नाहीये. माझा सगळा वेळ शिकण्या-शिकवण्यापेक्षा झाडलोट आणि स्वयंपाकपाणी करण्यातच जात आहे. मी नकजिमासानची मोलकरीण आणि स्वयंपाकीण बनत चालले आहे. ह्याच्यासाठी नव्हते काही आले मी इथे.'

इचियो हागिनोयामध्ये गेल्याने घरच्या सगळ्या कामांचा भार कुनिकोवर पडला होता. त्याबाबतीत कुनिकोची काहीच तक्रार नव्हती. आपल्या मोठ्या बहिणीनं घरकामात बुडून न जाता, पुस्तकांच्या सहवासात राहावं, लेखनात लक्ष घालून खूप मोठी लेखिका व्हावं, उदंड कीर्ती मिळवावी अशीच तिची इच्छा होती. खरं तर इचियोच्या आयुष्यातील शेवटच्या क्षणापर्यंत आपल्या बहिणीची काळजी घेणं, तिच्या लेखनकामात तिला सर्वतोपरी मदत करणं, हे कुनिकोनं आपल्या आयुष्याचं ध्येय मानलं होतं.

पण इकडं हागिनोयामध्ये स्थिती सुधारण्याऐवजी बिघडतच चालली होती. इचियोला आपण सामुराईची मुलगी आहोत, ह्या गोष्टीचा रास्त अभिमान होता, त्यामुळे धुण्याभांड्याची बाई असल्यासारखं वागवलं जाणं, तसंच त्या भव्य इमारतीच्या नोकरांच्या हिश्श्यात राहायला लागणं तिला फार खुपत होतं; पण स्वाभिमानामुळे इतक्या लवकर हार स्वीकारणंही तिला जड जात होतं. त्यामुळे नकजिमाबाई लवकरच आपलं वचन पूर्ण करतील, आपल्याला एखाद्या छानशा शाळेत नोकरी लावून देतील अशी मनाची समजूत घालत, शारीरिक श्रम, दु:ख व अवहेलना सहन करत ती तिथंच राहिली.

पण दिवसांमागून दिवस, आठवडे व महिने लोटले, तेव्हा इचियोला उमजलं की, नकजिमाबाई हळूहळू पण मुद्दामच तिच्या सर्व साहित्यिक संधी तिच्यापासून हिरावून घेत होत्या. ह्या सगळ्या गोष्टींमुळे तिचा आत्मविश्वास इतका कमी झाला होता की, क्वचित कधी तिला कविसंमेलनात भाग घेण्याचं निमंत्रण मिळालं तरीही त्यात उत्साहानं भाग न घेता, ती गुपचूप बसून राहून फक्त श्रोत्याची भूमिका बजावत असे.

'मला मागे टाकण्यात येत आहे. माझी घसरण होत असताना बाकीच्या मुलींना मात्र भराभर वर जाण्यासाठी भक्कम टेकू लावले जात आहेत. ह्या बाबतीत त्यांना आपल्या धनाढ्य परिवारांची मदत होत आहे. मला मागं टाकून सगळ्या धडाधड पुढे जात आहेत.'

'काय दैवदुर्विलास आहे! माझ्या सर्व साहित्यिक जाणिवा हळूहळू बोथट करून टाकल्या जात आहेत. लेखणी घेऊन अप्रतिम साहित्य रचणारा माझा हात, केवळ केरवारा, धुणीभांडी आणि घरातली न संपणारी रटाळ कामं करत आहे आणि

हे सर्व घडत आहे, एका अत्यंत महान प्रतिभा असलेल्या कवयित्रीच्या घरात!''

'माझ्या मागे श्रीमंत, प्रतिष्ठित कुलाचा पाठिंबा नसल्यामुळेच नकजिमाबाईसाहेब हे सर्व करायला धजत आहेत. माझ्या मनात आता त्यांच्याबद्दल तिळभरही आदर राहिलेला नाही. मला लवकरात लवकर इथून बाहेर पडलंच पाहिजे, नाहीतर माझ्या साहित्यिक भवितव्याची इथंच इतिश्री होईल.'

'काल रात्री परत माझ्या स्वप्नात बाबा आले होते. फुकटची मोलकरीण बनून मी आपल्या मानसन्मानाला पायदळी तुडवत आहे म्हणून मला रागावत होते. ते मला डोळ्यांत पाणी आणून सांगत होते की, कितीही खडतर परिस्थिती असली तरी तू लिहिणं कधीही थांबवू नकोस.'

वडील वारंवार स्वप्नात येत असल्यानं इचियो हैराण व उदास झाली होती. नकजिमांच्या घरातील आपली दु:स्थिती सहन करणंही हळूहळू तिच्या सहनशक्तीच्या पलीकडे जाऊ लागलं होतं. अखेर नकजिमांच्या बाबतीत पूर्ण भ्रमनिरास होऊन इचियो हिवाळ्याच्या सुमारास परत आपल्या घरी आली. हागिनोयातील तिच्या आयुष्याबद्दल आणि तिथं तिनं मिळवलेल्या साहित्यिक यशाबद्दल कोणी काही विचारेल ह्या भयानं ती नेहमी आक्रसलेली असे.

काहीच महिन्यांपूर्वी तर ती हागिनोयाला गेली होती. तेव्हा आशेनं, आनंदानं तिच्या मनाला जणू पंख फुटले होते; पण आता ती पंखातलं बळ संपल्यासारखी, जड मनानं घरी परतली होती.

शिक्षिकेची नोकरी मिळवून आपल्या घराचा भक्कम आधार बनण्याच्या आशेनं हागिनोयाला गेलेल्या इचियोचा भ्रमनिरास झालेला आहे, हे कुनिकोला जाणवत होतं; पण तिनं चकार शब्दानं तिला काही विचारलं नाही. इचियोला काहीही न विचारण्याबद्दल, तिच्या मनाप्रमाणे वागू देण्याबद्दल तिनं फुरुयालाही बजावून सांगितलं होतं. इचियो आधी घरात नव्हती आणि आता लेखनात पूर्ण बुडून गेल्यामुळे तिचं घराकडं लक्ष नव्हतं. अशा परिस्थितीत हिगुचींचं घर चालवण्याची जबाबदारी आपोआपच कुनिकोवर येऊन पडली. त्यासाठी आवश्यक असलेली धीमी व आग्रही वृत्ती कुनिकोनं शांतपणे आत्मसात केली. नोरीयोशीबरोबर केलेल्या तीस-पस्तीस वर्षांच्या संसारामुळे आणि नंतर त्याच्या मृत्यूनं निर्माण झालेली पोकळी भरून काढण्याच्या प्रयत्नांमुळे फुरुयाची सर्व शक्ती संपून गेली होती. म्हणूनच तिनं कुटुंब चालवायची सगळी सूत्रं मोठ्या आनंदानं आपल्या धाकट्या मुलीच्या हातात दिली. आतासुद्धा इचियोच्या बाबतीतील कुनिकोचा सल्ला तिनं बिनविरोध मानला. हागिनोयातील वास्तव्याबद्दल इचियोला तिनं एकही प्रश्न विचारला नाही.

आपल्या गरीब कुटुंबीयांनी आपल्याला ज्या सहजपणे परत सामावून घेतलं त्याबद्दल इचियो त्यांची मनापासून ऋणी होती. तिच्या कुटुंबीयांनी तिच्यावर कधीही

काहीही सांगायची जबरदस्ती केली नव्हती. तसंच तिनं सांगितलेल्या गोष्टीही त्यांनी आपुलकीनं ऐकून घेतल्या. आपल्या आईचं आता वय झालं आहे आणि वयानुसार तिचा तापट स्वभाव आणि सगळ्यांवर हुकूमत गाजवण्याची धडपड आता थंडावली आहे हे तिच्या लक्षात आलं. युद्धात लढून हरलेल्या योद्ध्याप्रमाणे ती आता थकली होती आणि आधारासाठी तिनं कुनिकोचा हात घट्ट धरून ठेवला होता.

'बिच्चारी माझी आई! खूप श्रीमंत बनण्याचा हव्यास असणारा नवरा. त्यानं तिला सतत आपल्या मर्जीनुसार नाचायला लावलं आणि एक कुनिको सोडली, तर बाकी सगळ्या मुलांनी तिच्या मनाला घोरच लावला. माझं भविष्य अजून अधांतरीच आहे. ना माझी साहित्यिक महत्त्वाकांक्षा फळाला आलीये, ना माझ्या लग्नाचा काही पत्ता आहे. म्हणूनच आईच्या चेहऱ्यावर सारख्या चिंतेच्या रेखा असतात. डायरी गं, माझ्या कुटुंबाला आधार देण्यासाठी, मला कोणतं का असेना पण काम शोधलं पाहिजे. आम्हाला इथून आपलं बस्तान हलवलंच पाहिजे. इथं काहीच काम मिळण्यासारखं नाही.'

दुसऱ्याच दिवशी इचियोनं हा विचार फुरुयाला सांगितला; पण वारंवार घरं बदलायला लागल्यानं फुरुया वैतागली होती. तिला इचियोचा विचार फारसा पसंत पडला नाही.

"आई, आपल्यासारख्यांसाठी नाहीये गं हे शहर." आईच्या हट्टापुढे हात टेकत इचियो म्हणाली होती, "आपण होंगोला जाऊ या. तिथले आपले दिवस सुखाचे होते. शिवाय ते गाव फुजी आणि तुला आई मानणाऱ्या इनाबा को च्याही जवळ आहे. आपल्याभोवती आपली काळजी घेणारी माणसं तरी असतील तिथं. मला तरी वाटतं की, तिथं जाणंच चांगलं आहे. आई, इथून बाहेर पडू या गं. आपण परत होंगोला जाऊ या."

शेवटी फुरुयाची समजूत पटली. तिनं इचियोचं म्हणणं ऐकलं. सामानाची बांधाबांध करून हिगुची कुटुंब होंगोला परत गेलं. काही वर्षांपूर्वी त्यांनी तिथंच आपलं आयुष्य नव्यानं सुरू केलं होतं; पण ह्या वेळी कुटुंबाचा खंबीर आधारस्तंभ, असलेले नोरीयोशी त्यांच्याबरोबर नव्हते. त्यांची उणीव कधीच भरून निघण्यासारखी नव्हती.

हागिनोयातून इचियो निघून गेल्यानंतर काही दिवसांतच आपल्या काव्यविद्यालयाला इचियोची किती गरज होती, हे नकजिमांच्या लक्षात आलं. थोडी फार मनधरणी केल्यानंतर, आधीच्या महिन्यांचा कडवट अनुभव बाजूस ठेवून, इचियोनं हागिनोयात दर शनिवारी शिकवण्यासाठी जायचं मान्य केलं. अजूनसुद्धा तिच्या मनात एक अंधूकशी आशा होती की, नकजिमाबाईसाहेबांच्या शिफारशीनं तिला एखाद्या मुलींच्या शाळेत शिक्षिकेची कायमस्वरूपी नोकरी मिळेल. कुटुंबातील आर्थिक चिंता दूर

करण्याचा तोच काय तो बऱ्यापैकी मार्ग होता.

पण हागिनोयात जाण्या-येण्यानं ह्याही वेळी इचियोच्या हाती काही लागलं नाही. शेवटी तिन्ही हिगुची स्त्रियांनी, सामुराईंच्या इभ्रतीला साजेलसं राहण्याची धडपड सोडून दिली. अन्न-वस्त्र-निवारा ह्या प्राथमिक गरजा भागवण्यासाठी त्यांनी शिंपीकाम व परीटकाम करायचं ठरवलं. लहान-लहान सुयांमध्ये दोरे ओवून करायच्या शिवणकामामुळे इचियोच्या डोळ्यांचा नंबर आणखी वाढला. पाण्यात तासन्तास हात घालून कपडे धुवायची सवय नसल्यानं व कपडे धुण्यासाठी वापरण्यात येणाऱ्या साबणाच्या चुऱ्यामुळे तिच्या हातांवर लाल-लाल चट्टे पडायला लागले.

आपल्या बहिणीचे अभ्यासू हात अशा तऱ्हेनं खडबडीत, खरखरीत होताना पाहून कुनिकोच्या मनात प्रचंड खळबळ उडत असे. एकदा तर तिनं इचियोला परीटकाम सोडूनच देण्यास सांगितलं, ''मी करेन ते काम,'' इचियोला दिलासा देत ती म्हणाली.

''नत्सु, माझ्यात कोणतीही कला नाहीये. शिवाय मला अशी कामं करायची सवय आहे. मी आणि आई मिळून करू हे धोबीकाम.'' कुनिको विनवणीच्या सुरात म्हणाली, ''बघ ना, तुझे हात कसे लाल-लाल सोलल्यासारखे झालेत. शेवटी लेखणी उचलायची शक्ती राहणार नाही त्यांच्यात. ते काही नाही. ही धुण्या-बिण्याची कामं आम्ही करू. तू फक्त लिहायचंस. बाबांची हीच इच्छा होती आणि मला माहीत आहे, कधी काळी जपानची सर्वश्रेष्ठ लेखिका होण्याचं तुझ्या लेखणीत सामर्थ्य आहे. तुझ्यावर आणि तुझ्या लेखणीवर माझा पूर्ण विश्वास आहे. कितीदा तरी मला भास होतो की, तुझा चेहरा काळाच्या लाटांवर स्वार होऊन पुढे-पुढे चालला आहे. आपल्या देशातील अविस्मरणीय चेहरा ठरला आहे. मला माहीत आहे, ऐकायला वेड्यासारखं वाटतंय हे आज; पण माझा आभास मला इतका खरा वाटतो की, कधी काळी तो खराच होणार आहे असं वाटतं. माझं ऐकून ठेव, माझा हा आभास पुढे सत्य होईल.''

''कुनिको, तुझं बोलणं ऐकायला फार गोड आहे गं; पण ही अंगमेहनतीची कामं तुम्हा दोघींवर टाकून, आपल्या बुद्धिमत्तेचा बहाणा करून मी स्वप्नांमागे धावत बसणार नाही,'' इचियो म्हणाली, ''माझ्यात लेखनप्रतिभा आहे, हे कबूल करण्याची मला अजिबात लाज वाटत नाही; पण तिचा उपयोग आतासारखा फक्त मानमान्यता मिळवण्यासाठी किंवा स्वत:च्या समाधानासाठी नाहीतर मी पैसे मिळवण्यासाठी करेन. आपल्या कुटुंबातील कोणालाही फक्त स्वत:चं सुख पाहता येणार नाही. म्हणूनच मी ह्यापुढे फक्त पैसे मिळवण्यासाठी लिहायचं असं ठरवलंय. मी आपल्या जीवनावर, सभोवतालच्या समाजावर, त्यांच्या समस्यांवर आधारित कादंबऱ्या लिहीन. लोकांना काय आवडतं ते लिहीन. मग माझं साहित्य विकलं जाईल.

कुनिको, तू म्हणतेयंस ते खरं आहे. स्वप्न पाहण्याची वेळ आता संपून गेलीये. खऱ्याखुऱ्या गोष्टींवर, वास्तव जीवनावर आधारित साहित्य लिहिलं गेलं पाहिजे. विकलं जाणारं साहित्य लिहायला पाहिजे आता. मी असं साहित्य लिहिलं पाहिजे, जे प्रकाशकाला प्रसिद्ध करावं वाटेल. दुसरा कोणताही मार्ग आता उरलेला नाही.''

त्यानंतर इचियो जास्तच गंभीरपणानं डायरी लिहू लागली. कादंबरीच्या क्षेत्रात नव्यानं पदार्पण करू इच्छिणाऱ्या तिच्यासारख्या लेखिकेला डायरीलेखनाचा खूप उपयोग झाला असता. मानमान्यता व प्रसिद्धीसाठी तिला कराव्या लागणाऱ्या लांबवरच्या प्रवासात ती तिची शिदोरी ठरली असती. आयुष्यातील सर्व घडामोडींची, निरीक्षणांची व प्रयत्नांची ती आपल्या डायरीत सविस्तर नोंद करत होती. आपल्या मनात उठणाऱ्या सर्व भावभावना ती कोणताही आडपडदा न ठेवता नोंदवून ठेवत होती. डायरी लिहिताना, खऱ्या जीवनातील कोणत्याही अडचणी, मर्यादा तिच्या मार्गात येत नव्हत्या. आपलं मन ती मनमोकळेपणी डायरीत व्यक्त करत होती.

'माझं मन फार लहरी आहे. त्यातील भावना फार हट्टी आहेत; पण मनातील भावना मनातच दाबून ठेवल्या तर मन कडवटपणानं भरून जातं असं म्हणतात. माझ्या मनात दुःख, आनंद, निराशा, भीती, अभिमान अशा कितीतरी भावना उसळत असतात. कधीकधी त्या असह्य होतात. त्या सर्व भावनांचं ओझं मी डायरीत टाकून देणार आहे. नाहीतर त्यांच्या भाराखाली मी गुदमरून जाईन, मरून जाईन.' डायरीत वेगवेगळ्या नोंदी करण्यामागची आपली भूमिकाच तिनं वरील ओळींमध्ये लिहिली आहे.

गरिबीनं गांजलेल्या तिच्या दुःखी, खिन्न आयुष्याचं प्रतिबिंब इचियोच्या विशेषतः सुरुवातीच्या लिखाणात पडलेलं दिसून येतं. तिच्या 'इन द शेड ऑफ स्प्रिंग लीव्हज' (वासंतिक पालवीच्या छायेत) ह्या पहिल्या-वहिल्या साहित्यिक कृतीत ती लिहिते –

''मला समजा राहता आलं असतं
वासंतिक पालवीच्या छायेत,
जगातील मोहभंगाच्या
निराशेच्या कडक उन्हाऐवजी!!''

पण १५ एप्रिल, १८९१ला नकाराई तोसुई नावाचा एक उमदा अन् तरुण कादंबरीकार तिला भेटला आणि तिचं जणू जगच बदलून गेलं. त्याच्याबद्दलच्या आपल्या भावना तिनं स्पष्टपणे लिहून ठेवल्या आहेत.

'तोसुईसाहेबांना पाहून क्षणभर माझा श्वासच बंद पडला. त्यांचं व्यक्तिमत्त्वच

एवढं प्रभावशाली आहे. त्यांना पाहताच माझी छाती अननुभूत भावनांनी दडपून गेल्यासारखी होते. ह्या माणसाचा माझ्या वेड्या मनावर इतका प्रभाव आहे की, त्याच्या तुलनेत मसाओ मला एक छोटासा बच्चा वाटतो. त्यांना पाहताच माझ्या तन-मनातील अणूरेणू जिवंत होऊन नाचू लागतो.'

तसं पाहिलं तर नकाराई तोसुईला इचियोनं फारच वेगळ्या संदर्भात पाहिलं होतं. त्याच्या घरी ती त्या घरच्या लोकांचे धुवायचे व शिवायचे कपडे आणायला जायची; पण काहीच वेळा तिथं गेल्यावर तिच्या लक्षात आलं की, देखण्या नकाराईला ती एक शिंपीण म्हणून नाहीतर उमेदीची लेखिका म्हणून भेटू इच्छितेय. स्वतःच्या मनात तुंबून राहिलेल्या भावनांना तिला मोकळीक करून द्यायची होती.

"मला भेटायचंय त्याला. पण कशी भेटू?" कुनिकोसमोर आपलं मन मोकळं करत इचियो म्हणाली, "त्याचं एकही पुस्तक वाचलं नाहीये मी आजवर; पण माझी मैत्रीण किकुको नोनोमिया खूप तारीफ करत असते त्याच्या पुस्तकांची. त्यावरून वाटतंय की, तो एक चांगल्यापैकी लेखक आहे. कुकिको त्याच्या प्रेमात पडलीये हे सगळ्यांना माहीत आहे. कदाचित त्यामुळेच त्यांचं सगळंच तिला छान वाटतं. मला त्याचं देखणं, रुबाबदार रूप तेवढं माहीत आहे. एक लेखक म्हणून तो कसा आहे हे मला अजिबातच माहीत नाहीये; पण हरकत नाही. त्याचं नाव आहे. त्याच्या आधारानं लेखिका म्हणून मोठं व्हायला मला आवडेल. शिवाय तुझ्यासमोर हे कबूल करायला मला जराही लाज वाटत नाहीये कुनिको. अगं, मीही त्याच्या प्रेमात वेडी होऊ लागलेय. मला वाटतं इथल्या जवळजवळ सगळ्या मुली त्याच्यावर फिदा आहेत."

कितीही प्रयत्न केला तरी इचियो, नकाराई तोसुईला आपल्या मनातून काढून टाकू शकली नाही. शेवटी तिनं ठरवलं की, काहीतरी करून त्याच्याशी ओळख करून घ्यायचीच. त्यासाठी ती किकुकोच्या मागे लागली. किकुकोनं पहिल्यांदा टाळाटाळच केली, पण फिकट रंगाचा किमोनो घालणारी, केसांचा गच्च अंबाडा बांधणारी आणि पक्ष्यासारख्या चिंचोळ्या चेहऱ्याची इचियो आपल्या प्रियकराचं मन तिच्याकडे आकर्षित करून घेणार नाही, याची खातरी पटल्यावर शेवटी तिनं इचियो आणि नकाराई तोसुईची भेट घडवून आणली.

नकाराई तोसुईला एक शिंपीण किंवा धोबीण म्हणून नाहीतर त्याच्यासारखीच एक लेखिका म्हणून भेटण्याची परवानगी अखेर इचियोनं मिळवली. उन्हाळ्यातील एका दुपारी ती त्याच्या बागेतील रस्त्यावरून चालली होती. नुकताच वळवाचा एक पाऊस पडून गेल्यानं हवेत थोडासा गारवा होता. नकाराईला भेटण्याच्या कल्पनेनंच इचियोचा रोमन्‌रोम पुलकित झाला होता. ती इतकी उत्कंठित झाली होती की, तिला श्वास घेणंही जड जात होतं. तिला खातरी होती की, नकाराईसमोर ती एखाद्या वेडपट मुलीसारखी वागणार होती.

...नकाराईच्या घरी इचियोला बैठकीच्या खोलीत बसवण्यात आलं. नकाराईनं तिथं येताच तिचं फार प्रेमानं स्वागत केलं. खरं म्हणजे त्या क्षणी त्या तरुण लेखकाच्या मनात, त्या ओघळलेल्या खांद्यांच्या, अत्यंत साधारण, फिकट कपडे घातलेल्या, उंदरासारख्या चिंचोळ्या चेहऱ्याच्या त्या मुलीबद्दल जराही आकर्षण निर्माण झालं नव्हतं; पण तरीही ती मुलगी तर होतीच. तिला आकर्षित करायला त्याला नक्कीच आवडलं असतं. खरं तर तिच्या लालेलाल झालेल्या गालांवरून, तिच्यावर आपला प्रभाव पडला आहे, हे त्याच्या लक्षात आलंच होतं. त्यामुळे त्याला आत कुठं तरी बरंही वाटलं होतं. या उंदरासारख्या मुलीमध्येही जिवंत भावना आहेत तर! आपल्या रुबाबदार रूपाच्या आकर्षणातून तीही सुटू शकलेली नाही. इचियोच्या बाजूला एक स्मितहास्य फेकता फेकता नकाराईच्या मनात विचार तरळून गेला.

इचियोनं या भेटीत बोलण्यासाठी एक फार चांगला संवाद मनाशी घोकून ठेवला होता; पण नकाराईला पाहून ती इतकी भारावून गेली की, तिच्या तोंडून एक शब्दही बाहेर पडला नाही. त्या आदर्श लेखकापुढे इतक्या बावळटपणानं वागल्याचं, त्याचा आपल्यावर पडलेला प्रभाव इतका उघड-उघड दाखवल्याचं तिला फार वाईट वाटलं.

"देवा, एखाद्या काचेच्या तुकड्याप्रमाणे पारदर्शक आहे की रे मी! माझ्याबद्दल काय मत झालं असेल त्याचं? उगीचच त्याला भेटायचा मूर्खपणा केला मी." मनातल्या मनात ती स्वत:ला दोष देत राहिली.

आदल्या दिवशी डायरीत लिहिलेल्या मजकुराची आठवण येऊन, तर तिची कानशीलंच तापली. मग तिनं डायरीजवळ मन मोकळं केलं, 'डायरी गं, मी इचियो हिगुची, एक व्यवहारी बाई आहे. प्रेम, भाबडेपणा यांसारख्या भावनांना जीवनात थाराही देत नाही मी. मग माझ्यासाठी बनलेला पुरुष मला गवसलाय, असं का वाटतं मला? माझे विचार नकाराईनंच व्यापलेले असतात. माझ्या दृष्टीनं तो एक पूर्ण पुरुष आहे. त्याच्याभोवती नेहमी श्रीमंत, सुंदर बायकांचा गराडा असतो. अगं, माझ्याकडे डोळे वर करून तरी पाहील का गं तो? अशक्यच आहे ही गोष्ट; पण काय करू गं? मी त्यांच्या प्रेमात पडलेय. त्यांच्यासाठी झुरतेय.'

...इचियोचं बावरलेपण कमी करण्यासाठी नकाराईनं तिला मृदू आवाजात बसण्याची विनंती केली. मग तो तिच्याशी स्वत:च्या पुस्तकांबद्दल बोलू लागला. इचियोच्या लगेच लक्षात आलं की, नकाराईमध्ये सर्व आकारांच्या व मनोवृत्तीच्या बायकांशी गोड बोलण्याची, त्यांना बोलतं करण्याची कला होती. एक लेखिका म्हणून तिनं स्वत:च्या लिखाणाबद्दल, भावी योजनांबद्दल बोलावं यासाठी त्यानं तिला प्रोत्साहन दिलं. त्याच्या दृष्टीनं ती जगातील सर्वांत महत्त्वाची स्त्री असल्याप्रमाणे त्यानं तिचं बोलणं नीट लक्ष देऊन ऐकलं. जादू व्हावी त्याप्रमाणे इचियो नकाराईच्या

प्रेमात खोलवर बुडत गेली. त्या दोघांमध्ये पुढे काहीही घडलं असलं, तरी तिच्या मनावर चढलेला त्याच्या प्रेमाचा हा गहिरा रंग कधीच फिका पडला नाही.

खरं तर, नकाराईला त्या अतिसामान्य गबाळ्या मुलीबद्दल काही वाटायला नको होतं; पण तिच्या छोट्या भावदर्शी डोळ्यांमधील गाढ निरागस आनंदाची चमक असेल किंवा आपण जपानची सर्वाधिक नावलौकिक मिळवणारी लेखिका होणार आहोत हे सांगताना दिसलेला तिचा आत्मविश्वास असेल, पण नकाराईचं मन तिच्या फिक्या गबाळ्या बाह्य रूपाला छेद देऊन तिच्या परिशुद्ध आत्म्याकडं, तिच्या आत्मविश्वासाकडं आकर्षित झालं. त्या छोट्याशा अश्राप मुलीमध्ये आणि सुंदर केशरचना व उंची वस्त्रे परिधान करून त्याच्याभोवती जमणाऱ्या नि:सत्त्व, उच्चवर्णीय बायकांमध्ये केवढं अंतर होतं! नकाराईंच्या दिखाऊ, भपकेबाज, कोंदट जगात इचियोच्या रूपानं ताज्या हवेचा एक झोत आला होता. या हिगुची मुलीत एक सुखावणारा प्रसन्नपणा होता. आपल्या प्रौढ आयुष्यात नकाराईंना प्रथमच विषयभोगाव्यतिरिक्त अशा एका अबोध कारणासाठी एक मुलगी आवडली होती.

दुपार संपत आली. सूर्य मावळतीकडं कलला तेव्हा इचियो निरोप घ्यायला उठली. उठता-उठता त्याची क्षमा मागत असल्याप्रमाणे ती म्हणाली, ''बाप रे! खूप वेळ झाला. बराच वेळ गप्पा मारत बसले मी. तुमचा खूप वेळ घेतला मी. नकाराईसाहेब, आता मात्र मी निघते.''

तिला थांबवण्यासाठी नकाराईंनी सहजच तिच्या हाताला स्पर्श केला. तेवढ्यानंच तिच्या अंगावर रोमांच आले. आतून उचंबळून येणाऱ्या भावनांच्या अनावर आवेगानं तिचा चेहरा लालेलाल झाला. हे सगळं तिच्या नकळत घडल्यानं तिच्या वागणुकीत एक प्रकारचा अवघडलेपणा आला.

''जेवण करून जा ना इचियो. तुला खूप वेळ थांबवून घेतलं मी. माझ्या हातून चूक झाली. आता कमीतकमी जेवून तर जा,'' नकाराई म्हणाला.

जाण्यासाठी आपल्या गोष्टी एकत्र करता-करता त्या नवशिक्या तरुण लेखिकेचा हात एकदम थांबला. तिनं त्यांच्याकडे पाहत बालिशपणानं विचारलं, ''मला देताय, जेवणाचं आमंत्रण? नको, नको. कशाला तुम्हाला त्रास!''

इचियोचा हाच बालिशपणा नंतर नकाराईंना आवडू लागला होता.

''याचा अर्थ मी 'हो' असा घेतोय. ये, या बाजूनं ये.'' म्हणत नकाराई तिला जेवणघराकडे घेऊन गेले. ''बहुतेक माझ्या बहिणीनं जेवणाची तयारीही केलीये.'' नकाराई कुजबुजले आणि इचियोला जेवणाच्या टेबलाकडं घेऊन गेले. तिथं सालमन, तळलेलं मांस, वेगवेगळ्या प्रकारची लोणची व भाज्यांनी टेबल भरलेलं होतं.

जेवण खूप स्वादिष्ट होतं. तिच्या घरी गेल्या कित्येक महिन्यांत असं जेवण शिजलं नव्हतं; पण पाश्चिमात्य धर्तीच्या खुर्चीवर बसून नकाराईंच्या त्यांच्या

पुस्तकांबद्दलच्या गोष्टी ऐकण्यात, त्यांच्या साहित्यिक वर्तुळातील गप्पागोष्टी ऐकण्यात ती इतकी गुंगली होती की, आपण काय खातोय हेच तिच्या लक्षात येत नव्हतं.

जेवण संपेपर्यंत नकाराईंच्या वागण्यानं ती पूर्णपणे प्रभावित झाली होती. एखाद्या उच्चवर्गीय बाईला वागवावं तसंच त्यांनी तिला फार आदरानं वागवलं होतं. तिच्याबद्दलच्या काळजीमुळे ते तिला बाहेरच्या रस्त्यापर्यंत पोहोचवायला आले होते. तिच्यासाठी रिक्षावाल्याला बोलवून तिला नीट नेण्याबद्दल त्यांनी त्याला सांगितलं. दोघांच्या आवडीनिवडी, मनाची ठेवण एकसारखी होती. इचियोला कळत होतं की, आपल्यापेक्षा जवळजवळ दुप्पट वय असलेल्या त्या देखण्या लेखकात आपलं मन गुंतत चाललंय.

रात्री अंथरुणं घालताना तिनं कुनिकोला लाजत-लाजत नकाराई तोसुईंबद्दलच्या आपल्या भावना सांगितल्या. तिनं तिला हेही सांगितलं की, तिचं तन-मन नकाराईंकडे इतक्या आवेगानं ओढ घेतंय की, त्यापुढे तिच्या मनात असलेलं मसाओ किंवा आपल्या वडलांबद्दलचं प्रेमही फिकं पडू लागलं होतं.

इचियोचं बोलणं ऐकून कुनिको भीत-भीत म्हणाली, ‘‘सगळे म्हणतात की, त्यांचं लिखाण तितकंसं उच्च दर्जाचं नाहीये. बाजारात खपेल असं काहीतरी सुमार दर्जाचं लेखन करतात म्हणे ते.’’

आपल्या साध्या-भोळ्या बहिणीच्या मनात नकाराईंबद्दल निर्माण झालेल्या प्रेमभावनेनं कुनिको चिंतित झाली होती. तिला ज्याच्याबद्दल प्रेम वाटू लागलं होतं, त्या माणसानं जग पाहिलेलं होतं. तिच्यापेक्षा तो खूपच मोठा होता, चाणाक्ष होता. शिवाय तो बायकामुलींना नादी लावतो, अशीही त्याची ख्याती होती. तिला नकाराईची अभिजात वर्गातील सुंदर बायकांबरोबरची घसट माहीत होती. त्यामुळेच आपल्या बहिणीसारख्या सामान्य रूपाच्या, गंभीर प्रवृत्तीच्या, सपाट छातीच्या मुलीमध्ये त्याला काही रस वाटेल, असं तिला वाटत नव्हतं.

‘‘नत्सु, नकाराईंची बायकांबद्दलची ख्याती तुला माहीतच असेल,’’ कुनिको चाचरत म्हणाली, ‘‘तुझ्याबद्दल त्याच्या मनात काय आहे, माहीत नाही; पण तू त्यांच्यात एवढी गुंतून जाऊन दुखावली जाऊ नकोस म्हणजे झालं!’’

‘‘काहीनाही दुखावली जाणार मी. काळजी करू नकोस,’’ इचियो म्हणाली, ‘‘सर्व हिगुची बायकांप्रमाणे माझं मनही चांगलं मजबूत आहे. शिवाय साहित्याच्या प्रेमानं आम्हा दोघांना एकत्र आणलेलं आहे. त्यांच्याबद्दलच्या भावनेबाबत मात्र माझा नाइलाज आहे. त्यांचा विचार मनात आला, तरी माझ्या अंगात आगीच्या लहान लहान लाटा उसळू लागतात. आईला काही सांगू नकोस हं, याबाबतीत नाहीतर मी तुझ्याशी बोलणंच टाकेन.’’

कुनिकोची समजूत पटलेली नव्हती. आपली बहीण तिला वाटतंय तेवढी

मनानं खंबीर नाही हे तिला माहीत होतं. ती कधी-कधी काही लोकांच्या बाबतीत लगेच विरघळून जाते हेही तिला माहीत होतं; पण नंतर ती या बाबतीत एका शब्दानं काही बोलली नाही. कारण तिला हेही माहीत होतं की, इचियो फक्त स्वत:च्याच अनुभवांवर विश्वास ठेवते. तो अनुभव घेताना ती तोंडावर आपटली, जायबंदी झाली तरी ती स्वत:च धडपडून उठेल आणि एक नवा धडा शिकेल; पण तरीही कुनिकोला हेही जाणवत होतं की, या वेळी इचियोला उठून उभं राहण्याआधी खूप दु:ख सहन करावं लागेल. देखण्या नकाराईच्या प्रेमात ती आकंठ बुडून चालली होती. त्यापासून तिला वाचवण्यासाठी कुनिको काहीच करू शकत नव्हती.

इचियोची ती अत्यंत समंजस बहीण कूस बदलून झोपून गेली; पण तिच्या कपाळावर अजूनही नाराजीच्या आठ्या होत्या. तिच्या शेजारच्या गादीवर इचियो तळमळत पडली होती. कितीतरी वेळ ती दाट काळोखाकडे पाहत होती. मग कधीतरी तिचा डोळा लागला. त्या वेळी तिच्या ओठांच्या कोपऱ्यात एक वेगळंच हसू होतं.

# १४

तोसुईंबद्दलच्या प्रेमात आकंठ बुडाली असली, तरी इचियोमधील शहाणी लेखिका पूर्णपणे जागरूक होती. ती स्वत: एक कुशाग्र बुद्धिमत्ता असलेली चांगली लेखिका होती. त्यामुळे त्यांच्या बाजूनं कितीही तर्क लढवले, तरी ते लोकांच्या करमणुकीसाठी सुमार दर्जाचं लेखन करत होते, हे सत्य ती नाकारू शकत नव्हती.

'डायरी गं,' तिनं लिहिलं होतं, 'किती विचित्र आहे, पण आपल्याला एखादं माणूस आवडलं की, आपण साहित्यासारख्या गंभीर बाबतीत त्यानं केलेल्या चुकाही पदरात घेतो. साहित्यिक वर्तुळात तोसुईंबद्दल जे काही बोललं जातंय ते खरं आहे हे मला कळतंय. त्यांच्या लेखनात सत्य, शिव, सुंदर असं काहीही नाहीये, हे मला कळतंय. जे लोकांना आवडतं, जे विकलं जातं तेच ते लिहिताहेत; पण तरीही मी त्यांच्या या वृत्तीकडे काणाडोळा करतेय. पुढे कधीतरी ते काहीतरी फार मोलाचं लिहितील अशी आशा करतेय.'

'गंमत म्हणजे आज खुद्द नकाराईंनंच माझ्यासमोर कबूल केलं की, लोकांना आवडतं तेच लिहिल्यामुळे त्यांचं लेखन सुमार दर्जाचं असतं. कित्येक लोक आपल्यावर टीकेची झोड उठवतात हे त्यांना माहीत आहे; पण त्यांच्याकडे दुर्लक्ष करून ते खपेल तेच लिहिताहेत. आपल्याला एका मोठ्या कुटुंबाला आर्थिक आधार द्यायचा असल्यामुळे आपण लेखनस्वातंत्र्याला मुरड घालून लोकांना आवडेल तेच लिहितो, असंही नकाराई म्हणाले.'

'सगळे म्हणतात की नकाराई, लोकांच्या सवंग प्रवृत्तीला सुखावणाऱ्या चटकदार, छचोर कविता लिहितात. त्यांच्या साहित्यात उच्च अभिरुची किंवा सामाजिक नीतिमत्तेची चाड नावालाही नसते; पण तरीही ते मुळात एक चांगले लेखक आहेत आणि कधी ना कधी ते लेखनाकडे गंभीर दृष्टीनं पाहतील असं वाटतं, मला तरी असं वाटतं.'

इचियो जेव्हा कधी नकाराई तुसोईंकडे जात असे, तेव्हा ते तिच्याशी फार

चांगल्या पद्धतीनं वागत असत. प्रत्येक वेळी तिला जेवणासाठी आग्रहानं थांबवून घेत असत. त्यांच्याकडे तिला साधारणपणे नेहमीच खूप सुग्रास अन्न खायला मिळे. तिच्या घरातील जेवणाच्या टेबलावर त्यांपैकी काहीही नसायचं.

'यांची जीवनशैली पाहिली की नकाराई खपतं तेच का लिहितो हे लक्षात येतं!' इचियोच्या मनात विचार येत; पण प्रत्येक वेळी नकाराई, मनाला खुपणाऱ्या त्या विचारांमधून तिला प्रयत्नपूर्वक बाहेर काढत. आपल्या खडतर आयुष्याबद्दल, लेखनाबद्दल तिला बोलायला लावून, मनातील विचारांचा निचरा करण्याची संधी देत. त्यांच्या हव्याहव्याशा वाटणाऱ्या मिश्कील सान्निध्यात, तरुण, कोवळ्या इचियोच्या चित्तवृत्ती बहरून आल्या नसत्या तरच नवल! प्रेमाचा हा नवा खेळ तिला गोंधळून टाकत होता. मसाओनं चाचपडत केलेला बालिश प्रयत्न सोडला, तर नकाराईंच्या कौशल्यानं हा खेळ तिच्याशी कोणीच खेळलं नव्हतं. नकाराईंच्या चतुर खेळींचा व्हायचा तोच परिणाम होत होता. तिचं अचपळ, लबाड मन तिचं काहीही ऐकत नव्हतं. सारखं नकाराईंकडं झेपावत होतं. भावनांच्या या गोड संभ्रमानं इचियोच्या मनातील उत्साह कित्येक पटींनी वाढला होता. नकाराईंबद्दलच्या तीव्र भावनांनी तिच्या लेखनात एक नवाच जोम, ताजेपणा व रंगत येत होती. आपलं लेखन त्यांना दाखवण्यासाठी ती परत-परत त्यांच्याकडं जात होती. बहुतेकदा ते तिला वाचायला बरीच पुस्तकं देत. घरी येतानाचा लांबवरचा रस्ता ती त्या पुस्तकांना कवटाळून आपल्याच नादात चालत राहत असे.

दिवस जणू पंख लावून उडत होते. उन्हाळ्याचे थकवून टाकणारे दिवस संपून शरदाचा अंगावर शहारा आणणारा गारवा कधी सुरू झाला, हे इचियोच्या लक्षातच आलं नाही. इतक्या वर्षांच्या अनुभवांनुसार हिवाळा सुरू झाला की, तिची तब्येत बिघडत असे; पण त्या वर्षी देखण्या नकाराई तुसोईंबद्दल वाटणाऱ्या अनावर आकर्षणामुळे तिच्या मनात जणू एक आग पेटलेली होती आणि त्या आगीच्या सुखद उबेमुळे तिला बाहेरचा गारवा जाणवतच नव्हता.

नकाराईंवरही इचियोच्या सान्निध्याचा एक वेगळाच परिणाम होत होता. त्या लहानखुऱ्या, खुरटलेल्या, गबाळे कपडे घातलेल्या तरुण मुलीकडे आपलं मन का ओढ घेत आहे, याचा त्यांना उलगडाच होत नव्हता. त्यांच्याभोवती नेहमी उच्चभ्रू, सुंदर, आकर्षक स्त्रियांचा गराडा असे. ज्यांच्या कादंबऱ्या व कविता प्रकाशित झाल्या होत्या अशा काही बुद्धिमान स्त्रियाही त्यांच्यात होत्या. इचियो त्यांच्या पासंगालाही पुरली नसती; पण त्यांच्याबद्दल वाटणाऱ्या आपल्या परिशुद्ध भावना ती नि:संकोचपणे प्रकट करे. त्यांच्या आयुष्यातील उच्चभ्रू बायकांप्रमाणे ती आपल्या भावना हसण्या-खिदळण्यामागे, खोट्या लाडिक विभ्रमांमागे किंवा महागड्या शोभेच्या पंख्यांमागे लपवून ठेवत नसे. कदाचित जीवनाचं उथळ, वरवरचं चित्रण करणाऱ्या आपल्या

कादंबऱ्यांच्या मानानं त्यांना, तिच्या खऱ्याखुऱ्या जीवनाचं प्रत्ययकारी वर्णन करणाऱ्या लेखनानं भुरळ घातली असेल. कारण काही का असेना; पण आपल्या या किडकिडीत, लहानखुऱ्या शिष्येकडे ते आकर्षित होत होते हे निश्चित!

इचियोच्या सान्निध्यात आल्यानं नकाराईंना त्यांच्या मनाचा एक कमकुवतपणा समजून आला होता. त्यांना गरिबीची प्रचंड भीती वाटत होती. आपल्याला मनापासून आवडणाऱ्या उच्चवर्गीय समाजात राहणं शक्य व्हावं म्हणून त्यांनी आपल्या लेखनात तडजोड स्वीकारली होती; पण नाजूक, किडकिडीत शरीरयष्टी असणारी इचियो फार शूर वीर होती. स्वस्त, सवंग, फसफसणारं साहित्य लिहून पैसे मिळवण्यापेक्षा गरिबीत दिवस काढलेले बरे, असा तिनं दृढनिश्चय केलेला होता. नकाराईंना त्याबद्दल तिचं खूप कौतुक होतं. साहित्याच्या क्षितिजावर उगवणाऱ्या या नवोदित लेखिकेबद्दल त्यांना आदर होता. तिच्याबद्दल मनात निर्माण झालेल्या भावनांनी ते चिंताग्रस्त झाले होते. त्यांच्या दोघांच्या वयात, तसंच जीवनशैलीत खूपच तफावत होती. शिवाय काहीच दिवसांपूर्वी त्यांच्यावर एक फार गंभीर लोकापवाद आला होता. त्या लोकापवादाची तीव्रता अजूनही कमी झालेली नव्हती. अशा वेळी त्यांच्याबद्दल आणखी एखाद्या प्रकरणी कुजबुज व्हावी, आणखी एखाद्या लोकापवादानं त्यांच्या कुळाचं नाव बदनाम व्हावं, असं त्यांना अजिबात वाटत नव्हतं.

नकाराईंच्या नालायक भावानं, हिरोशीनं त्यांच्या घरात राहणाऱ्या एका कुलीन मुलीला आपल्या जाळ्यात ओढून गर्भार केलं होतं आणि त्याबद्दल लोकांच्या जिभा वळवळ करू लागल्यावर तिला खेड्यात पाठवून दिलं गेलं होतं. हे प्रकरण लोकांच्या लक्षात आलं, तेव्हा गावातल्या लोकांनी याबाबत आपला तीव्र विरोध प्रकट केला. इथूनच नकाराईंच्या घरावर गावाची इतराजी झाली होती. काहींच्या मते या घटनेच्या मुळाशी नकाराईंचाच अविचार होता आणि स्वतःला त्या निंद्य प्रकरणापासून वाचवण्यासाठी ते हिरोशीचा बळी घेत होते. या लोकापवादाचा नकाराईंना फार त्रास झाला होता. खूप प्रयत्नांनी त्यांनी आपण अशा उच्छृंखल मनोवृत्तीचे नाही, हे लोकांना पटवून दिलं होतं. त्या मुलीबद्दलच्या अफवा आणि लोकांचा राग आता कुठं थोडा निवळला होता. पुन्हा एकदा त्यांना लोकांचा रोष ओढवून घ्यायचा नव्हता. त्यामुळे ते इचियोबद्दलच्या आपल्या प्रेमभावनांना आवर घालायचा प्रयत्न करत होते. आताशा त्यांना इचियोसारखी विशुद्ध मनाची मुलगी आपल्याला जीवनसंगिनी म्हणून मिळावी असं वाटायला लागलं होतं. त्यांच्या मनात तिच्याबद्दल नको ते विचार घोळू लागले होते; पण इचियोसारख्या निष्पाप, कोवळ्या मुलीला आपल्याबद्दल वाटणाऱ्या आकर्षणाचा गैरफायदा घेऊन आपला अहंकार तुष्ट करायला ते राक्षस थोडेच होते?

'हे सर्व थांबायला पाहिजे. यात गुंतत गेलो, तर आधीच रसातळाला गेलेली

आमच्या कुलाची प्रतिष्ठा आणखी खराब होईल. आणखी एक लोकापवाद अंगावर येईल,' नकाराई स्वत:ला समजावत. पण काहीच दिवसांत त्यांचा निर्धार डळमळू लागे आणि ते इचियोला तिच्या लिखाणाचा पुढील टप्पा घेऊन भेटायला यायचा निरोप पाठवत. बहुतेकदा निरोप मिळताच त्यांच्या आमंत्रणाचा मान राखून ती त्यांना ताबडतोब भेटायला येई. ती नकाराईंकडे घाई-गडबडीनं येत असताना शेजारपाजारचे लोक तिच्याकडं टकामका पाहत राहत. नकाराईंकडे येऊन पोहोचल्यावर तिचा ऊर, ती धावत-पळत आली असल्याप्रमाणे धपापत असे. तिच्या फिकट चेहऱ्यावर एक प्रकारची लाली दिसून येत असे. इचियोला आपल्याबद्दल वाटणारं वेडं आकर्षण, अंधश्रद्धेच्या टोकाला पोहोचणारा आदर पाहून आपण त्याला पात्र नाही, असं नकाराईंना प्रकर्षानं वाटे. होतकरू लेखक-लेखिकांना आपल्या स्वत:च्या लेखनाबद्दल वाटत असणारा रास्त अभिमानच त्यांना पुढे यायला मदत करत असतो. इचियोचं आपल्याबद्दलचं आकर्षण कमी व्हावं, तिनं आपला नाद सोडून द्यावा म्हणून नकाराई मुद्दामच तिच्या लेखनावर टीकेचा भडिमार करत. तिच्या लेखनाला हीन लेखत.

एकदा नुकतीच लिहिलेली आपली कथा घेऊन इचियो त्यांच्याकडं आली होती. गंभीरपणाचा आव आणून त्यांनी आपलं टीकास्त्र परजलं, "हं! तशी बरी आहे ही कथा; पण आशय फार गहन आहे. सर्वसामान्य लोकांना तो समजणार नाही. सोप्या शब्दांत, मनोरंजक करून लिही. तुझ्या लिहिण्याची पद्धत जरा जास्तच साचेबंद, जडबंबाल वाटते. थोडंसं मोकळं-ढाकळं लिही. हलकं-फुलकं लिही. मग बघ लोकांच्या उड्या पडतील तुझ्या कथांवर."

नकाराईंना माहीत होतं की, इचियोला आपल्या लेखनशैलीचा खूप अभिमान होता. तिच्यावर टीका केलेली तिला अजिबात आवडत नसे. म्हणूनच गुरुस्थानी बसून ते तिच्या लेखनाची नको तितकी चिरफाड करत होते. त्यांना वाटलं होतं की, त्यामुळे तरी चिडून जाऊन ती आपल्याला गुरूच्या, मार्गदर्शकाच्या स्थानावरून खाली ओढेल. रागावून बसेल. आपल्या दोघांमधील अंतर वाढेल; पण आश्चर्य म्हणजे ही गोष्टही तिनं मनाला लावून घेतली नव्हती. उलट तिच्या मनातील त्यांच्याबद्दलचा आदर आणखी दुणावला होता. ती कमालीच्या आदरानं आणि विश्वासानं म्हणाली, "खरंच वाटतं तुम्हाला असं? कदाचित मला थोडं बदलावं लागेल. ही कथा परत एकदा नीट लिहून प्रकाशनासाठी पाठवून देईन मी. तुसाईसान किती निर्भीडपणानं तुम्ही माझे दोष दाखवून देता. तुमच्या या टीकेमुळे माझं लेखन आणखी चांगलं होईल. मला तुमच्याकडून खूप काही शिकता येईल."

तिच्या या उद्‌गारांनी नकाराई मनातल्या मनात खूप चिडले होते. "हिला दूर सारणं अगदी अशक्य आहे." ते स्वत:शीच पुटपुटले होते.

प्रत्येक वेळी नकाराईच्या घरून परत येताना इचियोच्या पायांना पंख फुटल्यासारखं

होई. तिच्या लेखनाबद्दल त्यांनी दाखवलेल्या अगत्यानं ती भारावल्यासारखी होई. त्यांनी केलेली टीकाही तिच्या लेखनाबद्दल त्यांना असलेल्या काळजीपोटी आहे, असं तिला वाटे. त्यांचं व्यक्तिमत्त्व, त्यांचं सान्निध्य, त्यांच्या बोलण्यातील आपलेपणा, सगळं-सगळं तिला फार आवडे. परतीच्या वाटेवर तिचं मन कसं हलकं-फुलकं होऊन जात असे. त्यांनी टीका केलेल्या त्या भेटीत त्यांनी मान्यवर लेखकांशी तिचा परिचय करून देण्याचं वचन तिला दिलं होतं. साहित्य क्षेत्रातील मातब्बर मंडळींच्या नजरेखालून आपलं लिखाण जाईल या कल्पनेनं तिला खूप हुरूप आला होता. हल्ली-हल्ली नकाराईंबद्दलची तिची ओढ साहित्य प्रशंसेच्या उच्चस्तरीय भावनिक स्थानावरून शारीरिक आकर्षणाच्या पातळीवर आली होती. त्यामुळे त्यांना पाहिलं, त्यांचा आवाज ऐकला किंवा हाताला त्यांचा किंचितसा स्पर्श झाला तरी तिच्या शरीरात वीज सळसळे, श्वास जड होऊ लागे.

कधी-कधी रात्री अंथरुणात पडल्यावर नकाराईंबद्दल आपल्याला वाटणाऱ्या शारीरिक आकर्षणानं तिची कानशिलं तापत. ती लाजेनं लालेलाल होई; पण काही झालं, तरी ती मेजी जपानमधील सुशिक्षित, सुसंस्कृत मुलगी होती. तिच्याबद्दलचं प्रेम त्यांनी शब्दांत मांडेपर्यंत तिला वाट पाहावी लागणार होती. एखाद्या मुलीनं आपणहून आपल्या प्रेमाची कबुली देणं किंवा त्याबाबत पहिली पावलं उचलणं, त्याकाळी केवळ अशक्य होतं. त्यामुळे आपल्या मनातील बेचैनी, निराशा, चिडचिड ती फक्त डायरीमध्येच व्यक्त करू शकत होती.

'सामाजिक प्रथांचा एवढा बागुलबुवा आपण का केला पाहिजे? बाईनं नेहमीच पुरुषस्पर्शाची आस बाळगून गप्पच बसायला पाहिजे का?' रात्रीच्या शांत वेळी तिनं आपल्या डायरीला प्रश्न विचारले होते, 'नाही-नाही ते विचार येताहेत माझ्या मनात. लाजेनं मेल्यासारखं होतंय मला. तरीही ते थांबवता येत नाहीत मला. खास करून रात्रीच्या एकांतात तर ते विचार मला फारच छळतात.'

पण नकाराई तोसुईंबद्दलचे गोड गोंधळ, समज-गैरसमज इचियोच्या मनात जास्त काळ टिकणार नव्हते. त्यांना अनपेक्षितपणे एक कलाटणी मिळाली आणि तिला घोर प्रेमभंगाचं दारुण दुःख सहन करावं लागलं.

त्या दिवशी सकाळी-सकाळीच हैराण करणारा उकाडा सुरू झाला होता. वर्षाच्या त्या वेळी तसा उकाडा असणं, ही विचित्रच गोष्ट होती. सगळे जण कातावून जाऊन कागदी पंख्यानं स्वतःला वारा घालून घेत होते. नकाराईंनी सकाळीच इचियोला बोलावणं पाठवलं होतं. तिच्या साहित्यावर चर्चा होणार होती. नेहमीच्याच उत्सुकतेनं ती नकाराईंच्या घरी गेली होती.

"काही दिवसांपूर्वी तू कोमियांना भेटली होतीस ना? त्यांनी तुझ्या लिखाणाबद्दलचं त्यांचं समालोचन पाठवलं आहे." ती येताच नकाराई घाईघाईनं म्हणाले.

"असं होय? काय म्हणताहेत ते? आवडलं ना त्यांना माझं लिखाण?" इचियोनंही घाईघाईनं विचारलं. तिच्या या घाईमागे कोमियांनी तिच्याबद्दल काय लिहिलंय हे जाणून घ्यायची इच्छा तर होतीच; शिवाय खोलीच्या मधोमध रंगीबेरंगी उश्यांवर रेलून बसलेल्या नकाराईंच्या रुबाबदार रूपाचाही प्रभाव होता. त्यांच्या बसण्यातील सहजता, निमुळत्या बोटांत धरलेली ती सिगरेट! त्यांना पाहताच इचियोचं काळीज धडधडू लागलं होतं. चेहऱ्यावर लाजेचा व अनावर इच्छांचा लपंडाव सुरू झाला होता. पण का कोण जाणे; नकाराईंचं वागणं बदललं होतं. ते नेहमीचे खेळकर, तिच्या भावनांना जपणारे नकाराई नव्हते. एखाद्या तटस्थ तिऱ्हाईत माणसासारखे ते वागत होते. आपल्या हातून काही आगळीक तर घडली नाही ना, इचियोनं आपलं वागणं तपासून पाहिलं. पण तसं काहीच घडलं नव्हतं तिच्या हातून. मग असे दुसऱ्याच कुठल्या तरी ग्रहावर असल्यासारखे का दिसत होते नकाराई तोसुई? इचियोनं स्वतःलाच प्रश्न केला.

इचियोनं मोठ्या प्रयत्नानं आपल्या तंद्रीतून बाहेर येत, हातातल्या कामाकडे आपली नजर वळवली. इचियोच्या सगळ्यात नवीन पुस्तकांवरील कोमियांची समीक्षा नकाराई वाचून दाखवत होते.

ती समीक्षा ऐकता-ऐकता इचियोच्या मनातील नकाराईंबद्दलच्या वैयक्तिक इच्छा विरत गेल्या. तिच्या आधीच्या उत्सुकतेची जागा दुःखद आश्चर्यानं आणि पुढे येऊ पाहणाऱ्या संकटाच्या भीतीनं घेतली.

काय वाचताहेत हे नकाराई? की कोमियांच्या मते तिचं लिखाण फार जडजंबाल, रटाळ आणि गंभीर होतं? तिला त्यात थोडा रस (म्हणजे कामुकता?) निर्माण करायला पाहिजे होता? लोकांना आवडेल अशा पद्धतीनं तिनं लिहायला पाहिजे होतं? तिचे कान बरोबर तेच ऐकत होते ना की, नकाराईंना पाहिजे होतं ते ऐकत होते? त्या क्षणी इचियोच्या मनातील नकाराईंबद्दलचं वेडं आकर्षण गळून पडलं. लेखिका इचियोचा आत्माभिमान जागा झाला. आतापर्यंत तिनं नकाराईंच्या सगळ्या दोषांकडं, अतिरेकी आग्रहांकडं डोळेझाक केली होती; पण आज त्यांनी ज्या थंड तटस्थतेनं तिच्या पुस्तकाची चिरफाड केली होती, तिच्यामुळे ती आतपर्यंत दुखावली गेली होती. तिच्या आत्मविश्वासावर, आत्मभानावर केला गेलेला टीकेचा तो निर्घृण प्रहार तिच्या वर्मी बसला होता. त्या प्रहारानं इचियो अंतर्बाह्य हादरली होती!

दुपारच्या त्यांच्या भेटीची सांगता सभ्य, सलोख्याच्या वाक्यांनीच झाली; पण इचियो आणि नकाराईंमधील तो नाजूक बंध तुटला होता, हे स्पष्ट जाणवत होतं. नकाराईंच्या घरातून बाहेर पडून डोक्यातील घणाघाती, दुःखद विचारांना कधी एकदा शांत करतोय असं इचियोला झालं होतं.

त्या दिवशी इचियो मुद्दामच दूरच्या रस्त्यानं घरी जायला निघाली. त्या दुपारच्या

दु:खद घटनेनं तिचं हृदय इतकं विदीर्ण झालं होतं की, आता आयुष्यात जगण्याजोगं काही राहिलं नव्हतं असंच तिला वाटू लागलं होतं. तोपर्यंत कितीतरी संकटांना तिनं धैर्यानं तोंड दिलं होतं; पण त्या दिवशी मात्र तिचं धैर्य संपुष्टात आलं होतं. आयुष्यात पहिल्यांदाच तिच्या मनात आत्महत्येचा विचार आला. जगण्यासाठी इचियोला ताज्या हवेची जितकी आवश्यकता होती, तितकीच नकाराईंशी मनानं स्वीकारलेल्या नात्याचीही. त्याचा पुरवठा थांबल्यावर इचियोचं मन जणू गुदमरायला लागलं. आपला श्वास बंद होतोय असं तिला वाटायला लागलं.

आपण आणि नकाराई मिळून जोडीनं लिहू, साहित्यक्षेत्रात खळबळ उडवून देऊ, असं इचियोचं एक लाडकं स्वप्न होतं, पण दुपारच्या त्या भेटीनंतर त्या स्वप्नाचे तुकडे-तुकडे झाले होते. आतापर्यंत इचियोनं सत्याकडं डोळेझाक केली होती. नकाराईंच्या लेखनदोषांवर पांघरूण घातलं होतं; पण आता तिनं डोळ्यांवरचं झापड काढून टाकलं. तिला स्पष्ट दिसलं की, नकाराई फक्त स्वस्त, सवंग, विकलं जाणारं लिखाण करत होते. फक्त त्यांच्याबरोबर राहता यावं म्हणून आपली लेखनशैली व आदर्श ती त्यांना पाहिजे त्या स्तरावर आणू शकणार नव्हती. नकाराई तोसुईंसाठी आपल्या लेखनमूल्यांच्या बाबतीत तडजोड करायची तिची मुळीच इच्छा नव्हती. त्यांनी तशी इच्छा ठेवावी, या गोष्टीनं तिचा फार मोठा अपेक्षाभंग झाला होता.

"नकाराईंबरोबरच माझं खास नातं पार तुटून गेलं! परत एकदा माझा भ्रमनिरास झाला. परत एकदा मी उन्मळून पडलेय." निराश, हताश होऊन, पाय ओढत घराकडे जाताना ती स्वत:शीच पुटपुटत होती. खाली पडलेल्या पानांना पायानं ठोकर मारताना तिच्या अंगातून थंडीची शिरशिरी गेली. एकदमच तिला संध्याकाळच्या हवेतील गारठा जाणवू लागला.

"यानंतर दुसऱ्या कोणाही पुरुषावर मी प्रेम करणार नाही. असफल प्रेमातील काय ही जीवघेणी वेदना! आतडं पिळवटून निघतंय! पुरुषाचं प्रेम माझ्या नशिबातच नाही बहुधा. या दारुण दु:खातून जगले-वाचले तर माझं सगळं लक्ष मी फक्त लिखाणावरच केंद्रित करेन. तेसुद्धा कोणासाठीही, कोणतीही तडजोड न करता, माझ्या स्वत:च्या अटींवर. मी कसं लिहावं, काय लिहावं हे माझं मी ठरवेन. त्याबद्दल दुसऱ्या कोणालाही काही बोलायचा अधिकार देणार नाही."

आपल्या बहिणीची, कुनिकोची भेदक नजर टाळण्यासाठी ती बराच वेळ वाटेतल्या एका झऱ्याकाठी बसून राहिली. सकाळी किती उत्साहानं उडी मारून तिनं तो पार केला होता. झऱ्यात छोटे-छोटे खडे टाकून इचियोनं आपल्या मनाची खळबळ शांत करण्याचा प्रयत्न केला. त्या शांत, एकसंध पाण्याला चाळवून तिच्या मनाला एक प्रकारचा असुरी आनंद मिळत होता.

हागिनोयातील सुरुवातीच्या काळात तिनं रचलेल्या कवितेचे शब्द तिच्या

मनात परत घुमू लागले....

एकटी –

ग्रहण लागलंय माझ्या सुखाला, परमानंदाला,
गिळून टाकतोय भेसूर अंधार माझ्या आशा-आकांक्षांना,
साचत चाललेला भयाण एकटेपणा विझवतोय माझ्या स्वप्नांना,
हताश एकटेपणाच्या अंधारलाटा लोटतायत मला दुर्दैवाच्या डोहात....

## १५

त्या वर्षी शरद ऋतू जरा जास्तच काळ रेंगाळला; पण इचियोला त्यानं बरंच वाटलं. तेवढाच हेमंत ऋतू उशिरा आला. तिच्या तब्येतीच्या दृष्टीनं गरम हवामान चांगलं होतं. नकाराईंबरोबरच्या शेवटच्या भेटीनंतर ती फार बेचैन होती. मनात परस्परविरोधी भावनांचं तुंबळ युद्ध चाललं होतं. एका बाजूनं ती स्वत:ला नकाराईंपासून दूर करण्याचा आटोकाट प्रयत्न करत होती; तर दुसऱ्या बाजूनं मनाचे सर्व निश्चय धुडकावून देऊन त्यांना भेटण्याची तीव्र इच्छा तिच्या मनात होती. मनात दाटत चाललेल्या वादळाचा ती चेहऱ्यावर थांगपत्ता लागू देत नव्हती. वरवर पाहता हिगुची बायका आपापल्या परीनं शांतपणे जगत होत्या. इचियोनं तुसोईंकडे जाणं सोडलंय हे लक्षात आलं, तरी बाकी दोघींनी त्याबाबत मौन पाळलं होतं. इचियोच्याही ते पथ्यावरच पडलं होतं. कुनिको आणि फुरुयाचा पूर्ण दिवस घरामागच्या बागेच्या मशागतीत जात असे. कुटुंबाच्या आर्थिक गरजा भागवण्यासाठी कुनिको लोकांचे कपडे धूत होती; शिवणकाम करत होती. मेहनत-मजुरीच्या या कामांना ती इचियोला फारसा हात लावू देत नसे. त्याऐवजी ती तिला लेखन-वाचन करण्याचा आग्रह धरत असे.

इचियोनं कुनिकोला प्रत्यक्षपणे काही सांगितलं नसलं, तरी नकाराईंच्या बाबतीत तिचा झालेला अपेक्षाभंग व घोर निराशा कुनिकोच्या लक्षात आली होती. एक तर इचियोनं आपल्या गुरुंकडच्या दर आठवड्याच्या फेऱ्या थांबवल्या होत्या. शिवाय तिच्या चेहऱ्यावरील सलज्ज आनंदाची तारुण्यसुलभ चमक विझून गेली होती. इचियो नेहमी म्हणायची की, ती आईच्या पोटातून एकदम मोठी होऊनच बाहेर आली होती; पण मधला काही काळ जणू तिनं आपला पोक्तपणा उतरवून ठेवला होता. आपल्या वयाला साजेशा आनंदात ती फुलपाखरासारखी बागडू लागली होती; पण ते वातावरण न रुचून ती आपल्या पोक्तपणाच्या कोशात परत आली होती.

बहिणीच्या शांत, समंजस व बिनशर्त आधारानं इचियो बरीच सावरली होती.

नकाराई तुसोईंच्या प्रकरणानं निराश होऊन आत्महत्येचा विचार आपण मनात आणला होता, या विचारानं तिला स्वत:चीच लाज वाटत होती. आपल्या आईला आणि बहिणीला या जगात एकटं सोडून देऊन आपण मृत्यूला जवळ करणार होतो ही कल्पनाच तिला सहन होत नव्हती. त्यातून एका सवंग लिखाण करणाऱ्या लेखकाला आपल्या मनावर आपण सत्ता गाजवू दिली, हा विचार तिला फार असह्य होत होता; पण इचियोनं कितीही नाकारलं तरी नकाराईंशी जोडलेले भावनिक बंध तोडल्यानं, त्यांच्यापासून मुद्दाम दूर राहिल्यानं तिच्या काळजात कळ उठत होती, हे निश्चित! आताशी दर आठवड्याला नकाराईंकडे न जाता ती उनो लायब्ररीत जाऊ लागली होती. त्या तरुण लेखिकेला आपली व्यक्तिगत निराशा, दु:ख तिथं पुस्तकांच्या अद्‌भुत जगात बुडवता, तरी येत होतं. स्वत:ला नकाराई तुसोईंपासून दूर करण्याच्या प्रयत्नांमुळे वाट्याला आलेल्या यातनांवरचा तिनं शोधून काढलेला तो उतारा होता.

नकाराई तोसुई आणि त्यांच्या बरोबरीच्या लेखकांनी इचियोवर फार क्रूरपणे टीका केली होती. तिच्या साहित्यातील होते नव्हते, ते दोषच दाखवून देऊन तिच्या अहंकाराला दुखावलं होतं. त्यामुळे अंतर्बाह्य हादरलेली इचियो आता स्वत:ला स्थिर करण्याच्या प्रयत्नांत होती. आपल्या जीवनात मनस्ताप देणारं असं काही घडलंच नाही अशी स्वत:ची समजूत घालत शांतपणे आपला आत्मविश्वास वाढवण्याचा प्रयत्न करत होती. हल्ली तिला स्वत:बद्दल, स्वत:च्या नशिबाबद्दल बरेच प्रश्न पडत. तिला कधी-कधी प्रश्न पडे की, फक्त माझ्यावर एकटीवर आणि माझ्या साहित्यावरच टीकेची झोड का उठवली जाते? मी एक बाई आहे म्हणून की गरिबीनं गांजलेली बाई आहे म्हणून? हागिनोयामधील तिच्या सहाध्यायिनींना कोणाचा फारसा विरोध व्हायचा नव्हता. कारण त्या प्रतिष्ठित, श्रीमंत घराण्यात जन्मलेल्या होत्या; पण ती एक तर पुरुष नव्हती आणि तिला प्रतिष्ठित, धनाढ्य घराण्याची पार्श्वभूमीही लाभलेली नव्हती. तिला नेहमी वाटायचं की, तिच्या मानेभोवती एक स्त्री, तेही एका गरीब घरातील स्त्री असल्याचा एक जडशीळ दगड बांधला गेलेला आहे आणि ती पुरुषी व घराणेशाहीचा उदो, उदो करणाऱ्या साहित्यिक क्षेत्रात जितका म्हणून घुसण्याचा प्रयत्न करेल, तितका तो दगड जास्त-जास्त जड होत जाईल.

एकदा लोकांनी गजबजलेल्या त्या उंच छपराच्या वाचनालयात, इचियो स्वत:च्याच विचारात दंग होऊन बसली होती. पाहिजे ती पुस्तकं निवडून पुस्तकं घ्यायच्या काउंटरजवळच्या रांगेत जाऊन ती उभी राहिली, तेव्हा कुठं तिच्या लक्षात आलं की, पुरुषांच्या त्या गर्दीत ती एकटीच बाई होती. पुस्तकांनी गच्च भरलेल्या कपाटांजवळ गप्पा मारत उभ्या असलेल्या लहान-लहान कंपूंमध्ये, पुस्तकांवर ठप्पा मारून, नोंदी करणाऱ्या काउंटरजवळ, जिथं पाहावं तिथं पुरुषच पुरुष उभे होते.

त्याच वेळी तिच्या लक्षात आलं की, अजाणताच तिनं खूप लोकांचं लक्ष वेधून घेतलेलं होतं. काही कंपूंमधील पुरुष तर सरळ-सरळ तिच्याकडे रोखून पाहत होते आणि काही आडून-आडून. बाकीचेही तिच्याबद्दलच्या अफवा किंवा विनोद चवीनं एकमेकांना ऐकवत होते.

इचियो सुस्कारा सोडत स्वत:लाच म्हणाली, ''आणि मी समजत होते की, ह्या पुस्तकांच्या सान्निध्यात मी सुखानं बसू शकेन.''

इचियोनं वाचनालयातील पुरुषांकडं दुर्लक्ष करायचा प्रयत्न केला; पण त्यांच्या दाहक नजरा जणू त्यांच्याकडे असलेल्या तिच्या पाठीला जाळत होत्या. तिचा चेहरा लाजेनं आणि दु:खानं लालेलाल झाला. उपहास आणि हेटाळणीनं भरलेली त्यांची कुजबूज जणू वाढत जाऊन कानठळ्या बसवणाऱ्या आवाजात म्हणत होती, 'बघा हो बघा. प्राचीन काळापासून पवित्र, एकछत्र मानल्या गेलेल्या आमच्या पुरुषी साम्राज्यात ही बाई घुसायचा प्रयत्न करत आहे. बिच्चारी, लेखिका बनायचा प्रयत्न करतेय म्हणे!'

त्या पुरुषांच्या भोचक नजरा व कुजबूज सहन करणं तिला अशक्य झालं. शेवटी काउंटरवर जाऊन पुस्तकांवर नोंदी करून घेऊन ती ताठ मानेनं वाचनालयाबाहेर आली. एकदा बाहेर आल्यावर ती झपाझपा चालू लागली. शेवटी तर पळायलाच लागली. घराभोवतीचं बांबूचं बेट दिसलं, तेव्हा कुठं ती पळायची थांबली. क्षणभर ती बांबूच्या एका उंच झाडाला टेकून उभी राहिली. त्याची खरखरीत साल तिच्या सैलसर जुन्या पुराण्या किमोनोतून आत घुसून टोचत होती. त्या विशिष्ट क्षणी पुरुष जातीचा तिला सगळ्यात जास्त तिटकारा आला होता.

त्या रात्री आपल्या आईला आणि बहिणीला वाचनालयातील तो अनुभव सांगून ती म्हणाली, ''जोपर्यंत मी हागिनोयात आणि नकाराई तोसुईंच्या छत्रछायेखाली होते तोवर प्रतिष्ठित घराण्यात न जन्मलेल्या लेखिका व कवयित्रींबद्दल लोकांना किती तिटकारा आहे हे मला जाणवलंसुद्धा नव्हतं; पण आता माझ्यावर कितीही टीका होवो, टीकाकारांना घाबरून मी लिहिणं कधीच थांबवणार नाही. लिखाणात कोणत्याही प्रकारची तडजोडही करणार नाही. मला खातरी आहे की, एक ना एक दिवस मी अशी लेखिका होईन की, लोकांना माझं महत्त्व मान्य करायलाच लागेल.''

# १६

'प्रिय डायरी, बाबांना जाऊन दोन वर्षं झाली. मी आता एकोणीस वर्षांची आहे. आमच्या घराची आर्थिक स्थिती थोडीशीही सुधारलेली नाही. सगळे म्हणतात की, मी खूप बुद्धिमान आहे, प्रतिभाशाली आहे; पण काय उपयोग त्याचा? माझ्या आईला मी कोणत्याही प्रकारचा आधार देऊ शकले नाही. आम्हाला अजूनही पोटाची खळगी भरायला उधार-उसनवार करावी लागतेय, ह्या गोष्टीनं माझं काळीज पिळवटतंय. काल रात्री आम्ही ह्या विषयावरच बोलत होतो. "आपल्याला हातउसने देणारे जवळजवळ कोणीही उरले नाहीत आता." मी आईला म्हटलं.

'काम करून देण्यासाठी मी आईला खूप विनवलं. मी म्हटलं की, कितीही हलक्या प्रकारचं असलं तरी ते काम मी करेन. प्रामाणिकपणानं केलेलं कोणतंही काम चांगलंच असतं; पण काही केल्या ती मला काम करायला परवानगी देत नाही. तिच्या मते, काही झालं तरी घराण्याच्या इभ्रतीला धक्का लागता कामा नये. "मी आणि तुझे बाबा आपलं गाव सोडून इडोला आलो. आयुष्यभर झटलो, उन्हातान्हाची पर्वा न करता झटत राहिलो ते घराण्याचं नाव, कीर्ती वाढवायला. हलकी कामं करून घराण्याचं नाव धुळीत मिळवायला नाही," ती म्हणाली.

हिगुचींच्या घरचं खाणं एरवीच तसं साधं होतं; पण आता तर ते फक्त भात आणि लोणच्यावर आलं होतं. इचियोची अंगयष्टी किरकोळच होती; पण आता आहारातून काहीच पौष्टिक मिळत नसल्यानं ती आणखीच रोड दिसू लागली. गळ्याची हाडं उठून दिसायला लागली. ती खरोखरच हडकुळ्या पक्ष्यासारखी दीनवाणी दिसायला लागली. आताशा मध्येच तिला घेरी आल्यासारखं होत असे. कधी-कधी धाप लागल्यासारखं होत असे; पण हे सगळं तिनं आपल्या आईपासून आणि कुनिकोपासून लपवून ठेवलं होतं. त्यांच्याकडे ना आजारी पडायला वेळ होता, ना औषधपाणी करायला पैसा. शिवाय भावाचा क्षयरोग बरा करण्यासाठी करावा लागलेला खर्च आठवला, तरी तिच्या छातीत धडकी भरे. आपली तब्येत

ढासळत चालली आहे, हे तिनं कुणालाच कळू दिलं नाही. आणखी एक शरद ऋतू संपत आला. हळूहळू झाडांची पानं तपकिरी झाली आणि गळून खाली पडली. पानगळीनंतर सुरू होणार होता कडक थंडीचा हेमंत ऋतू. घराला उबदार ठेवायला आणखी सरपण लागणार होतं म्हणजेच आणखी जास्त पैसे पाहिजे होते.

'व्यावसायिक लेखिका बनण्याचा निर्णय घेऊनही एक वर्ष होऊन गेलं,' ती विचार करत होती. 'मी व्यावसायिक लेखिका आहे, हे सिद्ध करायला माझ्यापाशी प्रकाशित झालेलं असं काहीच नाही. कादंबरी सोडाच, एखादा लेखही नाही. मी पुढे जाण्याऐवजी, लिखाणात मागे तर नाही ना चालले! मला भीती वाटायला लागलीये. कधी-कधी तर माझ्या शरीरात आणि मनात इतका थकवा भरून येतो की, मला फार अशक्त, बेचैन वाटायला लागतं. वाटतं की काही-काही करू नये, फक्त पुस्तकांवर डोकं ठेवून झोपून जावं. मी अशी झोपलेली असताना आईनं दोन-चारदा पाहिलंय. अशा वेळी फार लाजिरवाणं वाटतं. मानवी शरीराचा हा अशक्तपणा किती भयंकर आहे! मला बहुतेक थोडं जास्त खायला पाहिजे, जास्त पौष्टिक गोष्टीही खायला पाहिजेत; पण हे सगळं करायला आमच्याकडे तेवढे पैसे कुठं आहेत?'

'मला वाटतं मी तेवढी काही बुद्धिमान नाही. माझी प्रतिभा हीही बहुतेक एक कपोलकल्पित गोष्ट आहे. बाबांना साहित्यिक वर्तुळात उठ-बस करण्याचा इतका सोस होता की, त्यासाठी त्यांनी माझ्या पाठांतराच्या शक्तीचं भांडवल केलं. माझ्या काव्यवाचनानं साहित्यिकांवर, विद्वानांवर छाप पाडायचा प्रयत्न केला; पण माझ्याही प्रतिभेला काही मर्यादा असाव्यात. मी स्वत:मध्ये अपार प्रतिभा आहे, असं समजून स्वत:चीच फसगत तर नाही ना करून घेत?'

जीवनाच्या या टप्प्यावर इचियोला स्वत:च्या सामर्थ्याबद्दल शंका येऊ लागली होती. आपल्याला अपयश तर येणार नाही ना, ह्या भीतीनं तिचा आत्मविश्वास डळमळू लागला होता; पण कन्फ्यूशियसनं उपदेशलेली चिकाटी, मार्गातील सर्व अडचणींवर मात करण्याचा कठोर मनोनिग्रह आणि कितीही कष्टदायक स्थिती आलीतरी आपल्या विशुद्ध व उच्च प्रतीच्या लेखनशैलीशी प्रामाणिक राहण्याचा संकल्प या गोष्टींनी तिला जगण्याचं, आपल्या पद्धतीनं जगण्याचं बळ दिलं.

जगातील एकच व्यक्ती इचियोला आपल्या प्राणांहूनही प्रिय होती. ती व्यक्ती होती, तिची लहान बहीण कुनिको. घरची परिस्थिती फारच खालावली तेव्हा कुनिकोनं आणखी जास्त शिवणकाम, धुलाईचं काम अंगावर घ्यायला सुरुवात केली. इतक्या कठीण श्रमांची सवय नसल्यानं कुनिकोची बोटं सुजत, रक्ताळत. ते पाहून इचियोच्या पोटात खड्डा पडे. ती तिला मदत करू पाहत होती; पण तिची ही समंजस धाकटी बहीण तिला लेखन व संशोधनाचं काम सोडून, ठरावीक तासांपेक्षा जास्त वेळ आपल्या कामात मदत करू देत नसे.

“इचियो, तुझ्यावरच तर या घराची सगळी भिस्त आहे. तूच काय ती हिगुची घराण्याला परत नावलौकिक मिळवून देऊ शकशील,” कुनिको म्हणायची, “बाबांइतकाच माझाही तुझ्या प्रतिभेवर विश्वास आहे. लोकांना कधी ना कधी तुझा थोरपणा कळेलच. तुझं लेखन नक्की प्रकाशित होईल; नावाजलं जाईल. आपली अमूल्य शक्ती तू या रटाळ कामांमध्ये वाया घालवू नकोस.”

कधीतरी एखादी दयाळू शेजारीण किंवा मैत्रीण तलम कापडाचा तागा घेऊन त्यांच्या घरी येत असे. ते पाहताच कुनिकोचा उमललेला चेहरा आणि त्या रेशमी किंवा शिफॉनच्या कपड्यात स्वत:ला गुंडाळून घेऊन आनंदलेले तिचे निष्पाप डोळे पाहून इचियोच्या पोटात तुटे. आपल्या वयाच्या इतर मुलींप्रमाणेच कुनिकोला छान-छान गोष्टी, सुंदर तलम कपडे फार आवडत; पण अशा छानछोकीच्या गोष्टी परवडणं त्यांना शक्यच नव्हतं. एखाद्या मैत्रिणीनं किंवा नातेवाइकानं भेट म्हणून दिली, तरच अशी गोष्ट त्यांच्या घरात येत असे. एक दिवस लेखिका म्हणून आपण इतका पैसा कमवू की, आपल्या बहिणीला पाहिजे त्या सुखसोयीच्या सर्व सुंदर आणि छान-छान गोष्टी आपल्याला तिला देता येतील, हे इचियोचं आवडतं स्वप्न होतं तसं झालं तर तिला असं मित्र-मैत्रिणींच्या व नातलगांच्या दयेवर अवलंबून राहावं लागलं नसतं. त्यांचा शिलकीचा सर्व पैसा संपल्यावर, घरच्यांच्या पोटात दोन घास पडावेत म्हणून फुरुयाला या लोकांपुढे हात पसरावा लागत होता. या गोष्टीचं इचियोला फार दु:ख होत असे; पण त्या वेळी तरी या बाबतीत ती काहीच करू शकत नव्हती.

‘मला खूप निराश आणि हताश वाटतंय. कोणत्या मैत्रिणीकडून किंवा नातलगाकडून अजूनपर्यंत उधार घेतलं नाहीये, याचा आईला विचार करताना पाहून माझा स्वाभिमान दुखावला जातोय. अशी उधार-उसनवार करून कायमचे तर नाही ना जगू शकत आम्ही आणि शेवटी स्वाभिमान म्हणूनही काही एक गोष्ट असतेच ना?’

‘सगळ्यांना वाटतं की, माझ्यात लिहिण्याची अपूर्व प्रतिभा आहे; पण आतापर्यंत माझं एकही हस्तलिखित विकलं गेलं नाही. माझ्या बहिणीच्या हाताची सालटी निघताना पाहून आणि केवळ पोटाची खळगी भरावी म्हणून आईला ज्याच्या-त्याच्याकडे हात पसरताना पाहून, आपल्या कुटुंबासाठी आपण काहीच करू शकत नाही या गोष्टीची मला लाज वाटतेय,’ इचियोनं आपल्या डायरीला आपली मनोव्यथा सांगितली होती, ‘स्वत:च्या सामर्थ्याबद्दलच्या शंकेनं माझं मन शतश: विदीर्ण होत आहे. मला वाटतं मी आपला हेका सोडून देऊन तोसुईंसारख्या लेखकांप्रमाणेच लोकांना रुचतील अशाच कादंबऱ्या लिहायला पाहिजेत; पण काही केल्या माझ्या हातून तसं लेखन होतच नाही. कुनिकोही मला कळवळून तसं न करण्याबद्दल सांगतेय. तिचं म्हणणं आहे की, मला मनापासून वाटतंय तसं गंभीर साहित्यच मी लिहावं. मग भलेही त्यासाठी तिला कितीही कष्ट, त्याग करावा लागो. माझेही

चांगले दिवस नक्की येतील. एक दिवस लोकांना माझं साहित्यही नक्कीच आवडेल आणि त्या वेळी मी एक उच्च प्रतीची आणि लोकांच्या कायमची स्मरणात राहण्याजोगी लेखिका आहे हे आपोआपच सिद्ध होईल.'

'पण देवा, माझ्यावर लवकर कृपादृष्टी कर ना! स्वत:ला सिद्ध करून दाखवायची संधी मला लवकरात लवकर दे रे! तू पाहतोच आहेस माझ्या कुटुंबाची ससेहोलपट. कष्टांची परिसीमा झालीये रे देवा. मला लवकरात लवकर पैसे मिळवायला पाहिजेत. कुनिकोला माझ्या हिश्श्याचं अन्न खायला मिळावं म्हणून मी मला भूक नाही म्हणून सांगितलं. ती करत असलेल्या मोलमजुरीच्या कामांसाठी तिच्यात शक्ती असायला पाहिजे; पण न जेवल्यामुळे माझे पंचप्राण व्याकूळ झाले आहेत. पोटातील असह्य भूक मी रोज पांढरे, नि:सत्त्व तांदूळ खाऊन भागवतेय.'

'मला माहीत आहे या गोष्टीचा माझ्या तब्येतीवर परिणाम होतोय; पण माझी पहिली कादंबरी विकली जाईपर्यंत मी स्वत:ची अशीच उपासमार करत राहणार आहे.'

आधी नकाराई तिला आपल्या घरी जेवायचं निमंत्रण देत तेव्हा आणि नकजिमाबाई किंवा हागिनोयातील तिची एखादी मैत्रीण तिला जेवणासाठी आपल्या घरी घेऊन जात, तेव्हाच काय ते इचियोला चारी ठाव व पोट भरून खायला मिळे.

"दिवसेंदिवस तू फारच रोड होत चाललीयस. अशाच पद्धतीनं तुझं वजन कमी होत गेलं, तर एक दिवस तुझ्या अंगावर औषधालाही मांस दिसणार नाही आणि मग अंगात थोडीही चरबी नसल्यानं कडक थंडीत गारठून मरायला होईल तुला." नकजिमाबाई सौम्य शब्दांत इचियोची कानउघाडणी करायच्या. तिला छान पौष्टिक अन्न खायला द्यायच्या. आपल्या होतकरू विद्यार्थिनीच्या घरची हलाखीची परिस्थिती त्यांना माहीत होती. त्यामुळे थंडीच्या दिवसांत ती घरी जायला निघाली की, त्या तिच्या हातात अन्नानं भरलेली पाकिटं देत. बोचऱ्या थंडीत फाटलेला किमोनो घालून, तिला कुबड काढून जाताना पाहून नकजिमांना कसंतरीच वाटे.

'आज मी कित्येक दिवसांनी, हागिनोयात मांस खाल्लं.' नकजिमांनी दिलेली अन्नाची पाकिटं उघडल्यावर फुरुयाचे आणि कुनिकोचे डोळे आश्चर्यानं विस्फारले गेले. कुनिको तर आनंदानं चित्कारलीच, 'आई, पाहा ना! शिजवलेलं मांस!' त्या दिवशी सगळे लोक झोपायला गेल्यावर इचियोनं आपल्या डायरीत हे लिहिलं होतं.

इचियोनं नुकतीच एक कादंबरी लिहायला घेतली होती. दिव्याच्या मिणमिणत्या प्रकाशात ती डोळे बारीक करून रात्र-रात्र लिहीत बसे.

त्या रात्री तिला परत कसंतरी वाटत होतं. धाप लागल्यागत होत होतं. चेहऱ्यावर व मानेवर जळजळत होतं; पण तिकडं दुर्लक्ष करून दिवा मालवेपर्यंत ती लिहीतच होती. मग एका क्षणी भक्कन दिवा विझला आणि खोलीत सगळीकडं अंधार पसरला.

# १७

थंडीचा कडाका वाढत चालला तशी अंतर्द्वंद्वात फसलेल्या इचियोनं आपली हार कबूल केली. इतके दिवस ती स्वत:ला समजावत होती. समजत होती की, तिनं नकाराईंना आपल्या मनातून काढून टाकलंय, पण ते अजिबात खरं नव्हतं. नकाराई तिच्या व्यक्तित्वाचा एक भाग झाले होते. ते काही केल्या तिच्या मनातील आपलं स्थान सोडून जायला तयार नव्हते. शिवाय त्याच सुमारास तिच्या लक्षात आलं की, कोणाच्याही मदतीशिवाय, फक्त स्वत:च्या प्रयत्नानं आपलं साहित्य प्रकाशित करणं तिला शक्य नव्हतं. तिला हेही उमजलं होतं की, पूर्ण जगात फक्त तोसुईच काय ते तिची पहिली कादंबरी प्रकाशित करण्याच्या दृष्टीनं मदत करू शकत होते.

नकाराई तोसुई 'मुसाशिनो' नावाचं स्वत:चं मासिक चालवत होते. मुसाशिनो तसं सुमार दर्जाचंच मासिक होतं; पण त्या मासिकात तिची कादंबरी प्रसिद्ध झाली असती, तर तिला आपलं काम छापलं गेल्याचं समाधान तरी मिळालं असतं. तिच्या लेखनाकडं लोकांचं लक्ष वेधलं गेलं असतं. धडपडत्या नवशिक्या लेखिकेपासून साहित्य प्रकाशित झालेली लेखिका होण्यापर्यंतचा तिचा प्रवास पार पडला असता. लोकांसमोर येण्यासाठी तिला कोणतंही माध्यम चाललं असतं, अगदी 'मुसाशिनो' मासिकसुद्धा.

आपला हा विचार तिनं शंकेखोर कुनिकोसमोर बोलून दाखवला. कुनिकोला नेहमीप्रमाणेच याबाबतीत बऱ्याच शंका आल्याच; पण तिनं इचियोच्या विचाराला थोडाफारच विरोध केला. एक तर तिला पक्कं माहीत होतं की, तिच्या विरोधाचा फारसा उपयोग होणार नव्हता, कारण एकदा एखादी गोष्ट मनात आली की, ती करण्यापासून तिच्या बहिणीला कोणीच परावृत्त करू शकत नसे. शिवाय कुनिकोचं आपल्या बहिणीवर इतकं प्रेम होतं की तिच्या कोणत्याच गोष्टीला ती नाही म्हणू शकत नव्हती अन् या वेळी तिचा विचार बरोबरही असू शकत होता. आपली पहिली कादंबरी प्रकाशित करण्यासाठी इचियोकडे फक्त मुसाशिनोचं माध्यमच उपलब्ध होतं.

"कुनिको, मला आतून वाटत आहे की, एकदा का माझी पहिली कादंबरी

प्रकाशित झाली की, मला परत मागे वळून पाहायची आवश्यकताच भासणार नाही. पुढे सगळं काही सुरळीत होईल.'' इचियो थरथरत्या आवाजात म्हणाली. आपल्या लिखाणाच्या बाबतीत काहीच घडत नाहीये या विचारानं गेले काही महिने ती निराशाग्रस्त होती. आपण उचलत असलेलं हे पाऊल आपल्याला पुढेच घेऊन जाणार आहे की नाही याबद्दल तिला खातरी नव्हती; पण या निर्णयामुळे आपल्याला परत नकाराई तोसुईंबरोबर काम करायला मिळणार हा विचार मात्र तिला सुखावह वाटत होता.

''ठीक आहे गं नत्सु. मला पटवून देण्याचा इतका नको खटाटोप करूस.'' कुनिकोनं हसत-हसत इचियोला प्रेमानं तिच्या जुन्या नावानं हाक मारली, ''माझा तुझ्यावर पूर्ण विश्वास आहे. तोसुईसाहेबच काय ते तुझी पहिली कादंबरी प्रकाशित करू शकतील, असं तुला वाटत असेल तर तसंच कर.''

हे म्हणताना कुनिकोच्या घशात आवंढा दाटून आला होता, पण तिनं तो निमूटपणे गिळून टाकला.

तोसुईसाहेबांचा बाई, बाटलीचा नाद, दारू पिऊन त्यांनी शहरातील बदनाम वस्तीमध्ये घातलेला गोंधळ, त्यांचं बदफैली वागणं याबद्दल तिच्या कानांवर बऱ्याच गोष्टी आलेल्या होत्या; पण कुनिकोला माहीत होतं की, इचियोही काही बोळ्यानं दूध पिणारी बच्ची नव्हती. तिच्या कानांवर नकाराईबद्दलच्या अफवा आल्याच असणार आणि तरीही तिनं त्यांच्याबरोबर संबंध ठेवायचं ठरवलं असेल, तर त्यामागेही काही सबळ कारण असेल.

कुनिकोचा आपल्या बहिणीच्या वागण्याबद्दलचा अंदाज बरोबरच होता. इचियोला तोसुईंचा उथळ, भपकेबाज, रंगेल जीवनाकडे असलेला कल चांगलाच माहीत होता. एका संध्याकाळी कुतूहलापोटी ती हिंडत-हिंडत शहराच्या त्या बदनाम वस्तीत गेली. तिथं एका आडरस्त्याला वेश्या आणि दारूचा सुकाळ असलेल्या हॉटेल्सची एक रांगच होती. अशा हॉटेल्सना स्थानिक लोक 'माशिया' म्हणत. एक प्रकारच्या संमोहक शक्तीनं भारली गेल्याप्रमाणे ती कित्येक तास तिथल्या हालचाली पाहत उभी राहिली.

'माशिया एक अशी जागा आहे, जिथं बायका पैसे घेऊन पुरुषाची प्रत्येक लहर आणि मागणी पुरी करतात. हाही एक रसरशीत जीवनाचा तुकडा आहे,' घरी जाऊन इचियोनं आपल्या डायरीला माहिती पुरवली होती.

ती एक लेखिका होती. जीवन आणि जनजीवनाचं खरंखुरं वर्णन करण्याचं व्रत घेतलेली लेखिका होती. त्यामुळे जीवनाच्या विद्रूप रूपाला किंवा पुरुषांना स्त्री देहाबद्दल नेहमीच वाटणाऱ्या अगम्य आसक्तीला, त्यांच्या लैंगिक वासनांना नाकारण्याचा किंवा नाक मुरडण्याचा तिच्या बाबतीत प्रश्नच येत नव्हता. फक्त ज्यांच्याबद्दल

तिला प्रेम वाटत होतं ते नकाराई तोसुई माशियांजवळ घोटाळत होते, तिथं वारेमाप पैसा उधळत होते या गोष्टीचं तिला थोडं वाईट वाटत होतं. इचियोच्या गरिबीनं तिला नग्न सत्याचा यथार्थ रूपात स्वीकार करायला शिकवलं होतं. नकाराईंबद्दलच्या अमर्याद ओढीनं आपल्याला कमकुवत केलेलं आहे, हे इचियोला माहीत होतं. शिवाय एक नकाराईच काय ते आपली पहिलीवहिली कादंबरी प्रकाशित करतील याचीही तिला खातरी होती. त्यामुळे ती नकाराईंकडे अधिकच ओढली जात होती. नकाराईंच्या घरातील साहित्यिक स्वर्गात काही तास घालवल्यानं इचियोला आपल्या घरातील आर्थिक अभावांचा तसेच आपल्या अपयशांचा, खऱ्या न होऊ शकणाऱ्या स्वप्नांचा तात्पुरता का होईना पण विसर पडत असे. तोसुई ज्या माशियांमध्ये वारंवार जात त्यांचं इचियोला विचित्र आकर्षण वाटू लागलं होतं. पुढे तिच्याकडून लिहिल्या गेलेल्या, वास्तव जीवनाचं दारुण दर्शन घडवणाऱ्या प्रसिद्ध कादंबऱ्यांना अशाच प्रकारच्या माशियांची पार्श्वभूमी लाभणार होती.

तोसुईंबरोबर परत संपर्क ठेवायचं ठरवल्यावर, मनावर घातलेली सगळी बंधनं झुगारून टाकून नकाराईंना पटकन जाऊन भेटावं असं इचियोला वाटलं; पण स्वाभिमान आणि आपली पहिली दर्जेदार कादंबरी पूर्ण करून त्यांना प्रभावित करण्याची तीव्र इच्छा या दोन गोष्टींनी तिला मागे खेचलं.

गंमत म्हणजे हातातली कादंबरी लिहून संपवायची म्हणून ती जितकी म्हणून घाई करत होती तितकी तीच रेंगाळत होती. इचियोनं कित्येक रात्री लिहिण्याच्या डेस्कपाशी घालवल्या होत्या. पहाटे पहाटेपर्यंत ती लिहीत असायची; पण सकाळ होई तेव्हा ती लिहून चुरगाळून टाकलेल्या कादंबरीच्या पानांच्या पसाऱ्यात असे. तिच्या मनात असायचा तीव्र उद्वेग, निराशा, हताशा. बरेच आठवडे असेच गेले. कादंबरी पूर्ण तर झाली नव्हतीच; पण तिची पाहिजे तशी प्रगतीही झाली नव्हती.

'नकाराई तोसुईंबद्दलची, त्यांच्या सहवासाबद्दलची ही अनावर ओढ आवरलीच पाहिजे. हा आवेग, हे भाव राक्षसासारखे अक्राळ-विक्राळ रूप धारण करून माझ्या विचारांची शृंखला तोडून टाकतात. माझ्या लेखनात विघ्नं निर्माण करतात,'' इचियोनं डायरीत आपली ही असाहाय्यता व्यक्त केली होती, 'मी इतर सामान्य बायकांसारखी एक बाई नाहीये. जपानमधील स्त्रियांना आता मिळत असलेला दुय्यम दर्जा मला मान्य नाही. आहे या स्थितीत मला कधीच चैन पडणार नाही. आहे या स्थितीत मी कधीच सुखी होऊ शकणार नाही; पण तरीही मी पुरुष नाही. कधी होऊही शकणार नाही. बाईच्या सगळ्या इच्छा, आकांक्षा, तिच्या हृदयाला डसणाऱ्या भावना मलाही छळतात. मनाची ही तगमग, तडफड! स्त्रीत्वाच्या या शापापासून माझी सुटका नाही. का कोण जाणे; पण या भावना मला असाहाय्य करताहेत. माझं बळ कमी करताहेत.'

इचियोच्या आवतीभोवती नेहमीच्याच रटाळपणानं जीवन चाललं होतं. हिगुची बाया आपलं नेहमीचं धुलाईचं, शिवणाचं काम करतच होत्या; पण त्यातून मिळणारा पैसा घर चालवायला पुरा पडत नव्हता. त्या आता घरामागच्या अंगणातून थोडंसं भाजीपाल्याचं व अन्नधान्याचं उत्पन्न काढायला लागल्या होत्या. संसाराला तेवढीच आणखी थोडी मदत. सूर्याचं उगवणं आणि मावळणं जितकं नित्याचं होतं तितकेच त्यांचे न संपणारे कष्टही नित्याचे होते.

कित्येक आठवडे असेच निष्क्रियतेत गेल्यावर इचियोला तिच्या लेखनविषयक शिथिलतेतून जागं करणारा सोनेरी क्षण अनपेक्षितपणे तिच्या दारी आला. एके दिवशी सकाळी ती उठली तीच भन्नाट कल्पनांनी, प्रेरणांनी उचंबळत. एखादा चमत्कार पाहिल्यासारखी ती स्वत:शीच उद्गारली, ''अरे! आधी कसं सुचलं नाही मला हे! मी आहे त्याच आयुष्याबद्दल, आहे तसंच लिहीन की. माझं आणि माझ्या भोवतालच्या लोकांचं आयुष्य खूप साधंसुधं आहे; पण तितकंच सच्चं, जिवाला भिडणारं आहे. गरीब-श्रीमंत, लहान-मोठे, स्त्रीया-पुरुष सगळ्यांना आवडेल त्याबद्दल वाचायला. त्याबद्दल मी भरभरून लिहू शकेन. तपशीलवार लिहू शकेन. शिवाय ते लिहिताना माझे लेखनविषयक परिशुद्धतेचे, उदात्ततेचे आदर्शही मला छान पाळता येतील. वा!''

''कसलं जीवन, कसले आदर्श? स्वप्नात तर नाहीस ना तू?'' शेजारच्या गादीवर चुळबूळ करत कुनिको उद्गारली. एक जांभई देऊन तिनं झोपेतून उठायचा प्रयत्न केला; पण रजईच्या उबेतून बाहेर पडून परत एका कष्टदायक दिवसाला सुरुवात करायचा खरं म्हणजे तिला कंटाळा आला होता. परत एकदा बादल्या भरभरून कपडे धुणं, विशेषत: कडक थंडीच्या दिवसांत. साबणात हात घातल्याने तिचे हात आणखीच सुजत. त्यामुळे सुटलेली खाज तिला असह्य होई.

विचार करता करता कुनिकोला एका संतांचे दार्शनिक शब्द आठवले, ''काही लोकांचा जन्म कष्ट उपसण्यासाठीच असतो, तर काहींचा सुखात लोळण्यासाठी.''

कुनिकोला तिच्या या गंभीर विचारांतून हलवून इचियोनं जागं केलं. ''कुनिको, अगं ऊठ. मला नक्की काय लिहायचंय याचा साक्षात्कार झालाय बघ आता. या वेळी मात्र काय लिहायचंय, कसं लिहायचंय हे मला अगदी आतून जाणवतंय!''

आपल्या लहान बहिणीचे सुजलेले लाल हात हातात घेऊन तिनं त्यांना मायेनं तेल चोळलं. मग जणू कुठं तरी दूर पाहत ती म्हणाली, ''कदाचित आता तुला हे एखाद्या स्वप्नासारखं वाटेल; पण बघच तू गरिबीनं गांजलेल्या हिगुची घराण्यातील ही अगदी साधीसुधी मुलगी याच घराण्याचं नाव घराघरात गाजवेल. या साध्या सरळ मुलीच्या मनात आवाक्याबाहेर वाटतील, अशा महत्त्वाकांक्षा आहेत. लिखाणाला पोषक अशी प्रतिष्ठित पार्श्वभूमी नाहीये मला. पण कुनिको, तुझ्या या सुजलेल्या

हातांची शपथ घेऊन सांगते, एक दिवस हेच हिगुची नाव खूप प्रसिद्ध होईल. आपल्याला लोक विसरू शकणार नाहीत.''

''नकाराई तोसुईंनी शिष्या म्हणून माझा स्वीकार करावा आणि माझी पहिली कादंबरी प्रकाशित करावी म्हणून मी स्वत:ला विकून टाकेन त्यांना. पण हे अशक्य वाटणारं स्वप्न मी खचितच खरं करून दाखवेन,'' काहीतरी विचार करून ती म्हणाली.

''छी! नत्सु, काहीतरी वेड्यासारखी नको बडबडूस,'' आपल्या बहिणीच्या डोळ्यांतील त्या बघून न बघितल्यासारख्या वाटणाऱ्या नजरेनं हादरून जाऊन कुनिको उद्गारली. खरंच, इचियोच्या डोळ्यांमध्ये त्या वेळी कुठल्या तरी दुसऱ्या काळातील जगात आपलं महत्त्वाचं स्थान बघत असल्यासारखा भाव होता.

''नत्सु, तुझ्यात अपार प्रतिभा आहे. कोणाही माणसासाठी किंवा गोष्टीसाठी तुला इतकं झुकायची काही एक गरज नाही,'' कुनिकोनं इचियोला समजावलं.

एव्हाना इचियोनं गाद्या गुंडाळून ठेवल्या होत्या. रजयांच्या घड्या कपाटात ठेवताना इचियो गप्पच होती. कपाटातील कागद डाग पडून खराब झाला होता. 'कागद बदलायला आलाय अगदी!' ती मनातल्या मनात म्हणाली, 'माझ्या मनातील या भावना माझ्या या साध्या-सरळ बहिणीला सांगूनही समजणार नाहीत. प्रतिकूल परिस्थितीच्या रेट्यात वाहून न जाता, पाय घट्ट रोवून उभं राहणं, आपलं हे पहिलं पुस्तक काहीतरी करून प्रकाशित करणं, मानमान्यता मिळवणं, एक चांगली लेखिका म्हणून नाव मिळवणं, ही आपल्या मनातील धगधगती इच्छा! या वरदान किंवा शापासारख्या असणाऱ्या इच्छेचा कुनिकोला स्पर्शही झालेला नाही. तिला कशी कळणार आहे आपल्या मनाची ही तगमग!'

आपल्या तीव्र महत्त्वाकांक्षेचा आसूड मारून आपल्या साध्या-सुध्या, हळुवार बहिणीला आपण हादरवून सोडलंय, हे लक्षात येऊन इचियोनं तिला अलगद आपल्या मिठीत घेतलं आणि ती म्हणाली, ''हे बघ बहिणाबाई, आपण सर्व स्वप्न बघतो. हो की नाही? अगं, स्वप्न बघायला तर पैसे पडत नाहीत ना?''

इचियो परत नेहमीसारखी वागायला लागलीय हे पाहून कुनिकोनं सुटकेचा नि:श्वास टाकला. तिची ही विचित्र बहीण लहरीत आल्यासारखी वागायला लागली की, तिला खूप अस्वस्थ वाटायला लागे. तिच्याशी कसं वागावं, हेच तिला कळेनासं होत असे. बिचारी नत्सु किती कष्ट घेऊन लिहीत होती. मातब्बर श्रीमंत कुटुंबाचा पाठिंबा नसल्यानं किंवा योग्य ती सूत्रं हलवणारा पाठीराखा गुरू नसल्यानं तिची सुंदर कादंबरी बासनात पडून राहावी, ही मोठी नामुश्कीची गोष्ट होती. कदाचित इचियोच्या म्हणण्यात तथ्य असेलही. तिला फक्त नकाराईच काय ती मदत करू शकत होते. आपल्या बहिणीच्या प्रेमाखातर कुनिकोनं नकाराई तोसुईंच्या

दारुडेपणाकडं, बाहेरख्यालीपणाकडं काणाडोळा करायचं ठरवलं.

पण तरीही मनातल्या मनात तिला वाटतच राहिलं की, आपल्या लाडक्या बहिणीचा पाठीराखा कोणी जास्त स्थिर आणि सच्चरित्र माणूस असता, तर बरं झालं असतं. 'माझी नत्सु इतकी शुद्ध, सोज्ज्वळ आहे, तिला तोसुईंपेक्षा जास्त चांगला मार्गदर्शक गुरू मिळायला हवा होता.' कुनिको हळहळत स्वत:शीच म्हणाली.

काय लिहावं, कसं लिहावं या कोंडीतून सुटका झाल्यानंतर एकाही पानाचा चोळामोळा न करता इचियो रोज झपाटल्यासारखी पानंच्या पानं लिहून काढू लागली. याच काळात तोसुईंनी स्वत:च इचियोला भेटायला येण्याबाबत संदेश पाठवून इचियोची प्रतीक्षा संपवली. त्या तरुण होतकरू लेखिकेनं तोसुईंचा तो संदेश एक प्रकारच्या तंद्रीतच पुन:पुन्हा वाचला. शब्दा-शब्दागणिक तिच्या मनाच्या किनाऱ्यावर तिला माहीत असलेल्या अनावर भावनांच्या मोठमोठ्या लाटा आवेशानं येऊन धडका मारू लागल्या.

'त्यांनी मला संदेश धाडलाय!' आपल्या मनीचं गूज तिनं आपल्या डायरीला सांगितलं होतं, 'काय अर्थ होतो याचा? त्यांनाही मला भेटावंसं वाटतंय? माझ्या विरहानं तेही व्याकूळ झालेत? माझ्याप्रमाणे तेही मला भेटायला अधीर झालेत? किती वेडी आहे ना मी! त्यांनी पाठवलेल्या संदेशाचा मला पाहिजे तसा अर्थ लावतेय.'

इचियोनं कागदावर लिहिलेले ते शब्द अगदी बालिश, खुळचट वाटत होते; पण तरीही तिनं त्यातील एकही शब्द खोडून टाकला नाही. कारण त्या विशिष्ट क्षणी तिच्या मनात उठलेल्या भावनांचा, विचारांचाच तो प्रतिध्वनी होता.

'तोसुईंचा विचार मनात आला तरी मी अगदी वेडीपिशी होऊन जाते. इचियो, अगं आवर स्वत:ला जरा!' इचियोनं स्वत:च्या खुळ्या मनाला दटावलं; पण नंतर भानावर आल्यावरही तिच्या मनाची बेचैनी कमी होईना तेव्हा त्सुरुताच्या अनौरस मुलाचे तेच बाप असल्याची अफवा सांगून तिनं आपल्या मनाची चांगलीच कानउघाडणी केली.

काही दिवसांनी कुनिकोच्या लक्षात आलं की, जेव्हा म्हणून इचियो गहन विचारांत बुडालेली असते तेव्हा तिच्या भुवया उंचावलेल्या असतात आणि कपाळावर आठ्या पडलेल्या असतात. एकदा तिनं आपल्या बहिणीला विचारलंच, "नक्की काहीतरी बिनसलंय तुझं, नत्सु. एवढा कसला त्रास होतोय तुला? मला सांगशील का जरा?"

"हो, कुनिको. मला थोडं त्रासल्यासारखं झालंय खरं," इचियोनं काहीही आडपडदा न ठेवता, सांगितलं, "नकाराई तोसुई आणि त्यांच्याबद्दलच्या गावगप्पांमुळे माझा जीव हैराण झालाय. तुलासुद्धा खरंच वाटतं का की, ते त्सुरुताच्या अनौरस मुलाचे बाप आहेत?"

काय बोलावं आणि कसं बोलावं हे न सुचल्यानं कुनिको बराच वेळ गप्प

राहिली. मग हळुवारपणे म्हणाली, “लोक म्हणतात खरं तसं; पण त्यांनी नेहमीच पोटतिडीकेनं तसं नसल्याचं सांगितलंय. त्यांच्या मते तो त्यांच्या भावाच्या अविवेकी वागण्याचा परिणाम आहे.”

कुनिकोचं बोलणं ऐकून इचियोचं मन सैरभैर झालं. तिनं ज्या अफवांकडं दुर्लक्ष करायचं ठरवलं होतं, त्या सगळ्यांना माहीत आहेत हे ऐकून तिला खूप वाईट वाटलं. त्या मुलाचा खरा बाप तोसुई आहेत की, त्यांचा भाऊ हे ती नंतर शोधून काढणारच होती; पण त्या अफवांनी तिच्या मनावर वाटलं होतं, त्यापेक्षा नक्कीच कितीतरी जास्त परिणाम केलेला होता.

दैवाचा खेळ खरोखर विलक्षण असतो. त्सुराताच्या मुलाचे वडील तोसुई आहेत ही अफवा खरं तर निराधार होती. तो खरोखरच त्यांच्या भावाच्या अविवेकीपणाचा परिणाम होता; पण इचियोचा या गोष्टीवर कधीच पूर्ण विश्वास बसला नाही आणि शेवटी तिच्यात आणि नकाराई तोसुईंमध्ये वाढत जाणाऱ्या दुराव्याचं कारणही तेच ठरलं. सर्वांत दुःखाची गोष्ट तर ही होती की, ज्या माणसाला इचियोनं आपला जिवाचा जिवलग मानला होता, ज्याला आपलं मन दिलं होतं त्याबद्दलचं सत्य जाणून न घेताच तिनं या जगाचा निरोप घेतला होता.

‘भविष्याच्या गर्भात नक्की काय आहे हे मला माहीत नाही; पण एखाद्या माणसावर मनापासून प्रेम करण्याचा निखळ अनुभव, मला एकदा तरी घेता आला, यातच सगळं काही भरून पावलं!’ नकाराई तोसुईंना परत भेटायला जाण्याच्या आदल्या रात्री इचियोनं आपल्या डायरीत लिहिलं होतं.

## १८

'या माणसातील असंख्य दोषच त्याला एक प्रकारे परिपूर्ण करताहेत,' कित्येक महिन्यांच्या विरहानंतर तोसुईंना परत भेटायला जाताना, सकाळी इचियोनं डायरीत लिहिलं होतं.

मधल्या काही महिन्यांमध्ये नकाराईंची परिस्थिती बदलली होती. लोकांच्या दृष्टीनं ते एका अनौरस संततीच्या जन्माला कारणीभूत झाले होते. गळ्यापर्यंत कर्जात बुडल्यामुळे त्यांचं दिवाळं निघाल्यासारखंच होतं. देणेकऱ्यांपासून तोंड लपवण्यासाठी ते जागोजागी भटकत होते. एवढं कमी होतं म्हणूनच की काय, चहागृहांमध्ये जाऊन ते बायकांना वाईट मार्गाला लावतात अशीही त्यांची अपकीर्ती झाली होती. असं असताना उच्च नीतिमूल्यांना जपणारी इचियोसारखी स्वाभिमानी आणि बुद्धिमान स्त्री त्या बदफैली माणसाबरोबर का बरं संबंध ठेवू इच्छित होती?

पण दिव्याच्या ज्योतीनं भुलून गेलेला पतंग जसा आपोआप दिव्याकडे ओढला जातो त्याचप्रमाणे इचियोही तोसुईंकडे खेचली जात होती. इचियोनं कितीही प्रयत्न केला असता, तरी ती तोसुईंपासून लांब राहू शकली नसती. त्यामुळे तोसुईंचा संदेश आल्यानंतर काहीच दिवसांनी तिची पावलं त्यांच्या घराकडे घेऊन जाणाऱ्या रस्त्याकडे आपोआपच वळली. तोसुईंना परत पाहण्याच्या नुसत्या कल्पनेनंच तिची छाती जोरजोरात धडधडत होती. काही दिवसांपासून तिला सतत छळत असलेल्या अफवा, अचानक बिनमहत्त्वाच्या आहेत, असं तिला वाटू लागलं.

गेल्या काही महिन्यांत तोसुईंच्या बाह्य रूपात फारसा काही बदल झालेला नव्हता असं इचियोला वाटलं; पण आधीपेक्षा ते बरेच विनम्र झाले होते. त्यांचा आत्मविश्वासही डळमळीत झाल्यासारखा वाटत होता. आपल्या देणेकऱ्यांपासून तात्पुरती सुटका करून घेण्यासाठी त्या वेळी ते एका भाड्याच्या घरात राहत होते. त्या गुप्त जागी तिला यायला लावल्याबद्दल ते तिची वारंवार क्षमा मागत होते. "किती महिने तू स्वत:ला माझ्यापासून दूर ठेवलंस?" तोसुई किंचित तक्रारवजा

स्वरात म्हणाले होते, ''तुझी आई भेटू देत नसेल ना तुला? माझ्याबद्दल पसरलेल्या अफवांमुळे मला भेटावंसं तुला वाटलं नसेल ना? अगं, त्यातील बऱ्याचशा खरंच अफवा आहेत. अगदी खोट्या गोष्टी आहेत. मला वाटतं लोक माझ्याबद्दल जे काही बरं-वाईट बोलतात, त्याला तू आपल्या दोघांमध्ये येऊ देणार नाहीस. शेवटी आपण लेखक लोक थोडे वेगळे असतो, लहरी असतो आणि आपल्याविषयी खऱ्या-खोट्या, बऱ्या-वाईट गोष्टी पसरवण्यात लोकांना मजा वाटते; पण तू एक प्रतिभावंत, प्रगल्भ लेखिका आहेस आणि मी तुझं लेखन प्रकाशित करू शकतो. त्यामुळे या वाईट गोष्टींना तू मनात थारा देणार नाहीस अशी अपेक्षा आहे.''

इचियोनं मान हलवली. त्यांच्या पौरुष शक्तीनं आणि राजबिंड्या रूपानं ती नेहमीप्रमाणेच भारावून गेली होती.

'देवा, काय होतंय हे मला! अगं इचियो, थोडी तरी बुद्धीची चमक दाखव. नाहीतर त्यांना वाटेल की, हिचा वेश व रूप बेंगरूळ आहेच, डोकंही मठ्ठ झालंय.' तिनं स्वत:ला नकाराईंच्या संमोहनातून जागं करण्याचा प्रयत्न केला; पण तिचं डोकं, अंग, ओठ जणू बधिर झाले होते. त्यांच्या तेजस्वी रूपापुढे ती अगदी गबाळी, नगण्य वाटत होती. शी! मी यायलाच नको होतं यांच्याकडे!' ती स्वत:शीच म्हणाली.

पण आपल्या या लाजऱ्याबुजऱ्या शिष्येला तिच्या कोशातून बाहेर काढून बोलतं कसं करायचं याचं तंत्र तोसुईंना चांगलंच अवगत होतं. त्यांनी तिच्या सगळ्यात आवडत्या विषयाबद्दल, लेखनाबद्दल तिला विचारायला सुरुवात केली आणि हळूहळू तिचा लाजाळूपणा गळून गेला. तिची अजून संस्कार न झालेली मूळ प्रतिभा तिच्या शब्दांतून, डोळ्यांतून, हावभावांमधून ओसंडून वाहू लागली. 'लोकांना इचियो हिगुचीच्या या प्रतिभेचं दर्शन घडवलंच पाहिजे,' मनातल्या मनात ते म्हणाले.

''काही झालं तरी तुझी पहिली कादंबरी मी प्रकाशित करेनच,'' त्यांनी इचियोला आश्वासन दिलं, ''एक ना एक दिवस, तू जपानची सगळ्यात प्रसिद्ध लेखिका होशील.''

नकाराई तोसुई अगदी मनापासून बोलत होते; पण कोणत्याही प्रतिष्ठित घराण्याशी संबंध नसलेल्या त्या स्त्रीची कादंबरी ते कशी काय प्रसिद्ध करू शकतील या बाबतीत त्यांच्या मनात संशयही होता. तसंही मेजी जपानमध्ये स्त्रीची भूमिका फक्त चूल व मूल सांभाळण्यापर्यंतच सीमित होती. तिला समाजात आणखी कोणतंही महत्त्वाचं स्थान मिळू शकत नव्हतं. त्यामुळे तोसुईंनाही जाणीव होती की त्यांना तिची कादंबरी प्रकाशित करावी असं कितीही मनापासून वाटलं तरी प्रत्यक्षात ते करणं फार कठीण होतं. पण इचियोचा त्यांच्यावर पूर्ण विश्वास होता. ती निरलसपणे म्हणाली, ''तोसुईसाहेब, फार फार उपकार होतील तुमचे. मीही कितीदा तरी स्वप्नात पाहते की, माझा हा चेहरा लोकांच्या सदैव स्मरणात राहिला आहे.

एका वेगळ्याच काळातले, वेगळ्याच ठिकाणचे लोक मला ओळखताहेत. माझी स्तुती करताहेत. मला आणि तुम्हाला आपल्या आयुष्यात ते लोक, त्या जागा कधीच दिसणार नाहीत पण ते सगळं खरं असणार आहे. खरं ठरणार आहे. फार विचित्र, चमत्कारिक भावना आहे ही; पण ती इतकी खरी आहे की, माझी खातरी आहे की माझं हे स्वप्न कधीतरी नक्की खरं ठरणार आहे.''

तोसुईंबरोबर परत झालेल्या या भेटीनं इचियोच्या अस्तित्वाचा कणन्‌कण उत्तेजित झाला. तिनं एका झपाट्यात आठवड्याच्या आत आपली पहिली कादंबरी पूर्ण केली. तिच्या या कादंबरीचं नाव होतं, 'फ्लॉवर्स ॲट डस्क.' तिच्या असफल प्रेमाची नाजूक, कातर गोष्ट होती ती. नायिका आपल्या बालपणीच्या प्रियकरासाठी मनात झुरत असते; पण तिच्या प्रियकराला त्याची जाणीवच नसते. शेवटी त्याला ते प्रेम कळतं तेव्हा फार उशीर झालेला असतो, कारण त्या वेळी ती मरणाच्या दारात असते.

कथानकात फारसं नावीन्य नसलं तरी तिची शैली फारच नावीन्यपूर्ण व प्रभावी होती. या कादंबरीत आणि नंतर तिनं लिहिलेल्या सर्व कादंबऱ्यांमध्ये नकळत तिच्या तोसुईंबद्दलच्या अनावर भावना आणि असफल प्रेमच प्रतिबिंबित होत होतं.

''तोसुईसाहेब, माझं हे पहिलं पुस्तक प्रकाशित करण्यासाठी मला मदत करा हो. ही कादंबरी लिहिण्यासाठी जिवाचं रान केलंय मी. ती प्रकाशित व्हावी एवढीच काय ती माझी इच्छा आहे,'' ती म्हणाली.

नकाराई तोसुईंनी आपलं वचन पाळलं. सन १८९२मध्ये आपल्या 'मुसाशिनो' मासिकात इचियोची 'फ्लॉवर्स ॲट डस्क' ही कादंबरी त्यांनी प्रसिद्ध केली. तिच्या आणखीही दोन गोष्टी मुसाशिनोमध्ये प्रसिद्ध झाल्या. दुर्दैव म्हणजे त्याच उन्हाळ्यात ते मासिक बंद पडलं. मुसाशिनो तसं फारसं दर्जेदार मासिक नव्हतं; पण तरीही आपली कादंबरी अखेर छापली गेली याचाच इचियोला खूप आनंद झाला. आपली पहिलीवहिली साहित्यकृती छापली गेल्याचा आनंद काही औरच असतो.

'असाही' वर्तमानपत्रात या कादंबरीवर चांगल्यापैकी परीक्षण छापून आलं. ते वाचून इचियोला अवर्णनीय आनंद झाला. पुढे प्रसिद्ध झालेल्या तिच्या सर्व कादंबऱ्यांप्रमाणेच या कादंबरीवरही इचियोच्या विशिष्ट लेखनशैलीचा ठसा होता. तिच्या सर्व कादंबऱ्यांमध्ये असफल प्रेमाची कहाणी असे. तसा हा विषय बऱ्याच कादंबऱ्यांमध्ये हाताळला जातो, पण कादंबरीचं कथानक उलगडत नेणारी तिची लेखनशैली इतकी प्रत्ययकारी असे की, कादंबरी लगेच लोकांच्या मनाची पकड घेई. अविस्मरणीय ठरे.

'असाही' वर्तमानपत्राच्या पुस्तकपरीक्षणात 'फारच सुंदर गद्य लेखनशैली,' असं मुद्दाम नमूद केलं होतं. वर्तमानपत्राची ती प्रत घेऊन इचियो धावत-धावत घरी आली आणि तिनं अधीरतेनं कुनिकोच्या हातात वर्तमानपत्र ठेवलं.

"बघा कुनिसान, आई, 'असाही शिंबुन' पेपरनं माझं पुस्तक, परीक्षणासाठी निवडलं. त्यांनी माझ्या भाषाशैलीची त्यात इतकी स्तुती केलीय ना!" लांबवर पळत आल्याने इचियोला धाप लागली होती, "माझं पुस्तक प्रकाशित तर झालंच शिवाय 'असाही शिंबुन'सारख्या दर्जेदार वर्तमानपत्रात त्याबद्दल अनुकूल अभिप्रायही छापून आला. माझं स्वप्न पूर्ण झालंय, यावर माझा विश्वासच बसत नाही."

"खरंच? मला दे ना तो पेपर!" कुनिको आनंदानं चीत्कारली. आपल्या बहिणीच्या हातातून तो पेपर हिसकावून घेऊन 'फ्लॉवर्स ॲट डस्क'वरील त्या छोट्याशा परीक्षणावरून बोटं फिरवताना तिच्या हातांना कंप सुटला होता.

"बघ ना आई, समीक्षकानं नत्सुच्या भाषेची आणि लेखनशैलीची तुलना त्सुबोची शोयो या महान लेखकाशी केलेली आहे. तू खूप प्रसिद्ध होणार आहेस नत्सु. तसं ते मला नेहमीच वाटायचं."

"अजून ते व्हायचंय गं!" इचियो हसत-हसत म्हणाली. असं आनंदानं हसताना तिला किती छान वाटत होतं. "या घरात हसण्याचा आवाज किती छान वाटतोय, नाही? कुनिसान अजून तुझी बहीण तेवढी प्रसिद्ध झालेली नाही बाई!" इचियो म्हणाली, "आणि शोयोसाहेबांच्या तर पासंगालाही पुरत नाही मी. आणखी खूप काही करण्यासारखं आहे. पुढच्या कादंबऱ्यांमध्ये खूप सुधारणा करायच्या आहेत मला. शोबोसाहेबांसारख्या दर्जेदार लेखकांच्या पंगतीत जाण्यासाठी मला खूप मेहनत करावी लागणार आहे. सुरुवात तर झाली आहे; पण खूप लांबचा पल्ला गाठायचा आहे."

त्या वर्षाचा वसंत ऋतू इचियोच्या आयुष्यातील सर्वांत सुखाचा, निश्चिंततेचा काळ होता असं म्हटलं पाहिजे. लेखनाच्या क्षेत्रात तिनं यशाच्या शिडीवर पहिलं पाऊल ठेवलेलं होतं. तिची तोसुईंबरोबरची मैत्री सर्वार्थानं बहरत होती. तिच्या मनात कोमल भावनांची पखरण होत होती. त्यांच्याबरोबर झालेली प्रत्येक भेट तिच्या ओंजळीत सुखाची, उत्साहाची फुलं उधळत होती.

'आज अठरा मार्च आहे. माझ्या तोसुईंबरोबरच्या मैत्रीच्या संदर्भातील एक विशेष दिवस. आज प्रथमच ते आमच्या घरी येणार आहेत,' इचियोनं आपल्या डायरीत लिहिलं होतं, 'अतिसुखानं मी रोमांचित झालेली आहे; पण आमचं हे चंद्रमौळी घर. येथील कमी प्रतीच्या वस्तू पाहून त्यांना काय वाटेल, याची मला भीती वाटते. शिवाय माझ्या आईला आणि लाडक्या बहिणीला ते आवडतील ना? देवा, तोसुईसाहेब त्यांच्या पसंतीस उतरणं माझ्या दृष्टीनं किती महत्त्वाचं आहे, हे तुला चांगलंच माहीत आहे!'

खरंतर या बाबतीत इचियोला एवढी काळजी करायची काहीच गरज नव्हती. नकाराईंच्या रुबाबदार, देखण्या रूपाचा तिच्या आईवर लगेचच प्रभाव पडला. त्यांना पाहून तिला आपल्या मुलाची, सेंटारोचीच आठवण झाली. चहागृहातील मोकळ्या-

ढाकळ्या, सुंदर बायकांच्या सहवासाची ओढ असलेल्या त्या देखण्या आर्जवी माणसानं आपल्या उंदीरतोंड्या, सपाट छातीच्या मुलीत पाहिलं तरी, काय असेल हेच तिच्या आईला कळेना; पण तोसुईंनी 'फ्लॉवर्स ॲट डस्क' प्रकाशित करून तिच्या लेकीला लेखनक्षेत्रात नाव मिळवून दिलं होतं. त्यांची ही एकच गोष्ट फुरुयाचं त्यांच्या बाबतीतलं मत चांगलं करून द्यायला पुरेशी होती.

कुनिकोचं मन मात्र तोसुईंबद्दल, आपल्या बहिणीच्या जीवनातील आणि हृदयातील त्यांच्या स्थानाबद्दल साशंक होतं. ते सज्जन होते यात काही शंका नव्हती; पण त्यांच्या वागण्यात कृत्रिमतेकडे झुकणारी अदब होती. व्यावहारिक चाणाक्षता होती. त्यांना विलासी जीवनाची आवड व सवय होती. कुनिकोच्या मते स्वभाव, राहणीमान व सवयींच्या दृष्टीनं इचियो आणि तोसुई एकमेकांशी पूर्णत: विसंगत होते. इचियोची लेखनशैली गंभीर व सुंदर होती; तर तोसुईंची हलकी-फुलकी, बोलचालीची, बाजारात खपेलशी. इचियोशी जीवनशैली साधीसुधी तर तोसुईंची सुखासीन. दोघं तेल आणि पाण्यासारखे वेगवेगळे होते. दोघांचे जीवनप्रवाह एकत्र येऊन सुखानं वाहत राहतील, हे अशक्य होतं.

आपल्या मनातील हे विचार कुनिकोनं आपल्या आईजवळ बोलून दाखवले. नीट विचार केल्यावर फुरुयालाही कुनिकोच्या बोलण्यात तथ्य आहे असं वाटलं. तिच्या मनाला आता एक वेगळाच घोर लागला. इचियोचं आतापर्यंतचं चारित्र्य धुतल्या तांदळासारखं स्वच्छ होतं; पण आता त्यांच्या जवळपासच राहणारे तोसुई, त्यांच्याकडे वारंवार येऊ लागल्यास लोक इचियोबद्दल नाही-नाही ते बोलू लागले असते.

"ते इतके सभ्य, सुसंस्कृत आणि देखणे आहेत की त्यांना पाहून माझा श्वासच बंद पडल्यासारखा झाला," तोसुई गेल्यानंतर कुनिको म्हणाली, "पण त्यांच्या देखणेपणाला साजेशीच त्यांची कीर्तीही (!) आहे गं. नत्सु, अशा माणसाबरोबर आपला संबंध असणं कितपत योग्य ठरेल? त्यांच्यामुळे कधी ना कधी आपल्या घराण्याचं आणि तुझंही नाव बदनाम होईल."

"नकाराई तोसुईंचा विचार करून इतका नको त्रास करून घेऊस," इचियोनं कुनिकोचं बोलणं हसण्यावारी नेण्याचा प्रयत्न केला. "मला त्यांच्याबरोबर संबंध ठेवलेच पाहिजेत, कारण मला अजून त्यांचा उपयोग करून घ्यायचाय." इचियोनं ठासून सांगितलं; पण ते आपल्या आईला, बहिणीला पटवून देण्यासाठी नसून स्वत:लाच पटवून देण्यासाठी होतं.

खरंतर तोसुईंची, त्यांच्या चहागृहातील विलासी प्रकरणांमुळे, बेदरकार वागण्यामुळे व त्यांच्या आर्थिक अडचणींमुळे जितकी म्हणून अपकीर्ती होत होती, तितकीच इचियो त्यांच्याकडे जास्तच आकर्षित होत होती. शहराच्या रंगेल वस्तीत रात्री जागवल्यानं, ते इचियोला भेटत तेच मुळी दारूचा भपकारा सोबत घेऊन. केस

विस्कटलेले, डोळे तांबारलेले... पण त्यांचा राग येण्याऐवजी इचियो त्यांच्या त्या 'वाईट मुलगा' या रूपावर भाळून जात असे. तिच्या कामभावना चाळवल्या जात.

परस्परविरोधी स्वभावांचे लोक एकमेकांकडे आकर्षित होतात, या नियमाचा प्रभाव असेल किंवा ते ज्या बेदरकारपणे जीवन जगत होते आणि जसं जीवन जगणं इचियोच्या बाबतीत कधीच शक्य नव्हतं, त्याच्या आकर्षणामुळे असेल पण व्यावहारिक वृत्तीची इचियो नकाराई तोसुईंमध्ये अधिकाधिक गुंतत चालली होती.

'काही लोकांना माझं हे आकर्षण विचित्र, विलक्षण वाटेल पण ते अगदी खरं आहे.' इचियोनं निर्भीडपणानं आपल्या डायरीत लिहिलं होतं. तिच्या तोसुईंबरोबरच्या गाठीभेटी चालूच होत्या. ती दोघं एकत्र येऊन तिच्या पुढे प्रकाशित करायच्या कादंबऱ्यांबद्दल, कवितांबद्दल विचारविनिमय करत. तिच्या लिखाणात थोडीफार सुधारणा करत.

'आजही तोसुई उशिरा आले. त्यांचे केस विस्कटलेले होते. बोलत असताना ते माझ्या अगदी जवळ झुकले, तेव्हा माझ्या अंगात एक गोड शिरशिरी उठली. आजच्या त्यांच्या रांगड्या रूपानं मी अगदी रोमांचित झाले. ते माझे खरेखुरे प्रियतम आहेत. मनाला येईल तसं बेछूट वागणारे नकाराई तोसुई.' तोसुईंच्या प्रेमात विरघळून गेलेल्या इचियोनं आपल्या डायरीत लिहिलं होतं. इतरांच्या दृष्टीनं वाया गेलेला, दयनीय असा हा माणूस तिच्या दृष्टीनं आदर्श प्रियतम होता. आपल्या या आदर्श प्रियतमाची प्रेमपूजा बांधलेली इचियोच्या कादंबऱ्यांत स्पष्ट दिसून येते. तिच्या कादंबऱ्यांमधील प्रियतमही असेच बिघडलेले; पण ज्यांच्यावर फार-फार प्रेम करावं वाटेल, असे 'इरो-ओटोको' होते.

नकाराई तोसुईंचं इचियो हिगुचीच्या शरीरावर व मनावर तर अधिराज्य होतंच, पण ते हळूच तिच्या कादंबऱ्यांमध्येही घुसले. इचियोचं नकाराईंवरील प्रेम इतकं निखळ आणि खरं होतं की, त्यामुळे तिच्या कादंबरीत व्यक्त झालेल्या भावना, जीवनाचं विश्लेषण, मजकूर सर्व काही अगदी खरंखुरं वाटे, हृदयस्पर्शी होई. इचियोच्या कादंबऱ्यांमधील प्रत्ययकारी प्रेमतरंगांनी जपानी वाचकांना शतकानुशतकं हेलावून सोडलं. तिच्या अल्पकालीन जीवनातील शब्दबद्ध झालेल्या प्रेमभावानं जपानी रसिकांच्या पिढ्यान् पिढ्यांना मंत्रमुग्ध करून टाकलं.

# ११

उन्हाळा जवळ येता-येता इचियोनं तोसुईंबरोबर मूर्खपणानं जोडलेल्या व ठेवलेल्या संबंधांबद्दल तिच्या कुटुंबाचा, मित्र-मंडळींचा व हितैषी लेखकांचा विरोधी सूर टिपेला पोहोचला होता. तिकडं दुर्लक्ष करणं आता अशक्यप्राय होऊ लागलं होतं.

"लोक तुझ्याबद्दल आणि नकाराई तोसुईंबद्दल नाही-नाही ते बोलायला लागले आहेत, नत्सु. त्यांना तू थोडं दूर नाही का ठेवू शकणार?" एकदा कुनिकोनं विनंतीवजा स्वरात इचियोला विचारलं, "तुझ्या अन् तोसुईंच्या जवळिकीमुळे आपल्या घराण्याचं नाव बद्दू होतंय. शिवाय दर्जेदार लेखन करणारी एक लेखिका म्हणून तुला मिळत असलेल्या लौकिकाचीही त्यामुळे हानी होतेय. नकाराई तोसुई आणि त्यांच्या थिल्लर लेखनाबद्दल लोकांचं काय मत आहे, हे तुला ठाऊकच आहे."

इचियोनं कित्येक आठवडे निमूट राहून हा गदारोळ सहन केला; पण तोसुईंबरोबरची तिची मैत्री आणि त्यांच्या बदफैलीपणाच्या चिखलाचे शिंतोडे तिच्यावर उडवणाऱ्या घरच्या आणि दारच्या लोकांची टीका अखेर तिच्या सहनशक्तीच्या पलीकडे गेली. साधारणत: सौम्य व स्थिर स्वभावाच्या इचियोच्या मनातील काहीतरी नाजूक, अमूल्य एकदम तुटून गेलं. ती जोरात किंचाळली, "बस, कुनिको बस झालं. तुझ्या बोलण्यानं मला किती त्रास होतोय हे तुला दिसत नाही का? तू बोललेला प्रत्येक शब्द माझं काळीज चिरत चाललाय. माझ्या घायाळ मनाला आणखी रक्तबंबाळ करतोय तो."

इचियोच्या त्या अचानक विस्फोटानं कुनिको मुळमुळु रडायला लागली. ते पाहताच इचियो पश्चात्तापाच्या आगीत होरपळायला लागली. आजवर कितीही संकटं कोसळली असली, तरी इचियोनं आपल्या या छोट्या लाडक्या बहिणीचं मन फुलासारखं जपलं होतं. 'देवा, हा माणूस, नकाराई तोसुई काय-काय करून घेतोय माझ्याकडून? माझी लाडकी बहीण आपल्या अविचारी वागण्यानं ओढवू शकणाऱ्या संकटांपासून मला वाचवू पाहतेय आणि मी तिच्यावरच किती कठोर शब्दांत आग

पाखडते आहे!' इचियो मनातल्या मनात स्वत:ला दोष देऊ लागली.

"कुनिको, रडू नकोस गं. चूक झाली माझी. मी असं तुझ्यावर ओरडायला नको होतं गं," आपल्या बहिणीला मिठीत घेत इचियो म्हणाली, "पण तुला माझ्यावर विश्वास ठेवावाच लागेल. लाज वाटेल असं काहीही केलेलं नाही मी. नकाराई तोसुई माझ्याशी नेहमीच सभ्यपणानं वागत आलेले आहेत. खरं तर तुम्ही सगळ्यांनी ह्याबाबत तुम्हाला वाटत असलेली काळजी सोडून दिली पाहिजे."

"नत्सु, मला खातरी आहे गं! तोसुईंबद्दल तुला काहीही वाटत असलं, तरी तुझ्या हातून वाईट-साईट काही होणार नाही, याबद्दल मला खातरी आहे. तुझी शालीनता, तुझ्यावरील संस्कार तुला तसलं काही करू देणार नाहीत," हुंदके दाबून ठेवण्याच्या प्रयत्नांत कुनिकोचा आवाज चिरकला, "मला माहीत आहे गं की, तू योग्य तेच करशील. बाबांची आपल्याकडून तीच अपेक्षा होती आणि तू म्हणतेयस तेही खरं आहे. आपण लोकांचे विचार आणि तोंडं बंद नाही करू शकत. खरं तर त्या अफवा पसरवणाऱ्यांपैकी, त्यांच्यावर विश्वास ठेवणारी एक मी होता कामा नये. तुझा मनस्ताप वाढवता कामा नये."

पण कुनिकोच्या रडण्यानं आणि नंतरच्या बोलण्यानं इचियोला आपल्या स्वप्नभूमीतून वास्तवात आणलं. तिच्या लक्षात आलं की, तोसुई आणि स्वत:बद्दल तिनं पाहिलेली स्वप्नं कधीच खरी होण्यासारखी नव्हती. आपल्या कादंबरीतील पात्रांबद्दल करावा तसाच ती तोसुई आणि स्वत:बद्दल विचार करत होती. तिची ती स्वप्नं फक्त साहित्याच्या पानांमध्ये साकार होऊ शकत होती. प्रत्यक्षात नाही. नकाराई तोसुईंच्या पुनर्भेटीनंतर प्रथमच स्वप्नातही तिनं केला नसता असा विचार ती करू लागली. आपल्या प्राणप्रिय तोसुईंना आपल्या आयुष्यातून दूर करण्याचा विचार. तिला हेही माहीत होतं की, तिच्यासमोर लेखन का तोसुई असा पर्याय ठेवण्यात आला असता तर क्षणाचाही विचार न करता तिनं लेखनालाच निवडलं असतं.

'संपलं! माझं प्रेमाचं सुखस्वप्न संपलं! खरं तर सुरुवातीपासूनच सगळं काही संपल्यात जमा होतं. कठोर नियतीला याबाबतची माझी कुठलीही इच्छा मंजूर नाही,' त्या रात्री इचियोनं डायरीत लिहिलं होतं, 'देवा, असंच असेल तर, मग सर्व काही पुसून टाक. माझ्या मनाला छळणारा, कोंडीत पकडणारा तोसुईंच्या पौरुषाचा प्रभाव पुसून टाक. समाजाला लीलया आव्हान करू शकणारा त्यांच्या धिटाईचा, लोकांचं सवंग मनोरंजन करण्याच्या त्यांच्या दृढनिश्चयाचा प्रभाव त्यांची बेफिकिरी, उद्दामपणा, रगेल रंगेलपणा, सगळं काही पुसून टाक.'

'...माझ्या लाडक्या तोसुई, साहित्य जगतातील मगरूर, बदमाश माणसा, आपल्याला दोघांना जोडणारे नाजूक बंध मला कदाचित तोडून टाकावे लागतील; पण ते करताना तुझ्या या इचियोला प्राणांतिक यातना होत आहेत, हे कधीच विसरू नकोस.'

दुसऱ्या दिवशी नकजिमाबाईंच्या पुस्तक क्लबमधील महिलांनी तिला जणू घेरावच घातला. त्यातील प्रत्येक भगिनीला तोसुईंच्या वाढत्या बदफैलीपणाबद्दल तसेच कर्जबाजारीपणाबद्दल तिला सावध करणं, आपलं पवित्र कर्तव्य वाटत होतं आणि गंमत म्हणजे त्यामुळे तोसुईंचा तिरस्कार वाटण्याऐवजी इचियोला त्यांच्याबद्दल आणखीच जास्त आकर्षण वाटत होतं.

"देवा रे! पीडांनी, यातनांनी उत्तेजित होणारी विकृत बाई तर नाही ना मी!" इचियो स्वत:शीच उद्गारली.

नकाराईंबद्दल इचियोच्या मनात कितीही प्रबळ आकर्षण असलं, तरी त्या दोघांच्यातील परस्पर आकर्षणाचा अंत होणं अटळ होतं. अखेर सामाजिक दबावासमोर इचियोला झुकावंच लागलं. थोड्याच दिवसांत मियाके काहोच्या रूपात तो दबाव तिला पहिल्यांदा जाणवला. मियाके काहो ही तिची समकालीन लेखिका होती. तिला हागिनोयातील इचियोची जवळची मैत्रीण म्हणता आलं असतं.

इचियोला एका बाजूला बोलावून, कोणतीही प्रस्तावना न बांधता मियाके म्हणाली होती, "इचियो, तोसुईसाहेबांबरोबरच्या भेटीगाठी तुला थांबवाव्या लागतील. त्या माणसासाठी तू आपल्या आयुष्याची नासाडी केलेली मला बघवणार नाही."

"तुला वाटलं तरी कसं की मी तसं काही करेन?" इचियोनं तटकन विचारलं होतं. तिला स्वत:ला नकाराईंबद्दल काहीही वाटलं, तरी लोकांच्या नावडत्या अशा आपल्या लाडक्या गुरूबद्दल आपल्याला आणखी बऱ्याच वाईट गोष्टी ऐकाव्या लागतील, याची तिनं मानसिक तयारी केलेली होती. वरून-वरून ती धिटाईचा कितीही आव आणत असली, तरी आतल्या आत ती रडत होती. देवाची आळवणी करत होती की देवा, कधीतरी, कोणीतरी एखाद्या चांगल्या गोष्टीसाठी तोसुईंचं नाव घेऊ दे रे. माझ्या ध्यानी-मनी-स्वप्नी वसणारा, काळजात कळ उठवणारा तो जिवलग सखा, एक चांगला माणूस आहे, प्रतिभाशाली लेखक आहे, समाजाचा अत्यंत सन्मानित सदस्य आहे, असंही कधी माझ्या कानावर येऊ दे.

"आयुष्यात एकदा तरी मला कोणी माझ्या तोसुईंबद्दलची चांगली गोष्ट सांगो...!" इचियो गळ्याशी येणारा हुंदका दाबत स्वत:शी म्हणाली, "बाकी त्यांच्याबद्दल कोणी काही म्हटलं तरी ते चांगलेच आहेत, याची मला खातरी आहे. फक्त जीवन कसं जगावं याबद्दलचं त्यांचं मत इतरांपेक्षा वेगळं आहे. ते स्वत:च्या सुखासाठी जगतात. याच एका गोष्टीसाठी हे सगळे त्यांना सुळावर चढवायला निघाले आहेत."

मियाकेनं तोसुईंवर फार क्रूर हल्ला केला होता. मियाकेचे शब्द तर, तिच्या आईनं धारदार चाकूनं टुना माशाला चिरावं, त्याप्रमाणे तिचं काळीज चिरत गेले.

"तुला हे सांगायला मला अजिबात आवडत नाहीये; पण तू आपल्यामागे हात

धुऊन लागलेयस अशी ते ज्याच्या त्याच्यापुढे बढाई मारत असतात म्हणे! पाहिलास तोरा त्या माणसाचा? इचियो, अगं तुला थोडा जरी स्वाभिमान असला, तरी तू त्याचा नाद ताबडतोब सोडशील.''

मियाकेच्या त्या शब्दांनी इचियोच्या काळजाला जणू चरे पडले. दु:खानं आणि अपमानानं विव्हळणाऱ्या इचियोला दरदरून घाम सुटला. संतापाची एक मोठी लाट तिच्या तनमनात उठली. विश्वासघाताच्या तीव्र आघातानं मनातल्या मनात ती कोलमडून पडली. तिच्या तोंडून शब्दच फुटेनात.

'खरंच म्हणाले असतील तोसुई असं?' इचियोच्या मनातील संशयानं डोकं वर काढलं; पण तिच्या व तोसुईंच्या संबंधाबद्दलची सगळ्यांची नापसंती, तोसुईंची उधळपट्टी, पैसे नसतानाही विलासी जीवन जगण्याची हाव, इचियोच्या मनात रात्रं-दिवस चालू असलेला संघर्ष... सगळ्याची परिसीमा झाली होती. इचियोच्या रागाचा लोळ एकदमच आपल्या गुरूंच्या, जिवाच्या जिवलगाच्या दिशेनं वळला. 'त्यांना तिची खरीच पर्वा असती, तर त्यांनी आपली जीवनशैली बदलली असती. आपली सगळी व्यसनं सोडून दिली असती. समाजाच्या चालीरीती पाळल्या असत्या. तसा प्रयत्न तरी केला असता. मग समाजानंही त्यांच्या मैत्रीला वाढण्याची, आणखी एखाद्या गोड नात्यात बदलण्याची संधी दिली असती; पण छे! आपल्या स्वार्थापलीकडे त्यांना काही दिसलं तर ना! माझ्यासाठी काही एक सोडण्याची इच्छा नाही त्यांना.' रागानं बेभान होत ती स्वत:शीच पुटपुटली, 'पहिल्यापासून असेच आहेत ते स्वार्थी, गर्विष्ठ. फक्त आपल्याला हे दिसलं नव्हतं. का दिसूनही आपण ते न दिसल्यासारखं केलं होतं? त्यांच्या जीवनशैलीपासून ते लेखनशैलीपर्यंत सर्वच काही भ्रष्ट, निकृष्ट होतं; पण आपण काही ना काही कारण देऊन त्यांना माफ केलं होतं. स्वत:च्या डोळ्यांवर कातडं ओढून घेतलं होतं; पण आता पाणी डोक्यावरून चाललं आहे. कुठं तरी थांबवलीच पाहिजे स्वत:ची फसवणूक.'

तीव्र भावनांनी गुदमरून जाऊन, शारीरिक पीडेनं कळवळणाऱ्या एखाद्या जनावराप्रमाणे इचियो विव्हळू लागली, ''सारं काही संपलं आता. एकत्र राहणं आमच्या नशिबातच नव्हतं. म्हणूनच सगळं काही संपून गेलं. तुम्ही सगळे जिंकलात. ठीक आहे. सोडून देईन मी तोसुईंना. झालं समाधान?''

इचियोच्या आवाजातील वेदनेनं मियाकेच्या मनाचा ठाव घेतला. तोसुईंच्या प्रभावाच्या दलदलीत बुडत चाललेल्या आपल्या मैत्रिणीला वाचवण्याचा तिचा निश्चय डळमळीत होऊ लागला. त्या क्षणी तिला वाटलं की, त्या प्रेमी युगुलाला आपलं स्वप्न साकार करण्याची एक संधी आपण द्यायला हवी. इतक्या घाईघाईनं, निर्दयतेनं त्यांना एकमेकांपासून दूर करण्याचा आपला विचार चुकीचा तर नाही ना, असंही क्षणभर तिला वाटलं; पण तरीही तोसुईंसारख्या उथळ, बदफैली माणसावरील

आंधळ्या प्रेमापायी इचियोनं आपल्या अमूल्य प्रतिभेची माती करावी आणि आपण एका बाजूला उभं राहून ते पाहत राहावं, हे तिला पटत नव्हतं.

गेल्याच वर्षी मियाकेलाही तिच्या अहंमन्य कठोर वडलांनी, त्यांना अयोग्य वाटणाऱ्या एका प्रेमप्रकरणातून बाहेर काढलं होतं. प्रिय व्यक्तीपासून कायमचं दूर होण्याचं दु:ख किती असह्य असतं, हे मियाकेनं अनुभवलेलं होतं. इचियोबद्दलच्या मायेनं ओथंबून जाऊन तिनं इचियोच्या किंचित वाकलेल्या रोड खांद्यावर हलकेच हात ठेवला अन् ती म्हणाली, "हे बघ इचियो, शेवटी निर्णय तुलाच घ्यायचा आहे. तो घेणं फार कठीण आहे आणि त्यानं तुला फार दु:ख होणार आहे, हे मला माहीत आहे; पण तू तोसुईंना सोडून दिलंस, तर तुझी पुढील कादंबरी प्रकाशित करून देण्यासाठी मी माझा सर्व प्रभाव खर्ची घालीन, असं मी तुला वचन देते. तुला माहीत आहे की, तुझं लेखन फार चांगल्या दर्जाचं आहे. योग्य संधींचा उपयोग करून घेऊन, ते योग्य प्रकारे प्रकाशित झालं, तर तू जपानच्या इतिहासातील एक फार मोठी लेखिका होशील."

"तोसुई आणि माझ्याबद्दलचं तुझं आणि माझ्या कवयित्री मैत्रिणींचं म्हणणं खरं आहे. प्रेमात प्रतारणा होत असेल, तर त्या प्रेमसंबंधात काहीच अर्थ उरत नाही. अशा प्रेमाला काहीच भविष्य नाही," मनाचा काहीतरी निश्चय करत इचियो म्हणाली, "मी उद्याच नकाराई तुसोईंकडं जाऊन त्यांना ती आमची शेवटची भेट असल्याचं सांगेन."

तोसुईंपासून दूर जाणं तिच्या बुद्धीला पटलं असलं, तरी हृदयाला मात्र अजिबात पटलं नव्हतं. घरी चालत परत येताना तिची मान झुकलेली होती आणि मन डोळ्यांत येऊ पाहणाऱ्या आसवांना थोपवायचा प्रयत्न करत होतं.

'इतकं का गुंतागुंतीचं असावं जीवन? मन आणि बुद्धी यांच्यात सतत चालू असलेली ही लढाई...' त्या रात्री डायरीत तिनं आपल्या दु:खाला वाचा फोडली. ती खूप वेळ लिहीत होती. तोसुईंपासून दूर होण्याच्या आपल्या निश्चयाला पडू पाहणारे तडे बुजवून टाकत होती. त्यांच्यापासून दूर व्हायलाच पाहिजे हा कठोर निर्णय मनाला बोलून दाखवताना मध्येच तिला तोसुईंचा दिलदारपणा आठवे. तिला काय हवं-नको आहे, हे त्यांनी नेहमीच फार अगत्यानं, प्रेमानं पाहिलं होतं. गरिबीनं गांजलेल्या घरात तिच्या खाण्या-पिण्याची काय परवड होत असेल, हे त्यांनी जाणलं होतं. त्यामुळे प्रत्येक वेळी त्यांनी तिला जेवून जायचा आग्रह केला होता. तिला चारी ठाव, पौष्टिक जेवण फक्त तेव्हाच मिळालेलं होतं. लेखनक्षेत्रात जेव्हा तिचं काहीच नाव नव्हतं, तेव्हा त्यांनीच तिला नावारूपाला येण्यासाठी मदत केली होती. तिला आणि तिच्या लेखनप्रतिभेला त्यांनी तळहातावरील फोडाप्रमाणे जपलं होतं... तोसुईंवरच्या प्रेमानं हृदय उचंबळून आलं की, तिच्या निश्चयाचा महामेरू

डगमगू लागे. तेव्हा ती तोसुईंनी स्वत:चा अहंकार जपण्यासाठी, स्वत:चं नैतिक बळ वाढवण्यासाठी तिच्या नावाचा, त्यांच्या प्रेमप्रकरणाचा कसा गैरवापर केला, हे मनात घोळवत राहत असे. आपल्या दृढनिश्चयाच्या कोसळू पाहणाऱ्या मनोऱ्याला टेकू देत असे.

...पहाट झाली आणि येणाऱ्या दिवसाचं स्वागत करण्यासाठी तिच्या झोपायच्या खोलीच्या खिडकीत किलबिल करत पक्षी जमा झाले. आतापर्यंत इचियोनं आपल्या मनाचा निश्चय पक्का केलेला होता. तोसुईंना शेवटची भेट देऊन ती त्यांच्यापासून कायमची वेगळी होणार होती. तोसुईंचं प्रेम की कुटुंब, मित्रमंडळ, साहित्यक्षेत्रातील पाठीराख्यांचं प्रेम, आदर, पाठिंबा या दोन्हींपैकी एकाचीच निवड करण्यास तिला भाग पाडण्यात आलं होतं. तिचा नाइलाज झाला होता. साहित्यसाधनेसाठी आपल्या प्रेमाला तिला तिलांजली द्यावीच लागणार होती.

गंभीरपणानं इचियो उठली. आपल्या साध्यासुध्या कपड्यांमधील सगळ्यात फिका, खराब झालेला किमोनो तिनं निवडला. तिच्या दु:खी-कष्टी मन:स्थितीला, त्या दोघांच्या प्रेमाला चक्काचूर करू पाहणाऱ्या, जराही हटायला तयार नसणाऱ्या वादळवाऱ्याला साजेसाच होता तिचा वेष.

खरं तर इचियो तोसुईंच्या घरी एकटीच जाणार होती; पण या वेळी कुनिकोनं तिचं काहीएक ऐकलं नाही. सकाळची न्याहरी आणि दोन-चार कामं आटोपल्यावर दोघी एका मैलाच्या अंतरावर असलेल्या तोसुईंच्या घरी जायला निघाल्या. रस्ताभर दोघी गप्पगप्पच होत्या. कुनिकोला असं गप्प-गप्प राहायची अजिबात सवय नव्हती. त्या दोघी मिळून कुठं फिरायला गेल्या की, कितीही त्रासदायक परिस्थिती असली तरी त्यांची काही ना काही बडबड, हसणं-खिदळणं चालूच असे; पण त्या दिवशी कुनिकोनं हूं का चूं केलं नाही. आपल्या बहिणीच्या आयुष्यातील ही सगळ्यात दु:खद वेळ आहे, याची तिला जाणीव होती. तिला माहीत होतं की, या वेळी इचियोला स्वत:त बुडून जाण्याची मोकळीक हवी होती. तिच्या मनावर हळुवार फुंकर घालणारा शांत आधार हवा होता. गेल्या दोन आठवड्यांपासून तिच्या संवेदनशील मनावर भावनिक स्फोटांचा, दोषारोपांचा सतत भडिमार झालेला होता.

नकाराईंच्या घरापाशी येताच इचियोच्या मनावरील दु:खाचा, येऊ पाहणाऱ्या विरहाचा ताण इतका वाढला की, तिला दरदरून घाम फुटला. साधारणपणे फिकट, पांढरट असलेला तिचा चेहरा लालेलाल झाला. तिला वाटलं की, लगेच वळावं आणि उलट्या दिशेनं धूम पळत सुटावं; पण तिच्या हातावरील कुनिकोच्या हाताची पकड आणखी घट्ट झाली. तिच्या लक्षात आलं की, कितीही नकोसं आणि खच्ची करणारं असलं तरीही तिला ते अप्रिय काम करायलाच पाहिजे होतं. तिची सगळी शक्ती शोषून घेणाऱ्या, विपरीत परिस्थितीत तगू न शकणाऱ्या तिच्या

पहिल्या-वहिल्या प्रेमाला तिला मूठमाती द्यावीच लागणार होती.

"मी इथेच या बाकावर बसून तुझी वाट पाहते." तोसुईंच्या घरालगत वाहणाऱ्या झऱ्याकाठच्या एका ओबडधोबड बाकाकडे बोट दाखवत कुनिको म्हणाली, "तुझं काम झालं की, सरळ इथं निघून ये. मी इथंच असेन आणि माझ्या लाडक्या बहिणी, काळजी करू नकोस. सगळं व्यवस्थित जमेल तुला. मला नेहमी वाटतं की, हिगुची कुटुंबातील आपण बायका, वाळुंजीच्या बारीक पण लवचीक झाडासारख्या आहोत. गरिबीनं, कष्टांनी, दु:खांनी आपल्याला कितीही झोपडलं, तरी आपण थोड्याशा वाकू, पण मोडणार नाही."

तोसुईंच्या घराच्या प्रवेशद्वाराकडे घेऊन जाणाऱ्या त्या छोट्याशा रस्त्यावर पावलं टाकताना, इचियोच्या कानांत कुनिकोचे शब्द घुमत होते. प्रवेशद्वाराशी वाऱ्यानं किणकिणणारी घंटा लावलेली होती. तिथं इचियो येताच वाऱ्यानं ती घंटा किणकिणली. जणू दारावर लावलेली घंटा आपोआपच वाजली. इचियो दारापाशी पोहोचताच तोसुई समोर आले. जणू काही ते तिची वाटच पाहत होते.

"इचियो, तू? आधी न कळवता-सवरता एकदम कशी आलीस?"

घाईघाईनं आपला फिका निळा रेशमी किमोनो सावरण्याच्या तोसुईंच्या पद्धतीवरून आणि केस नीट करण्याच्या गडबडीवरूनच ते झोपेतून नुकतेच उठले होते, हे कळत होतं. इचियोचे डोळे आपोआपच घड्याळाकडे वळले.

'अकरा वाजलेत सकाळचे आणि हे आत्ता उठताहेत,' ती स्वत:शीच म्हणाली. तिनं सहजच त्यांच्या आरामशीर जीवनाची हिगुची घरातील जीवनाशी तुलना केली. तिथं पहाटेचं तांबडं फुटायच्या आत सगळे उठून आपापल्या कामाला लागलेले असत.

नेहमीप्रमाणेच तोसुईंच्या समोर येताच इचियोनं मनाशी कितीदा तरी घोकलेली वाक्यं, समोरच्या खिडकीतून पार नाहीशी झाली आणि जिभेला टाळं लागल्यागत ती जमिनीकडं पाहत उभी राहिली.

'नत्सुको, अगं काय हे? आलीयेस कशासाठी आणि करतेस काय?' रागाच्या भरात तिनं स्वत:ला आपल्या जन्मनावानं जरब दिली. त्या खोटारड्या, गर्विष्ठ, विश्वासघातकी पण अतिशय देखण्या पुरुषाची आपल्या मनावर अजूनही इतकी पकड आहे, हे पाहून तिला स्वत:चाच भयंकर राग येत होता. 'तू इथं कशासाठी आली आहेस हे विसरू नकोस. ज्या कामासाठी आली आहेस ते पटकन करून टाक आणि लगेच इथून निघून जा.' तिनं स्वत:लाच बजावलं.

तोसुईंना कशी काय कोण जाणे; पण त्या दोघांमध्ये निर्माण झालेली दरी जाणवली. इचियोवर आपल्या देखणेपणाची मोहिनी टाकत, ते तिच्या लिखाणावरील चर्चेत तिला ओढू लागले. तिला हमखास बोलतं करायचा हा त्यांचा नेहमीचा उपाय बरोबर लागू पडला. इचियोनं स्वत:ला सांभाळायचा थोडा-बहुत प्रयत्न केला; पण

नेहमीप्रमाणेच ती संभाषणाच्या ओघात वाहून गेली.

साहित्याच्या चर्चेत इचियो इतकी रंगून गेली की, दोन तासांनी ती तोसुईंच्या घरातून बाहेर पडली तेव्हा तिच्या लक्षात आलं की, त्यांच्या दोघांच्या लवकरच होणाऱ्या ताटातुटीचा तिनं एकदाही उल्लेख केलेला नव्हता.

इचियोच्या येतानाच्या आणि जातानाच्या मन:स्थितीत नक्कीच खूप बदल झालेला होता. तिला बाहेरील किमोनो घालायला तोसुईंनी अत्यंत आत्मीयतेनं, प्रेमानं मदत केली. तिनं परत भेटायला यावं ह्यासाठी प्रेमाची गळ घातली.

बिचारी कुनिको! शांतपणे झऱ्याजवळ बसून आपल्या बहिणीच्या परतण्याची वाट पाहत होती. इचियोच्या एरवी नि:सत्त्व दिसणाऱ्या गालांवरील लाली आणि डोळ्यांतील चमक पाहून तिच्या लगेचच लक्षात आलं की, तिच्या बहिणीच्या हातून ठरवलेलं काम झालेलं नाहीये. तोसुईंचा कायमचा निरोप घेण्याबाबत तिच्याकडून अवाक्षरही उच्चारलं गेलेलं नाही.

''माझ्याकडून नाही होऊ शकलं गं ते!'' इचियो चुकचुकत म्हणाली, ''मला माहीत आहे तू माझ्याबद्दल काय विचार करत आहेस ते. तुला वाटत असेल की, त्या माणसावर मी इतकी भाळले आहे की, माझा आपल्या मनावर थोडासुद्धा ताबा राहिलेला नाहीये. त्याच्यापुढे मी पार दुबळी, अस्थिर व मूर्ख ठरले आहे; पण ते तसं आहेही आणि नाहीही. पुढे कधीतरी तुलाही स्वत:ला दुबळं करून टाकणाऱ्या या भावनेचा अनुभव येईल. आयुष्यात कधीतरी या भावनेपुढे आपण इतके हतबल होतो की, आपल्याच शरीरावरील, मनावरील ताबा आपण गमावून बसतो. बुद्धी सांगते ते काम करायला आपलं मन अजिबात तयार नसतं.''

यावर कुनिको काहीच बोलली नाही. बोलण्यासारखं काही नव्हतंच तिच्याकडं. आपल्या या थोरल्या बहिणीवर तिचं अपार प्रेम होतं. तिच्याबद्दल तिच्या मनात अपार श्रद्धा होती. ती सुखी असावी एवढीच तिच्या मनीची आस होती. 'तिला तिच्या इच्छेप्रमाणे वागू द्यावं सगळ्यांनी,' कुनिको मनातल्या मनात पुटपुटली.

दहा मिनिटं दोघी गप्प-गप्पच चालत राहिल्या. मग कुनिको थोडी चाचरत म्हणाली, ''आम्ही सगळ्यांनी तुझ्या मनावर तोसुईंना सोडून देण्यासाठी असा दबाव आणणं कदाचित चुकीचंच असेल. तो निर्णय तुझा स्वत:चा असायला पाहिजे. तू दर वेळी त्यांना भेटून येतेस तेव्हा तुझ्या चेहऱ्यावर एक वेगळीच चमक असते. त्यावरूनच तुझ्या मनात त्यांना किती महत्त्वाचं स्थान आहे, ते कळून येतं. त्यांना पाहून तुझ्या चेहऱ्यावर येणारी चमक, त्यांच्या विचारांनी तुला मिळणारी ऊर्जा कदाचित तुला आणखी खूप चांगली पुस्तकं लिहिण्याची प्रेरणाही देईल.''

''नाही,'' इचियो ठामपणे म्हणाली, ''तुम्ही सगळे म्हणताहात तेच बरोबर आहे; पण तसं वागायची माझ्यात हिंमतच नाही. मी बुधवारी परत जाईन त्यांच्याकडे.

त्या वेळी मी जराही कच खाणार नाही. एक घाव दोन तुकडे करूनच येईन. तू आत्ता म्हणालीस तसं काहीही होणार नाही. अगं, माझा आंतरिक संघर्ष आणि तोसुईंबद्दलची माझी द्विधा अवस्था, माझ्या लेखनाला मारक ठरू लागली आहे. तुला माहीत आहे, गेल्या दोन आठवड्यांत माझ्याकडून एक ओळही लिहिली गेलेली नाही. यापूर्वी कधीतरी झालंय का असं माझ्याकडून?''

कुनिकोनं सहमतीदर्शक मान हलवली, पण ती निमूटच राहिली. बुधवारपर्यंत वाट पाहिलेली बरी, तिनं ठरवलं. बुधवारी तरी ती म्हणतेय ते ती करणार आहे की नाही कोण जाणे! कुनिकोला माहीत होतं की, प्रेमात पडलेली माणसं कधी काय करतील याचा नेम नसतो; पण तोसुईंबरोबर बरेच दिवस चालू असलेल्या इचियोच्या प्रेमप्रकरणाचा तिच्या लेखनावर परिणाम होत होता आणि तो काही बरा नव्हता, हे तिच्या स्वतःच्याच लक्षात आलं होतं, हेही काही कमी नव्हतं.

इचियोनं म्हटलं ते तोसुईंबरोबरच्या पुढच्या भेटीत तिनं करून दाखवलं. मनाचा हिय्या करून ती तोसुईंच्या घरी जायला निघाली. तिच्या कपाळांवरील आठ्यांमध्येच तिच्या मनाचा निश्चय दिसून येत होता. ह्या वेळी तिनं कुनिकोला घरी राहायला सांगितलं. तोसुईंबरोबरील संबंध तोडून टाकल्यानंतर आपल्या मनाला असह्य वेदना होणार, आणि त्या पचवायला आपल्याला काही काळ एकटंच राहावं लागणार, हे तिला माहीत होतं. म्हणूनच तिला त्यांच्याकडं एकटीनंच जायचं होतं.

या वेळी ती त्यांच्याकडे दुपारीच गेली. सकाळी गेली असती, तर ते उठेपर्यंत तिला वाट पाहावी लागली असती आणि मग त्यांच्या बहिणीबरोबर काहीबाही बोलत राहावं लागलं असतं; पण शेवटी तिला ह्याही वेळी त्यांच्या भेटीसाठी वाटत पाहत थांबावंच लागलं कारण नेमके त्या दिवशी तोसुई लवकर उठून फिरायला बाहेर गेले होते. त्यांची बहीण तिच्यासाठी हिरवा चहा आणि बेसनाच्या वड्या घेऊन आली. इचियोचा गंभीर चेहरा पाहून, काहीतरी काम असल्याचं निमित्त सांगून तिनं इचियोची क्षमा मागितली आणि ती तिथून निघून गेली. ते पाहून इचियोनं सुटकेचा निःश्वास टाकला. शिष्टाचार म्हणून त्या दिवशी कोणाशीही गप्पा मारायची तिला जराही इच्छा नव्हती.

तोसुईंना बाहेरून यायला चांगले दोन तास लागले. इचियोच्या मनातील गुंता आणि कष्ट वाढवायलाच की काय, गुळगुळीत दाढी केलेले तोसुई त्या दिवशी फारच छान दिसत होते. एरवी निस्तेज दिसणाऱ्या तोसुईंच्या चेहऱ्यावर त्या दिवशी आरोग्याचं तेज विलसत होतं.

इचियोनं आपली सगळी शक्ती एकवटून मन दगडासारखं कठोर केलं. तोसुईंच्या देखणेपणाचा, हळुवार, आर्जवी वागण्याचा प्रभाव मनावर पडण्याआधीच अभिवादन, कुशलप्रश्न यांच्या गोंधळात न पडता ती एकदम म्हणाली, ''तोसुईसाहेब, मी आज तुम्हाला मुद्दाम सांगायला आले आहे की, यापुढे आपण कधीही भेटणार नाही.''

इचियोच्या शब्दांचा मथितार्थ लक्षात येताच त्यांच्या देखण्या चेहऱ्यावरील अगत्यशील हास्य हळूहळू लोप पावलं आणि त्याची जागा, एका अस्वस्थ करणाऱ्या संतापानं घेतली. ते जवळजवळ ओरडलेच, ''का? का बोलतेयस अशी? माझ्याकडून काही चूक झालीय का?''

''हो,'' इचियो मान हलवून म्हणाली, ''लोक आपल्याबद्दल नाही-नाही ते बोलायला लागले आहेत. मी एकटी येऊन तुम्हाला वारंवार भेटतेय हे लोकांच्या दृष्टीनं चूक आहे.

''ते असंही म्हणताहेत की, मी तुमच्या मागं लागलेय असं तुम्ही सगळ्यांना सांगत सुटला आहात. ते खरं असेल तर हा चक्क विश्वासघात आहे, कारण आपल्या दोघांमध्ये अयोग्य असं काहीही घडलेलं नाही हे तुम्हाला चांगलं माहीत आहे.

''हे सगळं ऐकून मला फार यातना झाल्या आहेत. मुख्य म्हणजे त्यामुळे माझ्या लेखनाचं नुकसान झालेलं आहे. तोसुईसाहेब, मी तुम्हाला सांगायची गरज नाही तरीही सांगत्येय की, तुमची लेखनशैली माझ्यापेक्षा अगदी वेगळी आहे. साहित्यिक मूल्य आणि नीतिमत्ता यांची चाड न बाळगता लोकांना आवडेल आणि बाजारात खपेल असं काहीही लिहिणं हा तुमचा मनोधर्म आहे, माझा नाही. लोकांच्या उथळ इच्छांची पूर्ती करणाऱ्या थिल्लर साहित्याचे तुम्ही पुरस्कर्ते आहात तर मी लेखनशुचितेची. त्यामुळे मला तुमच्यापासून आणि तुम्ही लिहिता, नावाजता त्या साहित्यापासून दूर व्हायलाच पाहिजे, दूर राहायलाच पाहिजे.''

इचियोच्या शब्दांमधील दृढनिश्चय जसा लक्षात येत गेला, तसे तोसुईंच्या देखण्या चेहऱ्यावर भयंकर घाबरल्याचे, दुःखी-कष्टी झाल्याचे भाव तरळले. त्या सुंदर, अभिजात, उच्चभ्रू बायकांच्या लाडक्या लेखकाच्या चेहऱ्यावर एका छोट्याशा, पक्ष्यासारख्या हलक्याफुलक्या दिसणाऱ्या मुलीमुळे, उदयोन्मुख लेखिकेमुळे इतकी खळबळ माजावी, हे त्यांच्या रंगेल स्वभावाला, उच्चभ्रू प्रतिष्ठेला साजेसं नव्हतं.

पण तरीही ते अगदी खरं होतं. इचियोच्या शब्दांनी राग न येता, त्यांना दुःख झालं. ते हळुवार स्वरात तिची मनधरणी करू लागले.

''इचियो, तुझा मार्गदर्शक, गुरू बनण्याची आता माझी पात्रता नाही, हे मला माहीत आहे. त्यामुळे तू रागावली असशील, काळजीत पडली असशील तर तो राग, ती काळजी सोडून दे. तुझ्या योग्यतेला शोभेलसा प्रथितयश मार्गदर्शक, गुरू तुला मिळावा, यासाठी मी आटोकाट प्रयत्न करेन. त्याचा मी आधीच विचार करून ठेवलाय. कमीत कमी ही गोष्ट तरी ध्यानात घे.''

नुकत्याच प्रेमात पडलेल्या, मिसरूड फुटलेल्या मुलाप्रमाणे तोसुईंनी केलेल्या या नम्र विनवणीनं एरवी इचियो विरघळून गेली असती; पण ती पूर्ण सकाळ तिनं तोसुईंच्या तथाकथित विश्वासघाताच्या विचारांत तसेच ते कदाचित त्सुरुताच्या

अनौरस मुलाचे बाप आहेत या अफवेनं आलेल्या रागात घालवली होती.

तिच्या त्या संतापानं तिला आता बळ दिलं. जोरात मान झटकत ती म्हणाली, ''नाही, तोसुईसाहेब, गोष्ट फक्त तेवढ्यावरच संपत नाही. आमच्या लहानशा समाजात आपल्या दोघांबद्दल नाही-नाही त्या अफवा पसरल्या आहेत आणि त्या पसरवायला तुम्ही प्रोत्साहन दिलंय, असं माझ्या कानावर आलंय. तुमच्या ह्या कृतीनं मी फार दुखावली गेलेय. आपल्या संबंधानं माझी प्रतिष्ठा धुळीत मिळू पाहतेय. आपल्या गाठीभेटी अशाच चालू राहिल्या तर समाज मला वाळीत टाकेल, तोसुई!''

''इचियो, काय ऐकतोय अगं मी? जरा माझ्याकडं नीट निरखून बघ. मी असं काही करेन यावर तुझा विश्वास तरी बसतोय का? माझ्या अत्यंत हुशार शिष्येचं मी असं नुकसान करेन का? तू ऐकलेलं सगळं काही साफ खोटं आहे,'' तोसुई म्हणाले, ''तुझ्या अडचणीत सापडलेल्या कुटुंबाविषयी मला फार सहानुभूती आहे, तुझ्याशी लग्न करून मला हिगुची नाव लावायला आवडेल, असं मी म्हटलं असेन तर ते तुमच्या घराण्याचं नाव चालू ठेवेल, त्याला प्रतिष्ठा मिळवून देईल, असा एकही मुलगा आता तुमच्या घरात राहिलेला नाही म्हणून. त्याचा अर्थ आपल्याबद्दल अफवा पसरवून मी तुझ्या नावाला काळिमा फासतोय असा होत नाही. तुला माहीत आहे की, मी असं स्वप्नातही करू शकत नाही.''

पण कुनिकोला वचन दिलं होतं, त्याप्रमाणे इचियोनं तोसुईंशी असलेला संबंध पुरता संपवून टाकायचा त्या दिवशी निश्चयच केला होता. त्यांच्या स्पष्टीकरणाचा, त्यांना सोडून न जाण्याच्या त्यांच्या विनवणीचा तिच्यावर काडीइतकाही परिणाम झाला नाही. त्यांच्या मोहात पडून आपल्या निश्चयापासून पुन्हा ढळण्याआधी सगळं संपवून तिला तिथून निघून जायचं होतं.

तोसुईंचा अखेरचा निरोप घेताना फुटू पाहणारा हुंदका मोठ्या प्रयासानं दाबून ठेवत, इचियो त्यांच्या घरातून धावतच बाहेर पडली. त्यानंतरही कितीतरी वेळ ती ऊर फुटेपर्यंत धावतच राहिली. आपली पावलं आपल्याला कुठं घेऊन चाललीयेत याचं तिला भानच नव्हतं. शेवटी मनातील असह्य वेदना आणि धावल्यामुळे टाकाव्या लागणाऱ्या धापांचा त्रास सहन न झाल्यानं तिला थांबावंच लागलं. थांबल्यावरही तिची पावलं तिला पुढे-पुढे ओढतच होती. शेवटी दमछाक होऊन ती खाली पडलेल्या पाचोळ्याच्या मऊ बिछान्यावर कोसळली. पानांत लपलेल्या झाडांच्या काटक्या तिच्या विसविशित किमोनोला चिरत तिच्या पाठीवर ओरखडा पाडत गेल्या. त्या ओरखड्यानं तिच्या पाठीचं सालटंच निघालं. पुढे जन्मभर त्या ओरखड्याचा तिच्या पाठीवर व्रण राहणार होता; पण गमवाव्या लागलेल्या पहिल्या प्रेमाच्या वेदनेपुढे, ओरखड्यामुळे झालेली शारीरिक वेदना काहीच नव्हती. व्याकूळ प्रेमाची ठसठसती वेदना तिला जन्मभर साथ करणार होती.

पाचोळ्याच्या त्या ढिगात इचियो कितीतरी वेळ आपल्याच दु:खात चूर होऊन नुसती बसून राहिली. हळूहळू तिच्या फिकट, कृश गालांवरून घळाघळा अश्रू वाहू लागले. तिनं त्यांना तसंच वाहू दिलं. कधी नव्हे ते ती मानी मुलगी ढसाढसा रडली. तिच्या मनात उसळलेलं वादळ जणू अश्रूंच्या रूपानं बाहेत येत होतं. मनातल्या भावनांचा निचरा होऊन गेल्यावर तिला थोडं शांत वाटलं. ती उठली ते एक नवं बळ घेऊनच. तिनं मनोमन निश्चय केला की, यापुढे ती कोणासाठीही डोळ्यांतून एक टिपूसही काढणार नव्हती. कोणा माणसाला आपल्या मनात कधी जागाही देणार नव्हती. यापुढील सर्व आयुष्य ती साहित्याला व आपल्या कुटुंबाला वाचवण्यासाठी वाहून घेणार होती.

घरी गेल्यावर ती थेट आपल्या डायरीकडे वळली. तिनं तिच्यात नमूद केलं, 'तोसुईंशी ओळख झाल्याची, त्यांच्या प्रेमात बुडून गेल्याची मला तिळमात्र खंत नाही. जीवनातील काही क्षण का होईना; मी त्या आवेगात चिंब भिजले. बुद्धीला, शहाणपणाला हुलकावण्या देणारं वेडं प्रेम कसं असतं, याचा मला अनुभव घेता आला. मला माहीत आहे यापुढे जन्मात कोणावरही माझा जीव असा जडणार नाही. असलं वेडं प्रेम मी कधी केलं, तर ते माझ्या कादंबऱ्यांच्या पात्रांच्या माध्यमातूनच करेन. माझ्या आयुष्यातील क्षणनक्षण मी लेखनकार्यासाठी वेचणार आहे; पण डायरी गं, खऱ्या प्रेमाचा तो अनुभव, तो आवेश, ती तगमग, ती पीडा, सगळं काही फार अद्‌भुत होतं, अनुभवण्याजोगं होतं.'

डायरीत लिहिलेल्या मजकुराची सांगता इचियोनं, 'आज माझ्या आयुष्यातील एक अध्याय संपला,' या शब्दांनी केली होती. यापुढे ती नकाराई तोसुई हे नाव कधीही लिहिणार नव्हती.

# २०

'असं म्हणतात की, प्रेम माणसाच्या मनात अननुभूत सुखद, सुंदर भावना जागवतं. तसंच गमावलेल्या प्रेमाच्या मन पिळवटून टाकणाऱ्या वेदनांचा जोरदार आवेगही त्याच्या हातून काहीतरी अद्‌भुत, साहसपूर्ण कलाकृती घडवतो,' तोसुईंशी झालेल्या ताटातुटीनंतर लगेच काही दिवसांत इचियोनं डायरीत लिहिलं होतं.

'असंही म्हणतात की, आनंदानं शरीर सुखावत असलं तरी माणसाच्या मनात समाधानाचा, अत्यानंदाचा तवंग साठायला लागतो. त्याची पुढे जाण्याची ओढ कमी होते. दुःख अन् पीडाच माणसाच्या मनाला पुढे जाण्यासाठी प्रवृत्त करतात. मीही आता अशाच दुःखित, पीडित मनःस्थितीत जगत आहे.'

इचियोनं डायरीत लिहिलं होतं त्याप्रमाणे ती जराही वेळ न दवडता खरंच लेखनात बुडून गेली. काहीच आठवड्यांत तिची 'उमोरेगी' म्हणजेच 'अंधूक सावल्या' ही कादंबरी लिहून तयार झाली. मियाके कहो आश्वासनाला जागली. तिनं इचियोची ही कादंबरी 'मियाको नो हना' या दर्जेदार मासिकात प्रकाशित करून घेतली. 'मुसाशिनो'च्या तुलनेत हे फारच उच्च प्रतीचं मासिक होतं.

सर्वांत महत्त्वाचं म्हणजे इचियोला पहिल्यांदाच तिच्या कामाचा मोबदला पैशांच्या रूपात मिळाला. "बघ आई," एके दिवशी हातातील दहा येनची नोट फडकवत इचियो घरात शिरली. 'मियाको नो हना' मासिकानं माझ्या मानधनाचा पहिला हप्ता दिला आहे.

आई आणि बहीण लगोलग इचियोपाशी आल्या आणि त्यांनी मोठ्या प्रेमानं ती दहा येनची नोट हाताळली. त्यांचा आविर्भाव असा होता की, त्यांच्या हातात नोट नाहीतर एक अमूल्य हिरा होता. हा आनंद त्यांना फक्त ते पैसे पाहून झाला नव्हता, तर इचियोचं नाव अखेर लिहिण्यासाठी मानधन घेणाऱ्या प्रकाशित लेखिकांच्या यादीत समाविष्ट झालं या गोष्टीनं झालेला होता.

"तू आता एक व्यावसायिक लेखिका झाली आहेस इचियो," कुनिको अभिमानानं

म्हणाली. दहा येनच्या नोटेवरील फोटोकडं पाहत ती असंही म्हणाली की, ''काय माहीत! तू एखाद वेळेस इतकी प्रसिद्ध होशील की, कधीतरी जपानी नोटांवर तुझाही चेहरा असाच झळकेल.''

''कुनिसान, एकदम अशी सोनेरी स्वप्नं नको पाहायला लागूस. जपानच्या नोटांवर एका स्त्रीचा चेहरा झळकेल म्हणतेस? अशक्य! अगदी अशक्य! असं काही करण्यापूर्वी मंत्रिमंडळ बरखास्त नाही का होणार? आधी तर साहित्यक्षेत्रात पुरुषांची मक्तेदारी आहे. आम्हा लेखिकांची ते गांभीर्यानं दखलसुद्धा घेत नाहीत. मग आमचा असा स्वीकार आणि मानसन्मान? शक्यच नाही.''

हे बोलताना तिच्या मनात काहीच दिवसांपूर्वी गारो हयाशी या नामवंत लेखकांशी तिची झालेली वादावादी आठवली. त्यांच्या साहित्य मंडळातील पुरुषांमध्ये सर्वश्रेष्ठ लेखक असलेल्या गारो हयाशींनी काहीच दिवसांपूर्वी स्त्रियांचा पाणउतारा करणारं अनुदार भाषण केलं होतं. लेखिका फार लहरी असतात, गुलाबी प्रेमकथा लिहिण्यातच त्यांचा हातखंडा असतो, अशासारखी टीका त्यांनी आपल्या भाषणात केली होती.

गारोंचं भाषण ऐकताच इचियोचं पित्त खवळलं आणि एरवी सौम्य, शांत दिसणारी इचियो रणचंडी होऊन ओरडली, ''सर, तुम्ही किंवा तुमच्यापैकी एकानं तरी 'फ्लॉवर्स ॲट डस्क' किंवा 'उमोरेगी' यांपैकी एखादी कादंबरी आणि त्यावरील परीक्षणं वाचली आहेत का? तुमच्यापैकी कोणी त्यांना गुलाबी प्रेमकथा म्हणेल का?''

शांत, मितभाषी, स्वत:बद्दल चकार शब्द न काढणाऱ्या इचियोच्या तोंडून झालेला हा अनपेक्षित उद्रेक ऐकून साहित्य मंडळातील सगळे चिडीचूप झाले. त्या खरमरीत प्रश्नाचं उत्तर कोण देतंय, याची वाट पाहत श्वास रोखून बसून राहिले. मग सभागृहाच्या मागच्या बाजूनं एक पसंतीदर्शक टाळी वाजली. इचियोनं मागं वळून पाहिलं. ती व्यक्ती नकाराई तोसुई आहे, हे पाहून तिचे डोळे विस्फारले गेले. कानात जोरदार आवाज झाले आणि तिच्या तनमनाला झाकोळून टाकणारा नेहमीचा आंधळा आवेग उफाळून वर आला. ''देवा, मला इथं सगळ्यांसमोर, मुख्य म्हणजे 'त्यांच्या' समोर घेरी न येवो,'' इचियोचे ओठ पुटपुटू लागले.

पण त्या एका टाळीनंतर, सभागृहात टाळ्यांचा कडकडाट झाला. सैरावैरा उधळू पाहणारं इचियोचं मन शांत झालं. तिनं परत एकदा तोसुईंच्या दिशेला नजर टाकली; पण तोपर्यंत ते सभागृहातून निघून गेले होते.

अशा प्रकारे भर सभेत अपमानित झाल्यावर गारो हयाशीही गुपचूप कुठं तरी निघून गेले. या प्रसंगानंतर कोणीही इचियोशी विशेषत: लिंगभेदावर आधारित वादविवाद करायला धजलं नाही; पण म्हणून तो नाहीसा झाला होता असं मुळीच नव्हतं. पुरुषांच्या जगात राहून त्यांना अशा प्रकारे आव्हान देत तिथं तगून राहणं सोपं

नव्हतं. काही लेखिका तर निराश होऊन शेवटी लिहिण्यासाठी पुरुषी नाव धारण करत; पण इचियो आपल्या विचारांशी ठाम राहिली. ती स्त्री म्हणूनच लिहीत राहणार होती. आपल्या स्वतःच्या नावानंच लिहीत राहणार होती आणि यशस्वी होऊन दाखवणार होती. याबाबतीत ती काही एक तडजोड करणार नव्हती.

त्यानंतर इचियोला तिच्या लेखनाचं मानधन मिळत राहिलं; पण त्यांच्या गरिबीच्या संसाराला ते पुरेसं नव्हतं. तिच्या तुटपुंज्या मानधनानं घरच्या आर्थिक अडचणींचा ताण फारसा कमी झाला नाही. इचियोला लिहिता यावं, तिच्या लिहिण्याच्या मार्गात आर्थिक अडचणी येऊ नयेत म्हणून तिच्या आईला व बहिणीला अजूनही धुलाईकाम, शिवणकाम करावंच लागत होतं. घरात जरुरीपुरतं अन्न शिजावं यासाठी त्यांना अजूनही कामाचे डोंगर उपसावे लागत होते. कधी-कधी दुसऱ्या दिवशीच्या कामासाठी त्यांच्यात शक्ती यावी म्हणून इचियो स्वतःच्या रात्रीच्या जेवणालाच फाटा द्यायची. तिला वाटायचं की, तिच्या वाटचं खाऊन त्यांचं बळ तितकंच वाढेल.

एकदा तिच्यापुढे जेवणाची थाळी सरकवत कुनिको म्हणाली, "असं नको करूस तू इचियो सान, नीट जेवली नाहीस, तर तुझं वजन आणखी कमी होईल. तू आजारी पडशील. अगं, तुझ्या हातात लेखणी धरण्याइतकीही शक्ती उरली नाही तर तुझ्या हातून मोठमोठ्या कादंबऱ्या कशा लिहून होतील?"

खरं तर त्या वेळी इचियोच्या पोटात भुकेचा आगडोंब उसळला होता, तरीही तिनं आपली थाळी परत कुनिकोच्या दिशेला सरकवली, "काहीतरी काय बोलतेयस? मला काही होत नाही. माझ्या वाटचं खा गं. प्रकाशकांच्या मीटिंगमध्ये खूप छान जेवण मिळालं मला. शिवाय रात्रीच्या वेळी जास्त खाल्लं, तर मला झोप यायला लागते आणि मग काही लिहून होत नाही."

त्या दिवशीही तिचं भुकेलं पोट कळवळत होतं. त्याला बळेच गप्प बसवत ती लिहायला बसली. एकुलत्या एका दिव्याच्या अंधूक प्रकाशात डोळे ताणून ताणून ती लिहीत होती. आणखी एखादा दिवा लावणं त्यांना परवडण्यासारखं नव्हतं; पण ती जसजशी कादंबरीच्या पात्रांमध्ये रमत गेली तसतसा तिला बाकी सर्व गोष्टींचा विसर पडला. शब्द जणू एकमेकांशी स्पर्धा करत, कागदावर उतरत गेले. प्रेम, दुःख, कष्ट, आनंद, जीवनाच्या विविध रंगांनी पानंच्या पानं भरून गेली. त्या कादंबरीतील नायकाचं तोसुईंशी विलक्षण साम्य होतं. फरक इतकाच होता की, तो तोसुईंचं तिला हवं ते रूप घेऊन कादंबरीत अवतरला होता. गौरवान्वित रूपात. तिला ते जाणवत होतं, पण तरीही तिनं आपल्या मनाला, लेखणीला रोखलं नाही. तंद्रीत असल्याप्रमाणे ती लिहीत गेली. तिच्या टाकाच्या निफाच्या कुरकुर आवाजाला तेलाचा मंदपणे जळणारा दिवा साथ देत होता आणि भिंतीवर पडली होती, तिची

हडकुळी, पाठीला बाक असलेली सावली.

दूर कुठंतरी कोंबड्यानं बांग दिली. "पहाट होत आलीये. मला आता झोपायला हवं!" इचियो स्वत:शी म्हणाली; पण तिचा टाक काही थांबायला तयार नव्हता. जणू त्याच्यातील प्राणशक्ती त्याला बळेच पुढे-पुढे नेत होती. सकाळ झाल्यावर कुनिकोला आपली बहीण डेस्कवरच डोकं टेकून झोपलेली दिसली. शाईनं माखलेल्या तिच्या हातानं टाकावरची पकड अजूनही सोडलेली नव्हती.

एक दीर्घ श्वास घेऊन कुनिकोनं इचियोच्या हातातील टाक उचलून ठेवला आणि अगदी सहजपणे तिनं इचियोचं ते कृश शरीर उचलून मागे असलेल्या गादीवर ठेवलं. गाढ झोपेत असलेल्या इचियोच्या अंगावर तिनं मायेनं चादर घातली आणि परत एकदा खोल श्वास घेत ती पुटपुटली, "नत्सु, इतकं काम करून तू स्वत:चं मरण ओढवून घेशील गं. मग तुझ्यावाचून आम्ही कसं जगायचं?" आपल्या बहिणीच्या निस्तेज, पांढुरक्या चेहऱ्याकडे पाहता-पाहता कुनिकोच्या डोळ्यांत पाणी तरळलं; पण डोळ्यांतील पाणी निपटून टाकून ती घाईघाईनं आणखी एका दिवसाच्या धुण्याच्या डोंगराकडे वळली. टबमधील गरम पाण्यात खदखदणारे कपडे त्या कष्टाळू मुलीची वाटच पाहत होते.

# २१

१८९३च्या उन्हाळ्यापर्यंत इचियोनं बऱ्याच लघुकथा व कादंबऱ्या लिहिल्या होत्या; पण त्यानं हिगुची कुटुंबाचा आर्थिक भार फारसा कमी झाला नव्हता. त्यांचं आर्थिक संकट एव्हाना इतकं मोठं झालं होतं की, कितीही मनात नसलं तरी त्यांना त्याची भीषणता मान्य करावीच लागली. सभ्य, सन्मान्य समाज राहत असलेल्या शहराच्या उच्च वस्तीत राहायला मिळावं म्हणून नोरीयोशींनी जिवाचं रान केलं होतं. ते तिथे कसेबसे पोहोचलेही होते; पण त्यांच्या कुटुंबाची तिच्यावरची पकड आता पार सुटत चालली होती.

त्या बिकट परिस्थितीत कसा तग धरून राहावं, याचा विचार करकरून फुरुयाचं डोकं थकून गेलं. शेवटी तिनं आपल्या दोन्ही मुलींना बोलावलं आणि घरातील काय काय वस्तू विकून टाकता येतील याचा अंदाज घेतला. आपल्या आई-वडलांनी मोठ्या हौसेनं खरेदी केलेलं फर्निचर लादलेली गाडी घराच्या आवारातून बाहेर पडताना पाहून इचियोच्या मनाची खूप तगमग झाली. अतिशय त्रासदायक, दुःखद दिवस होते ते. घरातील एकेक किमती सामान बाजारात विकलं जात होतं. त्यांचे ठेवणीतील सुंदर किमोनो व सॅटिनच्या कंबरपट्ट्यांचे तर फक्त पंधरा येनच आले. कुनिको तशी खूपच हळवी होती. त्यांच्याकडच्या सगळ्या छान-छान वस्तू, कपडे कपाटातून काढले जाऊन, वापरलेल्या पण अजून चांगल्या स्थितीत असलेल्या वस्तू विकणाऱ्या दुकानात नेल्या जाऊ लागल्या, तेव्हा तिचे डोळे रडून-रडून सुजून गेले. इचियोनं मात्र ही गोष्ट फारशी मनाला लावून घेण्यासारखी नाहीये अशा भावनेनं खांदे उडवले, "कोणाला पाहिजेत नाहीतरी हे रेशमी किमोनो आणि सॅटिनचे कंबरपट्टे? ते सगळे श्रीमंत आणि लाडावलेल्या लोकांचे चोचले आहेत. आपल्यासारख्या कामकरी लोकांना पाहिजेत कशाला ते? निदान आता ते कोणाच्या अंगाला तरी लागतील." ती म्हणाली.

पण तरीही त्यांच्या वडलांनी हौसेनं शिवून घेतलेले ते कपडे विकावे लागले या

गोष्टीचं दुःख इचियोला झालंच. शहरातील उच्चभ्रू वस्तीत राहता येणं, हा नोरीयोशींच्या दृष्टीनं एक अभिमानाचा विषय होता. कित्येक वर्षांपूर्वी आपल्या उच्च दर्जाचं प्रतीक म्हणून त्यांनी आपल्या मुलींसाठी ते महागडे कपडे शिवून घेतले होते.

शेवटचा चांगला किमोनो विकून झाल्यावर फुरुयानं जमलेले सगळे पैसे मोजले अन् ती अत्यंत निराशेनं म्हणाली, ''अजूनही इथून निघून जाण्याएवढा पैसा आपल्याकडे जमा झालेला नाही.'' विकण्यासारखी आणखी एखादी चांगली वस्तू उरली आहे का, या शोधात तिची नजर भिरभिरत असताना ती एका लाकडी पेटीवर स्थिरावली. त्या लाकडी पेटीत नोरीयोशीला जीव की प्राण असलेली वेगवेगळी सुंदर निसर्गचित्रे आणि लिखाणकामाचे सुंदर नमुने ठेवलेले होते. फुरुयाची नजर पाहून इचियो घाबरून जाऊन ओरडली, ''आई, बाबांचा निसर्गचित्रांचा संग्रह तर तू विकणार नाहीस ना?''

नाइलाज झाल्याप्रमाणे मुलीच्या विरोधाला न जुमानता फुरुयानं मान हलवली आणि ती एवढंच म्हणाली, ''मग तूच सांग मला, इथून निघून जाऊन, दुसरीकडं कुठंतरी एखादा छोटासा व्यवसाय सुरू करायला कुठून पैसा उभारणार आहोत आपण?''

आपल्या मनातील दुःख डायरीत प्रकट करताना इचियोनं लिहिलं होतं, 'आज आमच्या घरातील जवळजवळ सर्व गोष्टी विकल्या गेल्या. फार-फार असाहाय्य, हतबुद्ध वाटत होतं. ज्या गोष्टींमध्ये आमच्या भावना गुंतलेल्या होत्या, त्यांचं रक्षण आम्ही करू शकलो नाही... हल्ली माझ्या प्रतिभेचं सगळीकडं कौतुक होतंय. मी पुढे एक फार थोर अन् प्रसिद्ध लेखिका म्हणून नावाजली जाणार आहे, असं लोक म्हणतात. आई आणि कुनिकोलाही असंच वाटतं; पण माझ्या या तथाकथित प्रतिभेमुळे आजवर काय भलं झालंय आमचं? काहीनाही! हिगुची कुटुंबात ठाण मांडून बसलेली गरिबी जराही इकडची तिकडे झालेली नाही. माझ्या प्रतिभेला ती जराही जुमानत नाही.'

काही दिवसांनी हिगुची स्त्रियांनी त्यांचं उरलेलं जुजबी सामान एका गाडीवर लादलं आणि रात्रीच्या अंधारात त्या गुपचूप शहराच्या वेशीजवळच्या बकाल वस्तीत राहायला गेल्या. त्याचबरोबर इचियो हळूहळू नकजिमाबाईसाहेबांच्या संस्थेतील काव्यवाचन करणाऱ्या श्रीमंत व कुलीन बायकांच्या गर्दीपासूनही दूर-दूर होत गेली. इचियोला या गोष्टीनं मनातल्या मनात बरंही वाटलं. त्या संस्थेशी आपला काही संबंध आहे, असं हल्ली तिला अजिबातच वाटत नव्हतं. तसंही त्यांचे ते उगाचच स्तोम माजवलेले काव्यवाचन समारंभ आणि चेरी ब्लॉसमच्या बहारीचा आनंद लुटण्यासाठी आयोजित केलेली प्रीतिभोजनं वगैरे सर्व तिला फार थिल्लर आणि व्यर्थ वाटू लागलं होतं. खाद्यवस्तूंची रेलचेल असलेल्या टेबलांपाशी त्या सुकुमार स्त्रियांना एवढंसं तेवढंसं कुरतडताना पाहून तिला कितीदा तरी आपल्या घरच्या

जेवणाच्या ओक्याबोक्या टेबलाची आठवण येत होती. तिच्या आईला आणि कुनिकोला जाड्या भरड्या तांदळाचा भात आणि पातळ मिसो शिरो सूप मिळालं तरी धन्य वाटायचं आणि एखाद्या दिवशी माशाचं कालवण मिळालं म्हणजे तर त्यांना सणासुदीचा आनंद मिळायचा.

काव्यवाचन समारंभाच्या दिवशी ते चारी ठाव जेवण जेवताना आपल्या आईच्या आणि कुनिकोच्या आठवणीनं इचियोचा घास घशाशी अडकायचा. असं सुग्रास अन्न तिच्या कुटुंबीयांना स्वप्नातही पाहायला मिळत नसे, पण इचियो तशी व्यवहारी होती. 'मी इथं भरपूर खाऊन घेतलं तर माझं घरचं अन्न वाचेल,' असा विचार ती करत असे. आईला आणि कुनिकोला तेवढंच जास्त खायला मिळेल, असा विचार करून ती पोटभर खाऊन घेई.

उदरनिर्वाहाचं दुसरं कोणतंच साधन हाताशी नसल्यानं फुरुयानं स्वस्त आणि मस्त व्यापाराबद्दल आपल्या मनात असलेली नावड मनातच ठेवली. मनातील चीड दाबत, आपली योजना सफल व्हावी यासाठी देवाची करुणा भाकली आणि शेवटी गावाच्या खालच्या अंगाच्या गरीब वस्तीत तिनं 'एक येन दुकान' उघडलं. ओळखीच्या लोकांनी हिगुची बायकांना दुकानदारीचं, खालच्या प्रतीचं काम करताना चुकूनही पाहू नये, अशी तिची मनापासूनची इच्छा होती. त्या खालच्या पातळीला जाताना तिला मनोमन फार यातना झाल्या होत्या, कारण मेजी जपानमध्ये दुकानदारांचा दर्जा शेतात राबणाऱ्या शेतकऱ्यांहूनही हीन मानला जात असे. आपल्या कुटुंबाला इतक्या खालच्या पातळीला आणून आपण नोरीयोशीच्या आठवणींशी प्रतारणा केली आहे असंच फुरुयाला वाटायचं. आपल्या कुटुंबाला शेतकरी वर्गातून बाहेर काढून सामुराई लोकांच्या थोडंफार जवळ नेण्यासाठी त्यानं जन्मभर केवढे कष्ट उपसले होते, हे तिच्यापेक्षा जास्त कोणाला माहीत होतं? आपण नोरीयोशीबरोबर किंवा त्याच्या आधीच मरून गेलो असतो तर किती बरं झालं असतं, असं कितीदा तरी फुरुयाच्या मनात येत असे. मग तिला शहरातील उच्चभ्रू लोकांच्या टेकड्यांच्या प्रदेशात राहण्यासाठी घोर संघर्ष तरी करावा लागला नसता आणि एवढा आटापिटा करूनही त्या संघर्षात त्या शेवटी हरल्याच होत्या.

''आपला व्यापार करायचा निर्णय बरोबर आहे की चूक, काही कळत नाही मला.'' त्यांचं 'एक येन दुकान' सुरू करायच्या आदल्या दिवशी फुरुयानं आपल्या मुलीसमोर मनातील शंका आणि दु:ख बोलून दाखवलंच, ''व्यापाराबद्दल आपल्याला काय माहीत आहे असं? घरातील सगळ्या किमती वस्तू विकून टाकून आलेला पैसा, आपल्याला ज्याबद्दल काही माहीत नाही, अशा व्यवसायात गुंतवणं कितपत बरोबर आहे?''

''आई, खरंय तुझं म्हणणं. त्याबद्दल विचार केला तरी घाबरायला होतंय; पण

उदरनिर्वाहासाठी आणखी काही साधन आहे का आपल्याकडे?'' इचियोनं भांबावून जाऊन विचारलं, ''आपण जवळ-जवळ सगळ्या मित्रांकडे, नातेवाइकांकडे उधारी-उसनवारी केलेली आहे. आता आणखी कोणाकडे म्हणून पैसे मागायचे?''

आपल्या बहिणीची नजर टाळत कुनिको म्हणाली, ''मी परवा कांडा भागात गेले होते. तिथं मी कोणाला बघितलं माहीत आहे? अगं नकाराई तोसुईंना. ते चक्क एक चहाची लहानशी टपरी चालवत होते. इतका धक्का बसला मला त्यांना तसं पाहून!''

इचियो मान हलवत शांतपणे म्हणाली, ''घाबरू नकोस. तोसुईंचं चहाचं दुकान आहे हे मला माहीत आहे. मुसाशिनो बंद पडलं आणि वर्तमानपत्रापासून त्यांना मिळणारा पैसा पुरेनासा झाला तेव्हा त्यांनी ते दुकान उघडलं असं म्हणतात. अगं, आपण असा विचार करू या ना की, जर सुखासीन व उच्चभ्रू तोसुई चहाचं दुकान चालवू शकतात; तर हिगुची परिवार का व्यापार-उदीम नाही करू शकत?''

इचियोनं आई व बहिणीसमोर धीटपणाचा कितीही आव आणला असला, तरी ज्यांच्याबद्दल तिला अपार आदर होता त्या तोसुईंवर चहाचं दुकान चालवण्याइतकी वाईट परिस्थिती आलेली पाहून, त्यांना गिऱ्हाइकांसमोर वाकून अभिवादन करताना, काम करताना पाहून इचियोच्या पोटात तुटायचं. सर्व काही संपवूनही आपल्याला त्यांच्याबद्दल इतकं वाटतं, या गोष्टीचा इचियोला धक्काच बसला होता.

तसं पाहिलं तर इचियो फार संकोची स्वभावाची होती. आपण बरं आणि आपलं काम बरं अशी वृत्ती असल्यानं ती कोणाशीही जरुरीपेक्षा जास्त संबंध ठेवत नसे. सार्वजनिक स्नानघरात स्त्रियांचे घोळके एकत्र येऊन गप्पाटप्पा करत, भांडत झगडत; समोर नसणारींचे दोष काढत; पण इचियो त्या बाजूला कधी फिरकतही नसे. घरी असतानाही ती शेजार-पाजाऱ्यांशी ओळख करून घेण्याच्या किंवा त्यांच्याशी दोन शब्द बोलण्याच्या भानगडीत पडत नसे. बऱ्याच जणांना ती शिष्ट, गर्विष्ठ वाटे. काहींना ती विचित्र वाटे, पण सगळ्यांना मनातल्या मनात तिचं कौतुक वाटे. खरं तर स्त्रियांच्या दृष्टीनं तो काळ लिखाणासाठी फार प्रतिकूल होता. अशा खडतर परिस्थितीत प्रतिष्ठित कुटुंबाची पार्श्वभूमी नसणारी एक अत्यंत गरीब घरची स्त्री असूनही ती ज्या चिकाटीनं, धडाडीनं लेखनक्षेत्रात पाय रोवून उभी होती, त्यामुळे लोक थक्कच होत होते. काहींना तिचा हेवाही वाटे. सगळ्यांपेक्षा वेगळं होण्याचं, मळलेल्या वाटेनं न जाता, स्वत:चीच वेगळी वाट चोखाळण्याचं धाडस दाखवणाऱ्या या हिगुची मुलीबद्दल काहींना आदर वाटायचा. आपल्या जीवनात त्यांनी असं धाडस कधीच केलं नसतं.

खरं तर इचियोबद्दल वाटणाऱ्या या कौतुकाच्या, आदराच्या भावनेपोटीच नोरीयोशींच्या कित्येक नातेवाइकांना, मित्रांना व परिचितांनाही हिगुची परिवाराला त्यांच्या कष्टाच्या दिवसांत त्यांना भरभरून मदत करावी, असं वाटलं होतं. घेतलेले

पैसे परत करण्यासारखी त्यांची परिस्थिती नव्हती, हे माहीत असल्यामुळे बऱ्याच जणांनी ते परतही मागितले नव्हते.

'एक येन दुकान' सुरू करण्याचा विचार पक्का झाल्यावरही इचियोच्या मनात त्याबद्दल वेगवेगळे विचार येत होते.

'गिऱ्हाइकांना खूश ठेवण्यासाठी मला वरवरचं हसू हसून इकडचं-तिकडचं बोलायलाच पाहिजे का? आतापर्यंत मी कोणाला खूश करण्यासाठी मनाविरुद्ध काहीही केलेलं नाही; पण तसं केलं नाहीतर गिऱ्हाइकांची मर्जी कशी राखता येईल?... दुकानाला वस्तू पुरवणाऱ्या ठोक दुकानदारांना मी तुसडी, शिष्ट वाटले तर?... माझ्या चुकीमुळे आमचं दुकान बंद पडलं तर?'

एकीकडं तिच्या मनात नव्या दुकानाबद्दल नाही-नाही त्या शंका येत होत्या; तर दुसरीकडं या कामामुळे आपल्या लेखिका या स्थानाला कमीपणा तर येणार नाही ना अशी भीतीही वाटत होती.

'माझी पुस्तकं प्रकाशित झालेली आहेत. एक चांगली लेखिका असलेली मी या नको त्या उपद्व्यापात का पडतेय! हे लोकांपुढे झुकणं, गिऱ्हाइकांच्या पुढे-पुढे करणं! छे!' इचियोच्या मनातील द्वंद्व संपता संपत नव्हतं.

हिगुची परिवाराच्या जीवनातील तो अत्यंत बिकट काळ होता. आपल्या आईचा आणि बहिणीचा उत्साह टिकून राहावा म्हणून इचियो वरवर आपण खूप शांत आहोत असं भासवत होती; पण आपल्या मनातील सर्व शंका, काळज्या, आपल्या कुटुंबाचा खालावलेला सामाजिक स्तर, त्याबद्दल वाटणारी खंत आणि लाज या सगळ्या गोष्टी इचियो आपल्या डायरीत प्रकट करत होती.

काही दिवसांपूर्वी घर व दुकानाची जागा शोधण्यासाठी त्यांना किती कष्ट पडले होते, हे तिच्या मनात ताजं होतं. बजेट कमी असल्यामुळे दिवसभर वणवण फिरूनही त्यांना पाहिजे तशी जागा मिळाली नव्हती. तिची बहीण चालून-चालून अगदी दमून गेली होती. कष्टानं एकेक पाऊल उचलत तिच्या मागे-मागे येत होती. तिच्या दुःखी-कष्टी, सुकलेल्या चेहऱ्यावरून, मानेवरून, पाठीवरून वाहणाऱ्या घामाच्या धारांनी तिचा जाडा भरडा युकता – शर्ट चिंब भिजलेला होता. तिची ती दयनीय अवस्था पाहून इचियोच्या काळजात कालवाकालव झाली होती.

अशा अवस्थेतच त्या एका बागेजवळ पोहोचल्या होत्या. बागेत वसंतोत्सव चाललेला होता. मुलं, तरुण मुली रंगीबेरंगी छान-छान कपडे घालून हातातल्या सुमोमो पीच कांड्या चाटत होत्या. मिठाई विकणाऱ्या हातगाडीवाल्याला गराडा घालून उत्साहानं काही ना काही विकत घेत होत्या. इचियोला जाणवलं की, या गंमत-जंमत करणाऱ्या मुलींपेक्षा कुनिको काहीच वर्षांनी मोठी होती; पण तिला असं बेफिकीर, हौसे-मौजेचं बालपण मिळालंच नव्हतं. पोटाची खळगी भरण्यासाठी

कोवळ्या वयातच आईबरोबर काबाडकष्ट करावे लागले होते. इचियोचं स्वत:चं बालपणही काही फार सुखात गेलं नव्हतं; पण त्याचं तिला फारसं दु:ख नव्हतं, कारण तिला त्याची फारशी असोशी नव्हती. तिची आई म्हणायची त्याप्रमाणे ती जन्मापासूनच भलतीच समजूतदार, पोक्त होती. लहान होती तेव्हापासूनच तिचा चेहरा एखाद्या शहाण्या, म्हाताऱ्या माकडाप्रमाणे सुरकुतलेला होता. बाकीची लहान मुलं हसतात त्याप्रमाणे ती कधी खळखळून हसलीच नव्हती. तिनं कधी बालिश बडबडही केली नव्हती; पण कुनिकोचं तसं नव्हतं. ती लहानपणी बाकीच्या लहान मुलांसारखीच गोंडस, गुटगुटीत, हसरी होती. नोरीयोशी होते, तोपर्यंत ती आपल्या बाललीलांनी सगळ्यांवर वर्चस्व गाजवत होती; पण वडील गेले आणि ती अचानक मोठी झाली. कुटुंबाला आधार देण्याची जबाबदारी अंगावर पडल्यावर तिचे छोटेसे खांदे ओघळल्यासारखे दिसू लागले. खळी पडणाऱ्या तिच्या गालांवरचं हास्य कुठंतरी नाहीसं झालं. आधीची कुनिको खूप वेगळी होती. तिच्या मनासारखं सर्वसामान्य, छान बालपण तिला मिळायला पाहिजे होतं. तिच्या वयाच्या मुलींप्रमाणे तिला चांगलेचुंगले कपडे, खायला-प्यायला मिळायला पाहिजे होतं. इचियोला माहीत होतं की, कुनिको उघडपणे मान्य करत नसली तरी हरपलेल्या बालपणाची आणि तारुण्याच्या नव्हाळीची तिला खूप खंत होती.

एक खोलवर श्वास घेऊन इचियोनं आपल्या दमल्या-भागल्या बहिणीचा हात पकडला आणि तिला घाईघाईनं ती तिथून दूर घेऊन गेली. तिथं जास्त वेळ रेंगाळल्यानं त्यांच्या हृदयातील जखम आणखी भळभळली असती, कारण त्यांना जे कधीच मिळणार नव्हतं, ते पाहून हळहळण्यात काय अर्थ होता! जितक्या लवकर त्यांना पाहिजे तसं घर मिळालं असतं आणि त्या जितक्या लवकर त्या घरात स्थिरावल्या असत्या तितक्याच लवकर त्यांचं अनिश्चिततेचं व अस्थिरतेचं आयुष्य मार्गी लागलं असतं.

हिगुची बायकांची घर शोधण्याची मोहीम तीन दिवसांपासून चालू होती. त्या सकाळ-संध्याकाळ पायपीट करत होत्या. स्वस्तातील, घाणेरडी घरं पाहत होत्या. अखेर कंटाळून जाऊन त्या तो प्रयत्न सोडूनच देणार होत्या; पण योगायोगानं त्या ऱ्युसेनजी नावाच्या एका वस्तीत आल्या आणि इचियोची नजर एका घराकडे गेली.

"आई, बघ ना! ते घर बरं दिसतंय. मागच्या बाजूला घराला छोटंसं अंगणही आहे. आतापर्यंत पाहिलेल्या एकाही घराला असं अंगण नव्हतं," इचियो आईच्या कानाशी कुजबुजली.

"खरंच की गं! तसं जुनंच दिसतंय घर. त्यामुळे आपल्या बजेटमध्ये बसेलसं वाटतंय; पण नत्सु, शेजारीपाजारी जरा..." फुरुया आजूबाजूंच्या घरांकडे नजर टाकत म्हणाली.

आईच्या नजरेच्या दिशेस पाहिल्यावर आपण इथं राहिल्यास आपल्याला कोणत्या प्रकारचे शेजारी मिळतील याची इचियोला कल्पना आली.

"बाप रे आई!" ती कुजबुजली; पण तिच्या आवाजात तिटकाऱ्यापेक्षा आश्चर्यच जास्त होतं. "आपण शहरातील वेश्यांच्या वस्तीत आहोत अगदी!"

फुरुया मान हलवत म्हणाली, "तेच तर म्हणायचं होतं मला. असला शेजार असलेलं घर पाहण्यात काहीच अर्थ नाही. ही जागा दोन तरुण मुलींना घेऊन राहण्यासारखी नाही."

पण का कोण जाणे, इचियो त्या घराकडे खेचली जात होती. जवळपासच्या रंगीत, पण गुंतागुंतीच्या वातावरणातून तिचं मन हलता हलत नव्हतं. तिचा पाय तिथून निघतच नव्हता. ओळीनं उभ्या असलेल्या जुनाट लाकडी घरांच्या रांगेत ते घर उभं होतं. त्याला लागून असलेली बाग त्यांचं मन मोहवून टाकत होती. तिच्याकडे बोट दाखवत ती उद्‌गारली, "आई, बाग असलेलं हे एकुलतं एक घर आहे गं!"

पण इचियोच्या दृष्टीनं घर, बाग, खिशाला परवडणारं भाडं या सर्व गोष्टींपेक्षा दुसरीच एक गोष्ट महत्त्वाची होती. बदनाम, बदफैली नकाराई तोसुई आणि त्यांच्या कलंकित जीवनाबद्दलचं तिचं विलक्षण आकर्षण तसंच वेश्यावस्तीतील ते घर आणि त्याच्या आसपासच्या बदनाम परिसराबद्दलचं तिचं आकर्षण म्हणजे तत्कालीन समाजाच्या तिच्याबद्दलच्या अपेक्षांविरुद्ध तिनं केलेलं बंड होतं. तोसुईंची अपकीर्ती जसजशी वाढत गेली होती तसतशी त्यांची तिच्या मनावरील पकडही वाढत गेली होती. आतासुद्धा भोगविलासांना उत्तेजित करणाऱ्या त्या वस्तीच्या मधोमध उभ्या असलेल्या त्या विचित्र घरानं तिच्यावर विलक्षण भुरळ घातली होती. इचियोमधील लेखिकेवर त्या घरानं जणू गारुड केलं. खऱ्याखुऱ्या जीवनाबद्दल व लोकांबद्दल ती पुढे लिहिणार असलेल्या साहित्याला त्या वातावरणाची जिवंत पार्श्वभूमी लाभणार होती.

"नाही आई, घर न बघताच नाही म्हणू नकोस. ते कसं आहे ते आत जाऊन बघून तर येऊ या." घर पाहायला फुरुयाचं मन धजावत नव्हतं; पण इचियोनं तिला गळच घातली, "हे बघ आई, तीन दिवसांपासून पायपीट चाललीये; पण आपल्याला आवडणारं आणि परवडणारं एकही घर अजून मिळालेलं नाही. एकदा पाहून तर घेऊ हे घर. नाही आवडलं तर सोडून देऊ. आपल्यावर कोणाची बळजबरी थोडीच आहे!"

दुसरं कोणतंच घर नजरेत नसल्यानं शेवटी फुरुया ते घर नजरेखालून घालायला तयार झाली. नंतर दोन वर्षं हिगुची कुटुंब त्या घरात राहिलं. इचियोमधील लेखिका जरी त्या वातावरणात रमली असली, तरी फुरुयाचा तेथील प्रत्येक क्षण त्या घराला शिव्याशाप देण्यातच गेला होता.

त्या घरात प्रवेश करताच आपल्याला नवीन घर मिळाल्याची इचियोची खातरी पटली. तिच्या आईला ते फारसं आवडलं नसलं तरी कुरकुरत का होईना तिला आपल्या मुलीच्या इच्छेपुढे मान तुकवावीच लागली. तीन खोल्यांच्या त्या घरातील दोन खोल्या राहतं घर म्हणून त्या वापरू शकत होत्या आणि तिसऱ्या खोलीत त्या दुकान थाटू शकल्या असत्या. अशी व्यवस्था दुसऱ्या कोणत्याच घरात नव्हती.

तीन दिवसांत हिगुचींनी त्या घराच्या डिपॉझिटची रक्कम भरली. घरातलं थोडं बहुत उरलेलं सामान एका गाडीत घालून त्या आणखी एका नव्या घरात राहायला जायला सज्ज झाल्या.

मनावरील भार उतरल्याप्रमाणे इचियोनं आपल्या डायरीत लिहिलं होतं की, त्यांचं हे घर खरंच वेश्यांनी आणि गेश्यांनी घेरलेलं होतं. ‘शहराच्या टेकड्यांच्या उच्चभ्रू परिसरातील आमचे आधीचे शेजारी-पाजारी किंवा ओळखीचे लोक कधी काळी इथं येतील आणि उदरनिर्वाहासाठी ते आम्हाला दुकान चालवताना पाहतील ही शक्यता आता अगदी शून्यावर आलेली आहे.’

‘नकजिमाबाईसाहेब आणि हागिनोयातील उच्चभ्रू बायका फिरत-फिरत इथं येतील आणि इथल्या वेश्यांशी किंवा त्यांच्या चाहत्यांशी गप्पागोष्टी करतील, ही अगदी अशक्य कोटीतील गोष्ट आहे.’ धीटपणाचा आव आणत इचियोनं हसायचा प्रयत्न करत लिहिलं होतं.

# २२

त्या घरात राहायला गेल्यावर काही दिवसांनी इचियोनं डायरीत लिहिलं होतं, 'या गंमतशीर नव्या घरात का कोण जाणे; पण मला बरं वाटतंय. मला वाटतं या नव्या घरात आम्ही आमच्याप्रमाणेच जगण्यास अयोग्य ठरलेल्या व तडजोडी करत जगणाऱ्या लोकांमध्ये राहत आहोत, ह्या गोष्टीनंच मला बरं वाटतंय. मला माहीत आहे की सार्वजनिक स्नानगृहात बायका मला विचित्र, लहरी व थोडीशी वेडपटही समजत असतील, कारण ज्या गोष्टींमध्ये सर्वसामान्य बायकांना रस असतो, त्यांचं मला वावडं आहे. माझे किमोनो अगदी साधेसुधे व करड्या वा निळ्या अशा पुरुषी रंगाचे असतात. मी पुस्तकांच्या व संशोधनाच्या जगात जगते. तसेच माझ्या वयाच्या तरुण पुरुषांबरोबर वेळ घालवण्याऐवजी मला म्हाताऱ्या, टकल्या लेखकांबरोबर, कवी, प्रकाशकांबरोबर वेळ घालवायला आवडतो.'

'रिक्षावाले आणि अश्लील कामचेष्टा चालणाऱ्या योशिवारामधील चहागृहाच्या वा दारूच्या गुत्त्यांची राखण करणारे धिप्पाड पहिलवान व आत काम करणाऱ्या वेट्रेसिस आमचे शेजारी आहेत. या दोन्ही गोष्टींशी संबंध नसणारा एकही माणूस आसपास नाही. आम्हीही अशाच लोकांच्या, सामानाच्या गरजा पूर्ण करणार आहोत.'

र्‍युसेनजीमधील रात्री कधीही शांत नसायच्या. हिगुची कुटुंब तिथं जितके दिवस राहिलं तितके दिवस त्याला रात्री खूप उशिरापर्यंत रिक्षांच्या खडखडाटाचा, खाद्यपदार्थ विकणाऱ्या फेरीवाल्यांच्या आरोळ्यांचा, निर्लज्ज स्त्री-पुरुषांच्या खिदळण्याचा आवाज ऐकू येत राहायचा. चहागृह व गुत्त्यातील शेवटचं गिऱ्हाईक झोकांड्या देत बाहेर पडेपर्यंत रात्रीचे जवळजवळ तीन वाजलेले असत. तोपर्यंत हा गोंधळ, आरडाओरडा चालूच असे. त्या गिऱ्हाइकाच्या मागे मागेही एखादी मुलगी जातच असे. रात्रीच्या अंधारात सगळे विलीन झाल्यानंतरही गादीवर पडलेल्या इचियोच्या कानात त्यांचं बरळणं, हसणं-खिदळणं, आनंदाचा जल्लोष घुमतच असे.

सर्वांत जवळचा कुंटणखाना त्यांच्या घरापासून काहीच फुटांच्या अंतरावर

होता. इचियोनं डायरीत लिहिलं होतं की, तिनं जरासा हात लांबवला असता तरी तिच्या हाताला जवळच्या, ओळीत उभ्या असलेल्या, कामसुख पुरवणाऱ्या एखाद्या दुकानाची भिंत लागली असती. लाकडाच्या पातळ भिंतीच्या पलीकडून, त्यांच्या शेजारच्या घरांमध्ये चालणाऱ्या शृंगाराचे पडसाद त्यांना रात्री-बेरात्री ऐकू येत, हे सांगण्याची गरजच नाही.

"या लोकांना एकही दिवस सुट्टी नसते का? सारखं आपलं तेच न तेच चाललेलं असतं!" सुरुवाती-सुरुवातीला झोप आणण्याच्या प्रयत्नांत उशीवर तळमळणारी कुनिको, समोरच्या व शेजारच्या कुंटणखान्यातील आवाज कानांआड करण्याचा प्रयत्न करत कुरकुरायची.

पण कुटुंबातील इतर लोकांप्रमाणे तिलाही लवकरच या सगळ्या आवाजांची सवय झाली आणि रिक्षांच्या कर्कश्श खडखडाटातही तिला झोप लागू लागली.

'शहरातील हा भाग दिवसा ढाराढूर झोपलेला आणि रात्री टळटळीत जागा असतो,' इचियोनं तिच्या डायरीला माहिती पुरवली होती. चहागृहातील व कुंटणखान्यातील मुली रात्रीच्या, झिंगून केलेल्या आरड्याओरड्यानंतर शांत होऊन दिवसा एकेकट्या किंवा आपल्या गिऱ्हाइकांबरोबर आळसटून झोपत. सूर्य बुडाल्यानंतर सुरू होणाऱ्या विषयवासनांच्या जल्लोषात परत दुप्पट उत्साहानं सामील होण्यासाठी त्या जणू स्वत:ला तयार करत असत. काळोख पसरू लागताच, तिथल्या गल्ल्या, सगळा आळस झटकून जाग्या होत. रिक्षा भरभरून येत असलेल्या पुरुष गिऱ्हाइकांचं तेथील भडक संगीत आणि उच्छृंखल खिदळणं स्वागत करत असे. लाडिक विभ्रम करणाऱ्या वेश्या त्यांना आपल्या मिठीत विरघळवत. तेथील आरड्याओरड्याला, हसण्या-खिदळण्याला, त्यांना खाद्यवस्तूंचा पुरवठा करणाऱ्या फेरीवाल्यांच्या खणखणीत आवाजाची – "ओइशी जगाइ इमो" 'चविष्ट गोड रताळी!' – साथ असे. उन्हाळ्यात, पावसाळ्यात, हिवाळ्यात ते फेरीवाले न चुकता तिथं हजर असत.

रिक्षांच्या व रस्त्यावरील फेरीवाल्यांच्या ठेल्यांवरील दिव्यांमुळे योशिवाऱ्याच्या रस्त्यांवर एक प्रकारचा गुलाबी उजेड पसरलेला असे; पण चहागृहांच्या प्रवेशद्वारांवर टांगलेल्या मोठमोठ्या आकाशदिव्यांचा भडक उजेड हिगुचींच्या घरात भसकन शिरत असे. तो त्यांना खुपत राहत असे. झोपू देत नसे; पण शेवटी त्यांना त्याचीही सवय झाली म्हणा किंवा त्यांनी त्याच्याकडे दुर्लक्ष करायचं ठरवलं म्हणा; पण त्यांची थकली गात्रं आपोआप झोपेच्या अधीन होऊ लागली.

योशिवारा ही इडो शहरातील बदनाम वेश्या वस्ती होती. इचियो आणि तिच्या कुटुंबाला पुढील नऊ महिने शरीरसुखाच्या या स्वर्गात (का दलदलीत) राहायचं होतं.

आणखी थोडा फार विचार केल्यावर, हिगुची महिलांनी आधी ठरवल्याप्रमाणे

स्वस्त वस्तू विकणारं 'एक येन दुकान' सुरू केलं. त्यांच्या या निर्णयानं पुढे त्यांचं नुकसान होणार होतं; पण त्या वेळी मात्र त्यांना तो निर्णय सर्वथैव योग्य वाटला होता. ते दुकान चालू राहावं यासाठी इचियोला रात्रंदिवस काबाडकष्ट करावे लागत. सामान पुरवठा करणाऱ्या धूर्त धटिंगणांशी रोज भाव-ताव करायला लागे. त्यांच्या कोरड्या आवाजानं आणि रांगड्या भाषेनं तिला ते सगळं नकोसं होऊन जायचं पण तरीही तिला पाहिजे त्या किमतीत त्यांनी सामान देईपर्यंत ती आपला हेका सोडत नसे. सामान खरेदी केल्यावर तिला घाईघाईनं दुकानात परतावं लागायचं. तिथं परत गिऱ्हाइकांशी हुज्जत घालावी लागायची.

हिगुचींच्या दुकानाची गिऱ्हाइकं होती, आजूबाजूचे रिक्षावाले, पहिलवान किंवा कुंटणखान्यातील वा चहागृहातील वेश्या. तिथं आल्यावर तिला नकजिमाबाईसाहेबांच्या संस्थेतील काव्यगायन समारंभातील अभिजात लोक आणि ऱ्युसेनजीमधील वातावरणातील जमीन-अस्मानाचा फरक सतत जाणवत राहत होता; पण या बाबतीतील सगळा दोष तिचाच होता कारण योशिवारामध्ये घर भाड्यानं घेण्याचा आग्रह तिनंच धरला होता.

गंमत म्हणजे दुकान सुरू करताना ते फुरुया आणि कुनिको चालवतील म्हणजे इचियोला लिहिण्यासाठी मोकळा वेळ मिळेल असा त्यांचा अंदाज होता; पण झालं उलटंच. हळूहळू इचियोच दुकान चालवण्याच्या व्यापात जास्तीत जास्त गुंतत गेली. नऊ महिन्यांच्या त्या दीर्घ काळात इचियोच्या हातून फक्त दोन कथा लिहून झाल्या. त्या काळात तिनं डायरीतही फारसं काही लिहिलेलं दिसत नाही. कुनिको दुकानात बसून गिऱ्हाइकांना माल बांधून देत असे, पण त्यांना पाहिजे त्या वस्तूंचा योग्य वेळी योग्य भावानं पुरवठा होतोय की नाही हे पाहण्याचं काम इचियोचं होतं. त्यासाठी आडदांड, शिवराळ व्यापाऱ्यांशी तिचा सारखा संबंध येत असे. हळूहळू त्या व्यापाऱ्यांच्या लक्षात आलं की दिसायला लहानखुरी असली, व्यवहारातील फारसं काही माहीत नसलं तरी ही बाई तशी पक्की होती. तिला ते सहजासहजी फसवू शकत नव्हते. सुरुवातीला त्यांनी तिला घाबरवण्याचा खूप प्रयत्न केला; पण शेवटी तिच्या व्यक्तिमत्त्वानं ते एवढे प्रभावित झाले की मंत्रमुग्ध होऊन तिच्या कविता व गोष्टी ऐकत राहू लागले.

'जीवनाची वळणं आणि आडवळणं किती विचित्र असतात. आधी मी प्रबुद्ध लेखकांसमोर, कवी, विद्वानांसमोर काव्यवाचन करत असे. आता माझे श्रोते असतात शिवराळ, अशिक्षित, आडदांड व्यापारी' इचियोनं क्वचितच केलेल्या डायरीलेखनात लिहिलं होतं, 'पण मला ही मोठी आडदांड मुलं आवडू लागली आहेत. हे लोक इतक्या आवडीनं माझं वाचन ऐकत असतात की, ते पाहून मला मी अजूनही आपल्या गोष्टी सांगून लेखन ऐकवून ऐकणाऱ्याला मंत्रमुग्ध करू शकते

हे प्रत्ययास येऊन खूप बरं वाटतं.’

फुरुया शेजारपाजारच्या रिक्षावाल्यांच्या, वेश्यांच्या घरी जाऊन त्यांना त्यांचं शिवणकाम आपल्याला देण्यास सांगत असे. असं करताना तिला आपला सर्व आत्मसन्मान, अभिमान गुंडाळून ठेवावा लागे. एके काळी जिनं जपानमधील सर्वांत प्रतिष्ठित सामुराई कुटुंबातील मुलीला आपलं दूध पाजलं होतं ती फुरुया आता किरकोळ कामासाठी दारोदार भटकत होती. आपल्या आईला याप्रकारे पैशांसाठी, व्यक्तिगत मानसन्मान बाजूला ठेवून, घरोघर काम मागत फिरताना पाहून इचियोच्या काळजात कालवाकालव होत असे; पण नोरीयोशी गेल्यानंतर हिगुची परिवाराचा दर्जा फार झपाट्यानं घसरला होता. नोरीयोशीनं आपल्या परिवाराला समाजात वरचं स्थान मिळवून देण्यासाठी अहोरात्र खटपट केली होती; पण दैवदुर्विलासानं त्याच्या त्या सर्व खटपटीवर पाणी पडलं होतं.

हिगुची कुटुंबाला ऱ्युसेनजीमध्ये येऊन तेव्हा चार महिने झाले होते. एव्हाना इचियोला अभिजात व सुसंस्कृत साहित्यिक मित्रमंडळींना न भेटल्याची उणीव जाणवू लागली होती. नकजिमांच्या हागिनोया संस्थेतील काव्यवाचनाचे प्रसंगही तिला राहून राहून आठवत होते. कधी-कधी ऱ्युसेनजीतील संशयास्पद लोकांच्या समाजविघातक चक्रात अडकून आपण फरफटत चाललो आहोत, आपली लेखनप्रतिभा व लिहिण्याची तीव्र इच्छा गमावत चाललो आहोत अशा भीतिदायक स्वप्नांनी पछाडून जाऊन ती रात्री मध्येच घामेघूम होऊन उठून बसत असे. तिला वाटे की तीही वय झाल्यानं वस्तीतील तरुण वेश्यांची आणि त्यांच्या रात्रीच्या पाहुण्यांची हांजी हांजी करत, त्यांचे नाही नाही ते चाळे व चिडखोरपणा सहन करत एक दिवस मरून जाईल; पण पोटाची टिचभर खळगी भरायला त्या येन दुकानाशिवाय हिगुची कुटुंबापुढे दुसरा कोणता पर्यायही नव्हता.

ऱ्युसेनजीमधील साहित्यिक उन्हाळ्याच्या त्या दिवसांमध्ये इचियोला आपलं हे ते टोपणनाव सोडून देऊन आपलं जन्मनाव नत्सुकोच वापरावंसं वाटू लागलं, कारण त्या नावानं वावरताना आपण आपली लेखनप्रेरणा व लेखनऊर्मी गमावत चाललो आहोत ही अपराधीभावना तरी सतावत नसे; पण हळूहळू ऱ्युसेनजीमधल्या वातावरणाशी तिची नाळ जुळू लागली. तेथील जीवनानं रसरसलेल्या अनुभवांच्या समृद्ध घटका तिला भुलवू लागल्या. तेथील रंगेल गल्ली-बोळांमध्ये उलगडत जाणाऱ्या जीवननाट्याचे, तेथील लोकांच्या जीवनाचे, वृत्तीचे पडसाद तिनं डायरीत नमूद केलेल्या छोट्या-छोट्या टिपणांमध्ये पडू लागले. मनाला भावलेल्या प्रसंगाचं, व्यक्तिरेखांचं थोडक्यात टिपण करून ठेवण्याच्या तिच्या या सवयीचा पुढे कादंबऱ्या लिहिताना तिला फार उपयोग झाला.

पण ऱ्युसेनजीमध्ये तासन्तास कराव्या लागत असलेल्या काबाडकष्टांचा तिच्या

शरीरावर अनिष्ट परिणाम झालाच. त्यांचे दिवस चांगले असतानाही तिची तब्येत तशी नाजूकच होती. आता काळजी आणि काबाडकष्टांच्या काळात ती आणखी बिघडू लागली. आठवड्यातून किमान दोनदा तरी तिच्या डोक्याला भयंकर ठणका लागे. शिवाय त्यांच्या धंद्यातही त्यांना फारसा पैसा सुटत नसे. त्यामुळे इचियोनं आपलं लेखन बाजूला ठेवून दुकानदारीत लक्ष घालण्यात फारसा अर्थ नव्हता असं त्यांना जाणवायला लागलं होतं. हे कमी होतं म्हणूनच की काय, एका रात्रीत थोड्याच अंतरावर त्यांच्यासारखंच आणखी एक दुकान सुरू झालं. बऱ्याच दिवसांपासून आपलं दुकान बंद करण्याचा विचार त्यांच्या मनात घोळत होताच; पण या एकाएकी उभ्या राहिलेल्या संकटानं त्यांचा तो निश्चय आणखी पक्का झाला.

हिगुची बायका सुरुवातीला आपली ही लढाई, फार शर्थीनं लढल्या; पण नऊ महिन्यांच्या अविश्रांत धडपडीनंतर, त्यांच्या लक्षात आलं की कोणत्याही प्रकारचा अनुभव गाठीस नसताना, अशा प्रकारचं दुकान ऱ्युसेनजीमध्ये घालून, त्यांनी एक घोडचूक केली होती. मुख्य म्हणजे रास्त किमतीत वेगवेगळ्या प्रकारचं सामान दुकानात भरायला त्यांच्याकडे पाहिजे तेवढं भांडवल शिल्लक नव्हतं. भांडवल कमी असल्यानं त्यांना हलक्या प्रतीच्या निवडक वस्तू दुकानात ठेवाव्या लागत होत्या. जवळपासच्या लोकांचा तिथं नियमित राबता होता; पण धंद्यात त्यांना इतका कमी फायदा मिळे की त्यासाठी दुकान चालवण्याचे अपार कष्ट करण्यात काहीच अर्थ नव्हता. त्या काबाडकष्टातून इचियोही सुटलेली नव्हती. तिचा सगळा वेळ सामानपुरवठा करणाऱ्या व्यापाऱ्यांशी घासाघीस करण्यात किंवा उधारी वसूल करण्यात गेल्यानं तिला लेखनासाठी अजिबात वेळ मिळत नव्हता. कुनिको व फुरुयामध्ये दुकान चालवायला लागणारा चाणाक्षपणा नव्हता. इचियोला सौम्य, सुसंस्कृत वातावरणात राहायची सवय असल्यानं व्यापाऱ्यांचा ओबडधोबडपणा तिला फारच बोचत असे.

लिहिण्याच्या दृष्टीनं इचियोच्या आयुष्यातील हा फार वाईट काळ होता. ऱ्युसेनजीमधील नऊ महिन्यांच्या वास्तव्यात तिनं फक्त दोन लघुकथा लिहिल्या. दर रात्री ती फार थकून दुलईत शिरत असे. दुकान चालवण्याच्या श्रमानं तिची सर्व शारीरिक व मानसिक शक्ती शोषून घेतलेली असे. डायरीत एखादी नोंद करण्यासाठी टाक उचलण्याचं बळही तिच्यात उरलेलं नसे.

इचियोचं लिहिण्याचं ओकंबोकं डेस्क, धूळ खात पडलेली काळ्या शाईची दौत आणि पेंगत पडलेल्या पिसांच्या लेखण्या पाहून पुरेसा फायदाही मिळवून न देणारं दुकान चालवण्यासाठी त्या तिघी किती आणि कोणकोणत्या गोष्टींचा बळी देत होत्या हे अखेर कुनिकोच्या लक्षात आलं.

एके दिवशी दुकानातील रटाळ कामापासून, विषयसुखाच्या शोधात भटकणाऱ्या

लोकांना घेऊन जाणाऱ्या रिक्षांच्या कर्कश्श खडखडाटापासून तसेच वेश्या व त्यांच्या आश्रयदात्यांच्या थिल्लर बोलण्यापासून व कामुक खिदळण्यापासून सुटका करून घेण्यासाठी इचियोनं नकजिमाबाईसाहेबांकडं जायचं ठरवलं. तिथं आपल्या साहित्यजीवनासाठी आवश्यक असं पोषण तरी तिला मिळालं असतं. तिथं जाण्यापूर्वी तिनं नकजिमाबाईसाहेबांची तशी परवानगी घेतली.

पाईन वृक्ष व गुलाबांच्या मंद सुगंधानं वेढलेल्या हागिनोयाच्या त्या भव्य वास्तूत पाय ठेवताच इचियोच्या मनातील कित्येक महिन्यांची काळजी व काबाडकष्टांचा आपोआप निचरा झाला. तेथील सुसंस्कृत कवी व लेखकांच्या छोट्याशा समूहापासून आपण कधीच दूर गेलो नव्हतो असं तिला वाटलं. फक्त काबाडकष्टांमुळे खरखरीत झालेले तिचे हात काय ते ती कुठून आलीये हे सांगत होते. म्हणूनच त्यांना लपवून ठेवण्याचा ती खूप प्रयत्न करत होती. त्या हातांकडे कोणाचं लक्ष गेलं तरी ते तसं दाखवत नव्हते.

हागिनोयातील हळुवार वातावरणानं व जपानी लोकांच्या मनात विशेष स्थान असलेल्या त्या कविसमूहाच्या बुद्धिचातुर्यानं इचियोच्या शरीरात व मनात एका वेगळ्याच शक्तीचा संचार झाला. आपण एक लेखिका आहोत हे तिला कित्येक महिन्यांनंतर प्रकर्षानं जाणवलं.

"देवा, इथं परत येऊन किती छान वाटतंय." हागिनोयाच्या इमारतींभोवती दरवळणारा फुलांचा सुगंध व अत्तराचा मंद सुवास नाकपुड्यांत भरून घेत ती उद्गारली.

तिच्या त्या दीर्घ अनुपस्थितीच्या दिवसांत ती काय करत होती, हिगुची कुटुंब कुठं राहत होतं, हे जाणून घेण्याची सगळ्यांनाच उत्सुकता होती; पण त्यांच्या त्या प्रश्नांची उत्तरं द्यायला इचियो अजिबात तयार नव्हती. वेश्या व रिक्षावाल्यांच्या सोबतीनं जात असलेलं आपलं आयुष्य किंवा तोंडाळ, असभ्य व्यापारी आणि कुंटणखान्यातील गिऱ्हाइकांबरोबरची आपली घासाघीस याबद्दल त्यांना कळलं तर त्यावर त्यांची काय प्रतिक्रिया होईल या कल्पनेनंच तिच्या अंगावर सरसरून काटा येत होता. त्यामुळे तशा प्रकारचे प्रश्न तिनं खूप चलाखीनं टाळले.

त्या रात्री तिनं आपल्या डायरीत नमूद करून ठेवलं होतं, 'पोटाची खळगी भरण्यासाठी आम्ही समाजाच्या अगदी खालच्या थराच्या लोकांची अजिजी करत आहोत. पुस्तकं प्रकाशित झालेल्या लेखिकेचं आयुष्य असं थोडंच असतं? आमची अवस्था फारच दयनीय झाली आहे. यातून बाहेर पडायचा मार्ग मला शोधायलाच पाहिजे.

रात्री शेजारच्याच खोलीत इचियोची आई व बहीण त्यांना दिवसभर मिळालेली नाणी मोजून ठेवत होत्या. त्यांचा खणखण आवाज इचियोच्या कानाला बोचत

होता. आईच्या जड सुस्काऱ्यांवरून तिच्या लक्षात आलं की पैशांच्या दृष्टीनं तो दिवसही वाईट गेलेला होता. त्या दोघी नेहमीच्या अडचणींना तोंड देत असताना आपण तो दिवस नकजिमाबाईसाहेबांच्या शाळेत आरामात घालवला; चविष्ट जेवणावर ताव मारला या विचारानं इचियोला आपल्या हातून मोठाच अपराध झालाय असं वाटलं.

इचियोला अर्ध्या तासानंतर शेजारच्या गादीवर हालचाल झाल्याचं जाणवलं. आपल्या लाडक्या बहिणीला त्रास होऊ नये म्हणून कुनिको फार जपून अंथरुणात शिरत होती. विचार करता करता इचियोला आपले कष्ट संपवण्याचा आणि शहराच्या चांगल्या भागात परत जाण्याचा मार्ग अचानक सुचला.

तटकन उठून बसत तिनं कुनिकोला गदागदा हलवलं तशी कुनिको ओशाळून म्हणाली, ''बघ उठवलंच ना मी तुला नत्सु! एक नंबरची मूर्ख आहे बघ मी.''

''असं नको म्हणूस गं कुनिको. अगं मी झोपलेच नव्हते. खरं तर मी आपल्या परिस्थितीबद्दल विचार करत होते. आता मी ठरवून टाकलंय की हे दुकान बंद करून टाकायचं आणि आपण इथून लांब राहायला जायचं. इथं राहून आपलं काही भलं होणार नाही. फार दिवस नाही राहू शकणार आपण इथं. माझंच पाहा ना, कशाबशा दोन-तीन कथा लिहिल्यात मी इथं आल्यावर. शहराच्या पहाडी भागाजवळ जायचा प्रयत्न करायला पाहिजे आपण.''

''खरंय तुझं म्हणणं!'' दमल्याभागल्या कुनिकोनं कसंबसं म्हटलं. दमणुकीमुळे तिला डोळे उघडे ठेवणं फार जड जात होतं. गेल्या काही महिन्यांत या विषयावर आपण वारंवार चर्चा केल्या आहेत आणि आर्थिक अडचणींवर मात करण्याचा एकही उपाय आपल्याला सापडलेला नाही हे इचियोला सांगणं तिच्या जिवावर आलं होतं. पण तिला बोलावंच लागलं, ''तुझा विचार खूप चांगला आहे; पण कसं होणार आहे हे? होतं नव्हतं ते सगळं विकून आपण हे दुकान सुरू केलंय हे विसरू नकोस. इथंसुद्धा आपली फक्त हाता-तोंडाची गाठ पडत्येय. शिल्लक अशी काही पडत नाहीये. दुसऱ्या कोणाकडून आपल्याला पैसे मिळण्याचीही काही शक्यता नाहीये. माहीतच आहे तुला.''

इचियोनं मान हलवून तो विषय बंद केला. कुनिको किती दमलीये हे तिला दिसत होतं. अशा प्रकारच्या गंभीर विषयावर चर्चा करण्याची तिच्यात शक्तीच नव्हती. आपल्या मनावरील ओझं डायरीत झोकून टाकावंसं वाटलं; पण तीही दिवसभराच्या श्रमानं दमली होती. झोपेचं सुख कधी एकदा मिळतंयसं झालं होतं तिला. मग एकही शब्द न बोलता दोघी बहिणी झोपेच्या अधीन झाल्या. सभोवतालच्या गडबड गोंधळात, सतत येणाऱ्या-जाणाऱ्या रिक्षांच्या खडखडाटातही त्या गाढ झोपी गेल्या. तो सर्व तर त्यांच्या नित्यक्रमाचाच भाग झाला होता.

विषयसुखांचं आगर म्हणून ओळखल्या जाणाऱ्या इडोच्या त्या भागात इचियो कुटुंब महिनोन्महिने रखडत राहिलं. कधी काळी आपली तिथून सुटका होईल ही त्यांची आशा मावळत चालली होती. इचियोनं मात्र आपल्याला लिहिण्यासाठी प्रेरणा मिळावी म्हणून हागिनोयाच्या सुसंस्कृत, सुशिक्षित वातावरणात जायचा, तेथील कवयित्री मैत्रिणींना भेटायचा आपला परिपाठ चालू ठेवला होता. ऱ्युसेनजीला गेल्यावर सुरुवातीच्या काळात तिनं हागिनोयाकडं पाठ फिरवली होती; पण नंतर तिच्या लक्षात आलं होतं की जगण्यासाठी शुद्ध, ताजी हवा मिळणं जितकं आवश्यक होतं तितकंच हागिनोया काव्यविद्यालयात तिचं जाणंही आवश्यक होतं.

ती परत हागिनोयाला जायला लागली त्यानंतर काहीच दिवसांत केसाला लावायच्या पिनांच्या डब्यात उचकाउचक करताना तिला डब्याच्या तळाशी आपल्या वडलांच्या हस्ताक्षरातील नीट घडी करून ठेवलेला एक कागद मिळाला. तो उघडून तिनं त्या कागदावरील मजकूर वाचला आणि अत्यानंदानं उडीच मारली. तिच्या वडलांच्या वाकयमा नावाच्या एका मित्रानं तिच्या वडलांच्या नावानं लिहिलेला तो एक कर्जरोखा होता. त्यात तिच्या वडलांनी त्यांना मैत्रीखातर काही रकमेचं कर्ज दिल्याचं आणि शक्य होताच ते फेडण्याचं वचन त्यांनी दिलेलं होतं.

डब्यातील पिना सगळीकडं उधळत इचियो झटकन उठली आणि कुनिकोकडं धावली. तिथं कुनिको नेहमीप्रमाणे शांतपणे झोपायची तयारी करून अंथरुणाला पाठ टेकवत होती.

"बघ, कुनी, मला काय मिळालंय!" अंथरुणावर पडलेल्या बहिणीच्या डोळ्यांसमोर तो कागद नाचवत इचियो ओरडली, "ते वाकयमा आठवतात का तुला? बाबांनी त्यांना खूप मोठी रक्कम कर्जाऊ दिली होती. आणि माहीत आहे, हा त्याचा कर्जरोखा आहे. या पिनांच्या डब्यात मिळाला मला तो. त्यांनी रेशमाच्या धंद्यात खूप पैसा मिळवलाय असं माझ्या ऐकिवात आहे. हा कर्जरोखा घेऊन त्यांना भेटल्यास आपली आर्थिक अडचण बऱ्याच मोठ्या प्रमाणात दूर होईल. बाबांनी दिलेलं कर्ज त्यांनी फेडलं तर आपल्याला इथून बाहेर पडता येईल. शहरातील यापेक्षा चांगल्या भागात राहायला जाता येईल, कळलं?"

"खरं सांगतेयस की गंमत करतेयस माझी?" अशा प्रकारची गंमत इचियो कधीही करणार नाही हे माहीत असूनही डोळ्यांची उघडझाप करत कुनिकोनं विचारलंच. आता जाग येऊन ती व्यवस्थित उठून बसली होती. कुंटणखान्याच्या पाठीला पाठ लावून उभ्या असलेल्या, जरासा हात पुढे केला की हाताला लागेल अशा अंतरावर असलेल्या त्या घराचा तिला अतिशय तिटकारा आलेला होता. तिथून बाहेर पडायची संधी नजरेच्या टप्प्यात आहे हे जाणवताच तिची दिवसभराची सगळी मरगळ निघून गेली. संस्कारक्षम कोवळ्या वयाच्या कुनिकोच्या दृष्टीनं ते घर

आणि शेजारपाजारचा परिसर फारच घाणेरडा होता. रोज सकाळी उठलं की आता काय पाहायला आणि ऐकायला मिळेल या धास्तीनं तिच्या अंगावर शहारा येत असे. तिथून केव्हा एकदा बाहेर पडेनसं झालं होतं तिला.

सख्खे आई-वडील आपल्या कोवळ्या मुलींना कुंटणखान्यातील मावशीबाईंना विकताहेत हे पाहून कुनिकोच्या मनात आगीचा डोंब उसळे. पुरुषांना हर प्रकारे रिझवणाऱ्या त्या वेश्यांची म्हातारपणी काय अवस्था होत असेल; या विचाराने तिच्या मनाचा थरकाप उडत असे. कित्येकदा शहरातील त्या बदनाम गल्ल्यांमध्ये सकाळी सकाळी हृदयाला भिडणारे कोटो संगीताचे करुण स्वर येत. त्या वेळी सुरकुतलेल्या जख्ख म्हाताऱ्या वेश्या, आदल्या रात्री तरुण वेश्यांनी आणि त्यांच्या गिऱ्हाइकांनी बेफिकिरीनं फेकून दिलेल्या गोष्टींनी भरलेल्या गल्ल्या कमरेत वाकून झाडत असत. स्वत:च्याच उंबरठ्याशी त्या स्त्रियांना भोगावा लागणारा तो निम्नतम अपमान पाहून कुनिकोला भडभडून येई.

रोज रात्री कुनिकोच्या कानांवर त्या बाजारबसव्यांचं आणि त्यांचं शरीर खरेदी करणाऱ्या गिऱ्हाइकांचं निर्लज्ज सूचक बोलणं आणि खिदळणं येई. त्या हलकट बोलण्याची आणि हसण्याची चीड येऊन कुनिको आपल्या कानांवर उश्या गच्च दाबून धरे. पापानं आणि व्यसनांनी खदखदणाऱ्या त्या रौरव नरकातून कोणत्या का प्रकारे असेना, बाहेर निघण्याची संधी चालत येणं हेच स्वर्गसुखाचं होतं. सकाळपर्यंत दम धरवेना तेव्हा त्या हिगुची बहिणींनी आपल्या आईला झोपेतून बळेच उठवलं आणि मग त्या तिघींनी, नोरीयोशीच्या त्या मित्राच्या कर्जाऊ घेतलेले पैसे परत करून त्यांना त्युसेनजीमधून बाहेर पडायला मदत करावी म्हणून देवाची अनन्यभावानं करुणा भाकली.

# २३

रात्रभर इचियो अंथरुणात कूस पालटत होती. एक क्षणभरही तिचा डोळा लागला नव्हता. पहाट झाली तशी सुटकेचा निःश्वास टाकत ती उठली. झोपेची आळवणी करत अंथरुणात पडून राहायची शिक्षा एकदाची संपली होती.

आई आणि बहिणीसाठी त्या छोट्याशा स्वयंपाकघरात न्याहारी तयार करताना तिच्या हातांना सूक्ष्म कंप सुटला होता. पैशांची चणचण असलेल्या जपानी कुटुंबात असायचा तसा साधा भात, मिसो सूप व दोन-चार प्रकारची लोणची अशी त्यांची न्याहारी साधीसुधीच असे. नकजिमाबाईसाहेबांच्या घरच्या टेबलावर सजलेली, खेकड्यांचं व मशरूमचं वाफाळतं सूप, भाजलेल्या माशांचं चविष्ट कालवण, तळलेलं चिकन आणि तोंडात विरघळणारी बेसनची बर्फी ही न्याहारी आठवून इचियोच्या पोटात भुकेच्या कळा आल्या. आपल्या घरच्या बेचव, स्वस्त, पौष्टिकतेचा लवलेश नसलेल्या अन्नाकडं बघून तिला स्वतःचा आणि घरच्या परिस्थितीचा खूप-खूप राग आला. नकजिमाबाईसाहेबांच्या घरी असायचं तसं रुचकर, पौष्टिक अन्न आणि हागिनोयात वावरणाऱ्या स्त्रियांप्रमाणे सळसळणारे रेशमी किमोनो आपल्या आईच्या व बहिणीच्या कधीतरी नशिबी असतील का या विचारानं इचियोच्या डोळ्यांत टच्कन पाणी आलं.

इचियो रात्रभर स्वतःलाच विचारत होती की अगं, जिच्या प्रतिभेचं सगळे तोंड भरभरून कौतुक करतात अशी प्रथितयश लेखिका आहेस ना तू? मग तू आपल्या कुटुंबाच्या अन्न, वस्त्र, निवारा यासारख्या मूलभूत गरजा भागू शकतील इतका पैसा का बरं मिळवू शकत नाहीयेस? हल्ली-हल्ली आपल्या लेखन क्षमतेबद्दल तिच्या मनात घोर निराशा दाटून यायला लागली होती. आपल्याला लेखनात पूर्ण लक्ष घालता येत नाहीये, ह्या जाणिवेनं घाबरून जाऊन ती हागिनोयात जायला लागली होती. तिथं गेल्यावर दुकान चालू ठेवण्यासाठी काबाडकष्ट करत असतानाही आपल्या मनाच्या तळाशी लेखन करायची उबळ जिवंत आहे, याचा तिला प्रत्यय

येत होता. लेखनाकडं दुर्लक्ष करून किरकोळ विक्री करणाऱ्या त्या दुकानावर लक्ष केंद्रित करणं म्हणजे मूर्खपणाचा कळस होता असंही तिला वाटत होतं. म्हणूनच तिनं मनोमन निश्चय केला होता की, न्युसेनजीमधून बाहेर पडण्याची संधी मिळाल्यास असा मूर्ख उपद्व्याप परत कधी म्हणून करायचा नाही.

मागे सपातांचा आवाज आला तशी तिनं दचकून मागे पाहिलं. डोळे चोळत कुनिको स्वयंपाकघरात आली होती. कमरेपर्यंत रुळणारे तिचे चमकदार काळेभोर केस आणि गाढ झोपेनं चेहऱ्यावर आलेला तजेला पाहून इचियोच्या मनात आलं, आपली ही लाडकी बहीण फार-फार तर पंधरा वर्षांची दिसतेय; पण काम करून लालेलाल झालेले तिचे खरखरीत हात पाहून ती आता वीस वर्षांची झालीये या कटू सत्यानं इचियोला जिव्हारी मार बसल्यासारखं झालं.

इचियोनं नेहमीप्रमाणेच कुनिकोच्या खरखरीत हातांकडं पाहायचं टाळलं. तिला आठवलं की आपण लहान असताना आपल्या या सगळ्यात छोट्या बहिणीला आपण पहिल्यांदा छातीशी धरलं होतं तेव्हा स्वत:लाच वचन दिलं होतं की, मी आपल्या घरातील या सर्वांत छोट्या परीला खूप सुख देईन; तिचं सगळ्या वाईट गोष्टींपासून रक्षण करेन. देवा, मला आपलं वचन का पूर्ण करता आलं नाही रे? इचियोच्या, धुळीत मिळालेल्या स्वप्नांपैकी आणखी एक स्वप्न होतं हे. स्वत:च्या जीवनाबद्दलचा आणखी एक भ्रमनिरास.

''काय केलंयस न्याहारीसाठी?'' ओठ मुडपत हसत कुनिकोनं विचारलं. मग दोघी एकमेकींकडं बघत खो-खो हसत म्हणाल्या, ''साधा भात, मिसो शिरो सूप आणि लोणची! आणखी काय असणार आहे न्याहारीत?''

मुलींच्या हसण्याच्या आवाजानं फुरुयाही उठली आणि स्वयंपाकघरात आली. त्या दिवशी खूप दिवसांनंतर इचियोला आपल्या उमद्या वडलांना भुरळ पाडणाऱ्या, त्यांचं चित्त चोरणाऱ्या आईच्या सौंदर्याच्या खुणा जाणवल्या. झोपेनं सैलावलेला, सुखावलेला आईचा चेहरा, काळ्या-कुळकुळीत केसांचा मानेवर रुळणारा सैलसर अंबाडा... लोकांशी वागताना तिच्या चेहऱ्यावर येणाऱ्या रुक्षतेचा तिच्या प्रेमळ चेहऱ्यावर मागमूसही नव्हता.

न्याहारी करताना हिगुची कुटुंबातील त्या बायकांनी, नोरीयोशीनं त्याच्या मित्राला दिलेलं कर्ज कसं वसूल करावं, याबद्दल चर्चा केली. त्यांच्या दृष्टीनं ही गोष्ट सध्या सगळ्यात जास्त महत्त्वाची होती. कारण न्युसेनजीमधून बाहेर पडण्याचं ते त्यांचं एकुलतं एक तिकीट होतं.

शेवटी फुरुया व कुनिकोनं कर्जवसुलीसाठी वाकयमांकडे जावं असं ठरलं. नोरीयोशीच्या विधवेला व सर्वांत लहान मुलीला पाहून श्रीमंत वाकयमाची सद्सद्विवेक बुद्धी नक्कीच जागी झाली असती. नोरीयोशीकडून घेतलेलं कर्ज परत फेडावं, असं

त्याला वाटलं असतं. इचियोमध्ये एक प्रकारचा पुरुषी अहंकार असल्यानं ती त्यांची विनवणी करू शकली नसती. शिवाय तोंडाळ व धूर्त व्यापाऱ्यांशी घासाघीस करण्याची सवय झाल्यानं हल्ली तिच्यात एक नवीनच कठोरपणा आला होता.

न्याहारी झाल्यानंतर आपल्या आई व बहिणीबरोबर ती बरीच दूर चालत गेली. वाकयमासानच्या घरी जाण्यासाठी त्यांना तब्बल पाच मैल पायपीट करायची होती. आडवा रस्ता ओलांडून त्या उजवीकडं वळल्या तशी इचियोनं त्यांना हात हलवून निरोप दिला. विटके किमोनो घालून दृढनिश्चयानं चालत जाणाऱ्या त्या दोघी शेवटी ठिपक्याएवढ्या लहान झाल्या आणि मग पार दिसेनाशा झाल्या, तेव्हा मग इचियोही घराच्या दिशेनं निघाली.

वाकयमासानना भेटून त्या परत येईपर्यंत दुपार टळून गेली असती. त्या नसताना इचियोला दुकान उघडून गिऱ्हाइकांची मर्जी सांभाळण्याचं, त्यांच्याशी इकडचं-तिकडचं बोलून सामान विकायचं अप्रिय काम करायचं होतं; पण त्या दिवशी मनात आशेचं कोवळं उन्ह असल्यानं तिच्या ओठांवर स्मितहास्य होतं. दुकानात आलेल्या तुरळक गिऱ्हाइकांना, नेहमी अलिप्त आणि उदास दिसणाऱ्या हिगुचींच्या मोठ्या मुलीचं आपुलकीचं वागणं, चेहऱ्यावरील हसू पाहून आश्चर्यच वाटलं.

दुपारचे तीन वाजून गेल्यानंतर इचियोच्या मनातील आशा मावळायला लागली. इतका वेळ का बरं लागला आईला आणि कुनिकोला परतायला! त्यांना वाकयमांना भेटणं जमलं असेल ना? वाकमयांनी पैसे परत करायला नकार तर दिला नसेल! एक ना दोन, हजार शंका.

"देवा, असं तर झालं नसेल, तसं तर झालं नसेल! किती या शंका!" इचियो उद्गारली. त्यापुढे कुंटणखान्यातील एकाही गिऱ्हाइकाला वा रिक्षावाल्याला सामान विकण्याच्या मन:स्थितीत ती नव्हती. दुकानाच्या फळ्या बंद करून त्यामुळे ती आपल्या काळोख्या खोलीत जाऊन बसली. थोड्याच वेळात पुढचा दरवाजा उघडला गेला आणि कुनिकोचा कानाला सुखवणारा आवाज कानी आला, "नत्सुताई, आम्ही आलो गं!"

वाट पाहण्याच्या श्रमानं इचियो पार थकून गेली होती. शेवटी तर बुटक्या टेबलावर ठेवलेल्या कागदांवर डोकं टेकून ती डोळे मिटून स्वस्थ बसलेली होती.

"इचियो, ऊठ. आम्ही परत आलो आहोत." डोळ्यांवर येणाऱ्या झापडीतून इचियोला कुनिकोच्या आवाजानं जागं केलं. ती धडपडत उठली. पण तिचे हात-पाय मणामणांचं ओझं असल्याप्रमाणे जड झालेले होते. मनात असूनही तिला हलता येत नव्हतं. तिच्या कानांत एक विचित्र 'गुडऽऽ गुडऽ' असा आवाज येत होता. डोळ्यांसमोर तांबडे ठिपके नाचत होते. अंग घामेजलं होतं. "देवा, परत चक्कर तर येत नाहीये मला!" – इचियोनं दातानं खालचा ओठ इतक्या जोरात

दाबला की, त्यातून रक्ताचे थेंब बाहेर आले. मग शरीरातील नसन्‌नस हळूहळू जागी होत असल्याची वेदना अनुभवत तिनं डोळे उघडले. नशिबानं तिची मूर्च्छा टळली होती.

"नत्सु, नत्सु गं, आपला पैसा आपल्याला मिळाला –" असं गाणं लावत कुनिकोनं हातातील गाठोड्यातून नोटांचं पुडकं बाहेर काढलं आणि विजयाच्या आविर्भावात टेबलावर टाकलं.

"देवा रे देवा! अगं वाकयमांनी खरंच परत केले पैसे?" पूर्णपणे शुद्धीवर येत इचियो किंचाळली.

कुनिको आनंदानं मान हलवत म्हणाली, "अगं, ते इतक्या सहजासहजी पैसे देतील, यावर माझाही खरं तर विश्वासच बसला नव्हता. तुला माहीतच आहे की, साधारणपणे आपलं कोणतंही काम इतक्या सहजपणे होत नाही. खूप धडपडल्याशिवाय आपल्याला कोणतीही गोष्ट मिळालेली नाहीये. त्यामुळे जास्त काही धडपड न करता, वाकयमासानशी फक्त बोलून एवढी रक्कम मिळाली, तेव्हा आम्ही आश्चर्यानं थक्कच झालो."

"अगं आईला बघताच वाकयमासाहेबांनी आपणहून बाबांकडून त्यांनी घेतलेल्या कर्जाचा विषय काढला. ते म्हणाले की, नोरीयोशीसाहेबांमुळेच मला हे चांगले दिवस आले. म्हणूनच त्यांच्याकडून घेतलेले पैसे परत करण्यासाठी मी तुमचा सारखा शोध घेत होतो. त्यांनी कर्जाऊ रक्कम तर परत केलीच, शिवाय त्यावरचं व्याजही दिलं. आपण आता श्रीमंत झालो आहोत. हो की नाही? पूर्ण आयुष्यात एवढे पैसे पाहिले नव्हते मी."

"कुनी, एवढेही काही श्रीमंत झालो नाहीयोत आपण!" फुरुया कोरड्या आवाजात म्हणाली, "इथला सगळा व्यवहार संपवून आपण दुसरीकडं राहायला जाऊ तेव्हा त्या नव्या जागेचं डिपॉझिट, भाडं, इथून सामान हलवायचा खर्च वगैरे सगळं वजा करता आपल्या हातात फारसं काही राहिलेलं नसेल."

"माहीत आहे गं आई; पण सध्या या घाणेरड्या जागेतून बाहेर पडण्याइतका पैसा तर आहे आपल्याकडे! त्यातच आनंद मानू या," इचियो म्हणाली. काहीही करून तिला मनातील आनंद टिकवायचा होता. अनपेक्षितरीत्या त्यांचं आयुष्य आशेच्या किरणांनी उजळलं होतं. आता नवीन जागेत गेल्यानंतर उदरनिर्वाह करण्यासाठी काय करावं लागेल, यांसारख्या विचारांनी हैराण व्हायची तिची अजिबात तयारी नव्हती. वेळ आल्यावर त्या प्रश्नाचा विचार करता आला असता. आता फक्त सुटकेचं सुख अनुभवायचं तिनं ठरवलं आणि तसं बोलूनही दाखवलं.

...नंतरचे काही दिवस फार गडबडीत गेले. दुकानात काय-काय पदार्थ उरले आहेत ते पाहणं, विकता येण्याजोगे पदार्थ व्यापाऱ्यांना विकून टाकणं, येणी वसूल करण्याचं नावडतं काम करणं यांसारख्या सगळ्या जबाबदाऱ्या इचियोला पूर्ण

कराव्या लागल्या. हिगुची बायकांमध्ये तीच काय ती अगदी पद्धतशीरपणे काम करत असे. आपण दुकान बंद करत आहोत, अशी त्यांनी आपल्या घरावर पाटी लावली. सर्व सोपस्कार संपवून त्या घर सोडून निघाल्या तेव्हा त्यांच्या घराला लागून घर असलेल्या शेजाऱ्यांनीही त्यांच्या जाण्याबद्दल दु:ख व्यक्त केलं नाही.

'दुकान चालू ठेवण्यासाठी आम्हांला किती धडपड करायला लागायची! मला आपलं प्राणप्रिय लेखनसुद्धा सोडून द्यावं लागलं होतं. आमच्या या धडपडीचा, स्वार्थत्यागाचा न्युसेनजीमधील समाजावर थोडासुद्धा प्रभाव पडलेला नव्हता; हे पाहून मला वाईट वाटलं,' इचियोनं आपल्या डायरीत दु:खानं लिहिलं होतं, 'खरं तर आम्ही इथून निघून गेल्यावर आमची आठवणही येणार नाही कोणाला.'

पैशाबद्दल फुरुयानं काढलेले उद्गार खरेच होते. दुकान बंद करताना सगळ्या व्यापाऱ्यांचं देणं चुकतं केल्यानंतर, शहरातील चांगल्या वस्तीच्या अगदी शेवटच्या घरासाठी डिपॉझिट देण्यापुरताही पैसा उरला नव्हता. त्यांच्यापाशी शेवटी त्यांना मुरुयामा फुरुयामामधील एक जुनं घर भाड्यानं घ्यावं लागलं. हे घरही तसं शहरातील बकाल वस्तीतच होतं; पण कमीत कमी ते कुंटणखान्याच्या किंवा दारूच्या गुत्त्याच्या अगदी जवळ नव्हतं.

आपलं उरलंसुरलं, किरकोळ सामान गाडीत घालून काहीही गाजावाजा न करता त्या तीन बायकांनी न्युसेनजी कायमचं सोडलं. त्यांना निरोप देण्यासाठी कोणीही बाहेर आलं नव्हतं. तब्बल नऊ महिने हिगुची कुटुंब न्युसेनजीमध्ये राहिलं होतं; पण शहराच्या त्या भागावर त्यांचा काहीच प्रभाव पडलेला नव्हता.

आतापर्यंत हिगुची कुटुंबाच्या लक्षात आलं होतं की, यापेक्षा चांगल्या वस्तीत घर घेणं त्यांना शक्यच नव्हतं. न्युसेनजीप्रमाणे मारुयामा फुरुयामामधील त्यांचे नवे शेजारीही वेश्या व वेश्यागृहे चालवणारे मालक, किरकोळ व्यापारी वगैरेच होते. या वेळी त्यांनी ठरवलं की, भोगविलासानं बरबटलेलं आयुष्य कंठणाऱ्या आपल्या शेजाऱ्यांशी फटकून वागण्यापेक्षा त्यांच्याशी सलोख्यानं वागून, त्यांच्याकडून आपल्या उदरनिर्वाहासाठी काही काम मिळवावं. कुनिको आणि फुरुयानं तिथल्या वेश्यांचे कपडे शिवून देण्याचं काम मिळवलं. विषयसुखासाठी रात्री रिक्षा भरभरून त्या गल्ल्यांमध्ये येणाऱ्या गिऱ्हाइकांना भुलवणाऱ्या, रिझवणाऱ्या त्या वेश्यांचे किमोनो त्या अतिशय सुंदर पद्धतीनं शिवून देऊ लागल्या. हळूहळू त्या चांगल्या शिंपिणी म्हणून प्रसिद्ध झाल्या आणि त्यांच्याकडे शेजारपाजारच्या बायका नियमितपणे कपडे शिवायला देऊ लागल्या. गंमत म्हणजे सुंदर-सुंदर किमोनो शिवणाऱ्या त्या हिगुची बायकांच्या अंगांवर अगदी साधेसुधे किमोनो असत. तेच त्यांना परवडत होते.

स्वत: इचियो आसपासचं वातावरण फार बारकाईनं न्याहाळत होती. बदफैली समजल्या जाणाऱ्या त्या स्त्रियांच्या आयुष्याचे सगळे पैलू मनातल्या मनात नोंदवून

ठेवत होती. पुढे प्रसिद्ध झालेल्या व लोकांनी खूप नावाजलेल्या तिच्या 'चाइल्ड्स प्ले' (पोरखेळ) या कादंबरीत तिनं त्या सगळ्या वातावरणाचं फार खुबीनं वर्णन केलं होतं. त्या कादंबरीतील दमदार पात्रांचं एका सुप्रसिद्ध समीक्षकानं 'इडोच्या संध्याकालीन जीवनातील मशाली' असं वर्णन केलं होतं.

हिगुची कुटुंबाचं या नव्या जागेतील आयुष्य शांत आणि संथ होतं. दुकान चालवण्यात शक्ती आणि वेळ खर्ची पडत नसल्यानं, इचियो खूप उत्साहानं व झपाट्यानं लिहीत होती. सन १८९५ ते १८९६ या एका वर्षात तिनं एकामागून एक अशा 'ऑन द लास्ट डे ऑफ द इयर' (वर्षाचा शेवटचा दिवस), 'ट्रबल्ड वॉटर्स' (त्रासदायक स्थिती), 'द थर्टिन्थ नाइट' (तेरावी रात्र), 'चाइल्ड्स प्ले' (पोरखेळ) व 'सेपरेट वेज' (वेगळ्या झाल्या वाटा) अशा पाच कादंबऱ्या लिहिल्या.

# २४

हिगुची कुटुंबाचं आयुष्य नुकतंच स्थिरस्थावर होऊ लागलेलं होतं; पण इचियोच्या आयुष्यात मात्र ही शांतता फार काळ टिकणार नव्हती. चार-पाच महिन्यांत हिगुची परिवाराला ढवळून काढणारी एक नवीन लाट आली. इचियोनं परत आपल्या सखीला – डायरीला जवळ केलं होतं. तिनं डायरीच्या पानांना आपलं मनोगत सांगितलं होतं, 'आज मिनोको तनाकानं 'उमेयोशी' (फुलून आलेला बहर) या कविविद्यालयाची तू भागीदार होशील का म्हणून मला विचारलं. या भागीदारीमुळे काय-काय मिळवता येईल, याबाबत आम्ही खूप चर्चा केली. या गोष्टीबाबत मनात खूप उत्साह आहे; पण मिनोकोच्या आर्थिक अपेक्षा आपण कितपत पुऱ्या करू शकू याबाबत मनात शंकाही आहेत. उमेयोशीत भागीदारी मिळवण्यासाठी पैशांची व्यवस्था कशी करावी, हा एक मोठा प्रश्न आहे आणि नेहमीप्रमाणेच या प्रश्नाचं उत्तर आमच्याकडे नाही.'

मिनोको तनाका आणि इचियोची ओळख हागिनोयात झाली होती. तेथील ज्या दोन-चार कवयित्रींशी तिचं जुळत होतं, त्यातील ही एक होती. इचियोप्रमाणेच तनाकाही परंपराविरोधी होती. तिनंही परंपरांच्या विरुद्ध बंडाचा झेंडा उभारलेला होता. साहजिकच नकजिमाबाईसाहेबांच्या शिष्योत्तमांमध्ये तिची गणना होत नसे. त्या वेळच्या नियमांचं काटेकोर पालन करणाऱ्या रूढिवादी समाजात तिला वरचं स्थान नव्हतं; पण दोघींमध्ये एक फार मोठा फरक होता. नवोदित मिनोकोला तिच्या धनाढ्य व योग्य ठिकाणी लागेबांधे असलेल्या परिवाराचा पूर्ण पाठिंबा होता; तर इचियोच्या कुटुंबाकडे या दोन्ही गोष्टींचा अभाव होता.

तनाकाच्या उमेयोशी संस्थेत भागीदारी घेण्याबाबत तनाका व इचियोमध्ये खूपदा बोलणी झाली; पण त्यासाठी आवश्यक असणारा पैसा मिळू न शकल्यानं इचियोला तो विचार सोडून द्यावा लागला. इचियोच्या अल्पकालीन आयुष्यातील अपुरं राहिलेलं ते आणखी एक प्रिय स्वप्न होतं.

इचियोनं पैशांचा पाठपुरावा कधीच केला नाही. पैशांच्या मागे लागणं तिला फार कमीपणाचं व थिल्लर वाटे. तिच्या बऱ्याच कादंबऱ्यांमध्ये तिच्या या विचारसरणीचं प्रतिबिंब पडलेलं दिसतं; पण पैशाचं भांडवल नसल्यामुळे तिच्या लेखन प्रवासात इतके अडथळे आले होते की, लवकरच तिच्या लक्षात आलं की, पैशांचा मोह कितीही वाईट असला, तरी जीवनात पैशाचं महत्त्व नाकारता येत नाही. पैसे नसल्यामुळेच तिच्या कुटुंबाला गरिबीचे दाहक चटके बसले होते. तिच्या लेखनाच्या मार्गातही पैशांचा अभाव हीच मोठी अडचण होती.

हिगुची बायका इतक्या दारुण आर्थिक परिस्थितीत असताना त्यांच्याभोवती मात्र शरीरविक्रयाचा धंदा जोरात चाललेला होता. काहीही परिश्रम न करता, तेथील वेश्या भरपूर पैसा कमावत होत्या. मिनोको तनाकाबरोबर कविविद्यालयात काढण्याची कल्पना सोडून द्यावी लागली, तेव्हा इचियो आपल्या सततच्या आर्थिक विवंचनांनी इतकी गांजून गेली होती की, कधी नाही तो आपण एखाद्या श्रीमंत माणसाची रखेल व्हावं असा विचार तिच्या डोक्यात घोळू लागला.

आपला हा विचार तिनं आपल्या बहिणीच्या, कुनिकोच्या कानांवर घातला. तो ऐकून कुनिको इतकी घाबरून गेली की, तिला शांत करण्यासाठी इचियो हसत-हसत म्हणाली, "अगं, गंमत केली मी. शिवाय माझ्यासारखी हडकुळी, पक्ष्यासारखी नाजूक बाई कोणाला पसंत पडणार आहे गं!"

पण अत्यंत हताश परिस्थितीत मनात आलेला हा विचार तिच्या मनात ठाण मांडून बसला. त्याचबरोबर वेश्या, त्या व्यवसायात का पडतात आणि तो चालू ठेवायला का प्रवृत्त होतात हेही तिला कळून चुकलं. तिला कळलं की, पैसे मिळवण्याच्या तीव्र गरजेमुळे, हीन समजल्या जाणाऱ्या त्या व्यवसायात त्या पडतात, कारण पैसे मिळवण्याचे फारच थोडे मार्ग त्यांच्यासमोर असतात.

साधारणत: याच वेळी कुसाका नावाच्या एका अत्यंत धनाढ्य अशा ज्योतिष्याची एक जाहिरात इचियोच्या नजरेस पडली. ती जाहिरात पाहून तिच्या मनात एक वेगळाच विचार आला. तिला वाटलं की, आपल्यासारख्या लोकांना मानानं जगण्यासाठी किती ढोर मेहनत करावी लागते. त्यातून मिळणाऱ्या थोडक्या येनमध्ये पोटाची खळगी भरणंही दुरापास्त असतं आणि कुसाकासारख्या थोड्या लोकांवर फारशी मेहनत न करताही येन्सचा नुसता वर्षाव होत असतो. काय विचित्र न्याय आहे, हा देवाचा!

'दु:खाच्या आणि कमनशिबाच्या गोष्टी सांगून कुसाकाच्या अमाप संपत्तीतील थोडीशी संपत्ती मी आपल्या मापट्यात ओढून घेतली, तर काय हरकत आहे?' इचियोनं आपल्या डायरीत लिहिलं होतं. डायरीचा तो पांढराफेक कागद जणू तिला ओरडून सांगत होता की, 'बये माझ्या, या जगात फुकट काहीही मिळत नाही. कुसाकासारख्या धूर्त माणसानं तुला आर्थिक मदत करावी, यासाठी तू त्याला काय

द्यायला तयार आहेस?'

'त्याला द्यायला माझ्याशिवाय माझ्याजवळ आहेच काय दुसरं?' – अजाणताच तिच्या ओठांवर आलं. या शब्दांचा अर्थ ध्यानी येताच तिला इतकं शरमल्यासारखं झालं की, लाजेनं तिचा चेहरा काळाठिक्कर पडला.

'लोकांची सवंग करमणूक करण्यासाठी नकाराई तोसुई खालच्या पातळीचं साहित्य लिहितात. ती एक प्रकारची वेश्यावृत्ती आहे, असं मला वाटायचं. म्हणूनच माझ्या मनात त्यांच्याबद्दल अनादर निर्माण झाला आणि आता मी काय करायचा विचार करत्येय? मी तर त्यांच्याहूनही खालची पातळी गाठत आहे. हा कुसाका पैशांसाठी लोकांचं जळूसारखं रक्त पितो आणि मी त्याचीच रखेल व्हायचा विचार करत्येय. झालंय तरी काय माझ्या बुद्धीला?' त्या नुसत्या विचारानंच इचियोच्या मनात इतका हाहाकार माजला की, तिच्या लिहिण्याच्या पिसानं खालचा झिरझिरीत कागद फाटला.

काही काळ तिनं कुसाकाबद्दलचे विचार मनाच्या तळाशी दडपले; पण ते पूर्णपणे तिच्या डोक्यातून गेले नाहीत. मिनोको तनाकाच्या कविविद्यालयाची भागीदार होण्याचं स्वप्न तिला सारखं छळत होतं. शेवटी आपली सदसद्विवेकबुद्धी गुंडाळून ठेवून, भेटीची वेळ न ठरवताच ती कुसाकांना भेटायला गेली.

कुसाकाच्या घरी जाताना आपलं वागणं बरोबर आहे की चूक या धास्तीनं, तसंच पुढे काय होणार आहे, या उत्सुकतेनं इचियोची छाती धडधडत होती. 'दिव्य साक्षात्काराची मुख्य कचेरी,' असा एक पिवळा पडलेला, जुनापाना बोर्ड कुसाकांचं घर व कचेरी कुठं आहे, याचा दिशानिर्देश करत होता.

मुख्य दरवाजापाशी कुसाकांचे काही विद्यार्थी आणि अनुयायी उभे होते. इचियोनं त्यांच्यापैकी एकाकडं जाऊन त्यांच्या गुरूकडं घेऊन जाण्याची त्याला विनंती केली. तो विद्यार्थी आत गेल्यावर तिला अर्धा तास बाहेरच्या व्हरांड्यात बसवून ठेवण्यात आलं. मग त्या विद्यार्थ्यानं बाहेर येऊन सांगितलं,

''तुम्ही भेटीची वेळ आगाऊ ठरवली नसली, तरी कुसाका तुम्हाला भेटायला तयार आहेत. तुम्ही आत जा.''

इचियोनं आपल्या मनात चित्र रेखाटलं होतं, तसा तो प्रसिद्ध ज्योतिषी अजिबात नव्हता. चाळिशीतला बुटका माणूस होता तो; पण आपल्या प्रसिद्धीची व लोकांवरील प्रभावाची पूर्ण खातरी असल्यामुळे त्याच्या वागण्यात एक प्रकारचा आत्मविश्वास व करारीपणा होता.

इचियोकडं एक ओझरती नजर टाकून त्यानं विचारलं, ''बोला. काय करू शकतो मी तुमच्यासाठी? भेटीची वेळ न ठरवता तुम्ही अशा इथं घुसला आहात त्यावरून तुमचं काम तसंच फार महत्त्वाचं असणार. साधारणतः आगाऊ वेळ

ठरवल्याशिवाय मी कोणाला भेटत नाही; पण तुमच्या विनंतीतील काही गोष्टींनी माझं ध्यान आकर्षित केलं. तर बोला, काय काम आहे तुमचं?''

त्यांना काय आणि कसं सांगितलं, तर ते आपल्या अमाप संपत्तीतील काही संपत्ती आपल्या पदरात घालतील याचा इचियोनं क्षणभर विचार केला. मग सर्व शंकाकुशंका दूर सारून ती म्हणाली, ''कुसाका सान, खरं सांगायचं तर मी तुमची मदत आणि मार्गदर्शन घ्यायला तुमच्याकडे आलेय. माझे वडील सहा वर्षांपूर्वी वारले. माझ्याबरोबर माझी वय झालेली आई आणि धाकटी बहीण राहते. वडलांच्या मृत्यूनंतर आमच्यावर वेगवेगळी संकटं कोसळली. आम्ही हलाखीच्या दारिद्र्यात दिवस काढतोय. शिवण आणि धुलाई करून थोडा फार पैसा कमावतोय. कशीतरी हाता-तोंडाची गाठ पडत्येय. संकटांची, हालअपेष्टांची ही काळी रात्र इतकी लांबलीये की ती कधी संपेल की नाही, असं वाटायला लागलंय.

''गेल्या वर्षी आम्ही योशियारात, वेश्यांच्या वस्तीत 'एक येन दुकान' उघडलं. दुसरीकडं भाड्यानं घर घेणं आम्हाला परवडलंच नसतं; पण आमचा दुकान सुरू करण्याचा निर्णय फारसा बरोबर ठरला नाही. ते दुकान आम्हाला मागच्या महिन्यात बंद करावं लागलं. आता आम्ही शहराच्या दुसऱ्या भागात घर केलंय. दुकान चालवणं, बंद करणं, घर बदलणं या सगळ्या भानगडीत आमच्याकडची होती नव्हती, ती शिल्लक संपून गेली. आता परत आम्हाला पैशांची चणचण आहे.''

इचियोच्या तोंडून इतक्या वेगानं शब्द बाहेर येत होते की, ती श्वास घेण्यासाठी क्षणभर थांबली तेव्हा कुठं कुसाकांना तिच्या धैर्याची स्तुती करायला, जीवनाबद्दलचा आपला दृष्टिकोन सांगायला व तिनं आलेल्या संकटांना, गरिबीला कसं तोंड द्यावं हे सांगायला वेळ मिळाला.

आपल्या सगळ्या अडचणींचं ओझं त्यांच्यावर लादल्याबद्दल इचियोनं त्यांची क्षमा मागण्याचा प्रयत्न केला; पण कुसाका तिला अडवत म्हणाले, ''संकटात सापडलेल्यांना, अडल्या-नडल्यांना मदत करण्यासाठीच तर मी इथं बसलोय. असे लोक शरीरानं धडधाकट असले तरी मनानं खचलेले असतात. मी त्यांना त्यांची मानसिक शक्ती परत मिळवून देण्याचा प्रयत्न करतो.''

राजकारणापासून अध्यात्म्यापर्यंत, विविध विषयांवर ते तब्बल चार तास बोलत होते. शेवटी सगळीकडं संध्याछाया पसरू लागल्या; एकुलत्या एका खिडकीतून खोलीत येणारा प्रकाश मंदावला तशी इचियोनं एकदम उठून त्यांचे आभार मानले.

त्यांचा खूप जास्त वेळ घेतल्याबद्दल इचियोनं क्षमायाचना करण्याआधीच तिला थांबवत कुसाका म्हणाले, ''इचियो, क्षमा वगैरे मागण्याची काही एक गरज नाहीये. तू सांगितलेल्या सर्व गोष्टींनी आणि जीवनाबद्दलच्या तुझ्या दृष्टिकोनानं मी खूप प्रभावित झालो आहे. माझ्या मते तू दुकान वगैरे चालवण्याच्या भानगडीत अजिबात

पडू नकोस. गोष्टी लिहिणं तुला खूप आवडतंही आणि जमतंही. तू तेच करत राहा. माझ्यावर विश्वास ठेव. अगं, आता तुमची परिस्थिती कितीही वाईट असली, प्रतिकूल असली, तरी पुढे तू खूप प्रसिद्ध होशील. तुला खूप मानमरातब मिळेल.''

घरापर्यंतचं दोन मैलांचं अंतर पायी तुडवताना, इचियोच्या कानात कुसाकांचे शब्द घुमत होते. विचार करता-करता तिच्या मनात एक योजना आकार घेऊ लागली. कुसाका वयानं तिच्यापेक्षा खूप मोठे होते. नकाराई तोसुईंप्रमाणे ते देखणे, रूपवानही नव्हते. शिवाय तिनं नकाराईंबरोबरचे संबंध तोडून टाकले असले, तरी तिच्या मनात त्यांच्या प्रेमाची ज्वाला धगधगतच होती; पण कुसाका गडगंज श्रीमंत होते आणि सध्या आपल्या कुटुंबासाठी तिला पैशांची फार-फार गरज होती. कुसाकांना आपल्या जीवनात स्थान द्यायचं, हा विचार मनात येताच तिला शेकडो इंगळ्या डसल्यासारखं झालं; पण तरीही तिच्या व्यवहारी बुद्धीनं ठरवून टाकलं की, कुसाका तयार असतील, तर त्यांना आपलं सर्वस्व अर्पण करायचं. देव न करो; पण त्यांनी तशी इच्छा प्रकट केली, तर मी त्यांची ठेवलेली बाईसुद्धा होईन. खालचा ओठ दातांनी दाबत ती स्वत:शीच म्हणाली.

आपल्या सर्वांत प्रिय, हुशार आणि नीतिमत्तेला सर्वाधिक प्राधान्य देणाऱ्या मुलीचे हे विचार कळले असते, तर नोरीयोशींना काय वाटलं असतं या विचारानं इचियो मनोमन खजिल झाली. आपल्या वडलांचा आपण घोर अपराध करत आहोत हा सल तिला छळू लागला. दु:खाचा उमाळा आला, पण दुर्दैवानं तिला जेव्हा त्यांची खूप आवश्यकता होती, तेव्हाच ते तिच्या आयुष्यातून निघून गेले होते आणि ते गेल्यानंतर, कित्येक वर्षं त्यांचं कुटुंब गरिबीच्या गाळात खोल-खोल रुतत गेलं होतं. हलाखीच्या गरिबीनं आणि कठोर वास्तवानं तिच्या मनातल्या सगळ्या कोमल भावना करपून गेल्या होत्या. मन अगदी रुक्ष, कठोर झालं होतं. त्यामुळे तिनं नोरीयोशीच्या आत्म्याला सत्य दाखवण्याचा प्रयत्न केला, 'बाबा, तुम्ही आमच्यापासून दूर-दूर निघून गेलात. तिथं आरामात आहात पण तुम्ही गेल्यानंतर इथं आम्हाला काय-काय आणि किती भोगावं लागलं आहे, ते आमचं आम्हालाच माहीत. त्यामुळे सध्याच्या परिस्थितीत मी काय आणि कसं करावं हे सांगण्याचा किंवा मला दूषणं देऊन स्वत: श्रेष्ठ आहोत, असं दाखवण्याचा तुम्हाला काही एक अधिकार नाही. बाबा, मलाही हे करताना खूप मानसिक त्रास होतोय पण कुनिको आणि आईला गरिबीच्या जोखडाखालून काढायचा व माझं स्वप्न असलेल्या कविविद्यालयात भागीदारी मिळवण्याचा हा एकुलता एक मार्ग असेल तर मागं-पुढे न बघता मी तो चोखाळेनच. निदान त्यामुळे तरी मला लेखन करायची आणि आमचं जीवन सुधारायची संधी मिळेल. या दोन गोष्टींसाठी मी माझं जीवन पणाला लावायला तयार आहे.'

पण त्याच रात्री तिनं डायरीमध्ये स्वत:बद्दलचा तिटकाराही व्यक्त केला होता.

‘प्रिय डायरी, मी इतकी तुच्छ आणि भोगवादी झालेय की, स्वार्थ साधण्यासाठी वेश्यावृत्ती स्वीकारायलाही तयार आहे? किती हीन पातळी गाठलीये मी! किती तिरस्करणीय! वास्तवाच्या क्रूर चटक्यांनी मला असा विचार करायला लावावा! छी! माझीच मला घृणा येतेय.’

‘मला लाज, स्वाभिमान काही आहे की नाही? वेश्यावस्तीतील एखाद्या निर्लज्ज वेश्येप्रमाणे मी कुसाकाच्या पायाशी लोळण घ्यायला तयार झालेय. थोडी फार प्रसिद्धी मिळवलेली लेखिका हिगुची आहे मी. मी एका श्रीमंत ज्योतिष्याचा असा अनुनय करावा? आर्थिक स्थैर्याच्या मोबदल्यात मी त्याला काय देऊ करतेय हे त्याच्या नक्कीच लक्षात आलेलं असेल.’

‘मी इतकी धीट, निर्लज्ज, सर्वसाधारण झालेय, यावर माझा विश्वासच बसत नाहीये... ज्या उपभोगवादी संस्कृतीची मी हेटाळणी करत असे, तीच मिळवण्यासाठी मी आज माझा आत्मा विकून आलेय.’

‘डायरी गं, मला मदत हवीये. कोणाचीतरी मदत हवीये.’

# २५

मनात वेगवेगळ्या शंका व तिरस्काराचं कुसळ असलं, तरी इचियो कुसाकाला नियमितपणे भेटत राहिली. त्या भविष्यवेत्त्याला तिनं आपल्या हेतूची आणि अपेक्षांची पूर्ण कल्पना दिली. तिनं त्यांना सांगितलं की, स्वत:साठी मिनोको तनाकाच्या शाळेची भागीदारी आणि आपल्या कुटुंबासाठी आरामशीर आयुष्य मिळत असेल, तर स्वत:ला त्यांच्या पायाशी अर्पण करायला ती तयार होती.

कुसाकालाही छोट्या पक्ष्यांसारख्या त्या मुलीनं प्रभावित केलं होतं. तिची प्रखर बुद्धिमत्ता तसेच राजकारण, तत्त्वज्ञान आणि राष्ट्रीय हिताच्या अनेक गोष्टींमधली तिची गती पाहून ते चकित होत होते. त्या काळच्या बायकांना त्या सगळ्या गोष्टीत काडीइतकाही रस नसे. परिस्थितीनं गांजलेल्या त्या गरीब लेखिकेसारखी दुसरा कोणतीही बाई त्यांच्या पाहण्यात नव्हती. अशा गरीब पण तडफदार लेखिकेनं स्वत:च्या आयुष्यात स्थान देण्यास उघडपणे तयार व्हावं, ही त्यांना भाग्याची गोष्ट वाटत होती.

आपल्या सूचक प्रस्तावानं कुसाका उत्तेजित होऊ लागलेत, असं दिसताच इचियोनं याबाबतीत आपलं मन चाचपलं. तिथं कुसाकाबद्दल फक्त तिटकाऱ्याचीच भावना होती. कुसाकांना या बाबतीत आपणच भरीला घातलंय हे एव्हाना ती सोईस्कररीत्या विसरली होती.

कुसाकाबद्दल आपल्या मनात काय आहे, हे इचियोनं आपल्या डायरीत व्यक्त केलं होतं, 'किती सामान्य आहे हा माणूस. एकदम गावंढळ आणि अडाणी! अभिजात अभिरुचींचा गंधही नाही याला. आपल्या रोड आणि ओबडधोबड हातांनी त्यानं मला स्पर्श करावा, हे कल्पनेतही सहन होत नाही मला. माझे कपडे उतरवू पाहणारे त्याचे ते अधाशी, चमकते डोळे! शी! विचारानंच किळस येतेय.'

कुसाकाबरोबरचा आपला उंदरा-मांजराचा खेळ इचियोनं चालूच ठेवला होता, पण एव्हाना आपण त्याची ठेवलेली बाई कदापि होऊ शकणार नाही, हे तिला सूर्यप्रकाशाइतकं स्पष्ट दिसत होतं.

स्वत:ला आवडो वा नावडो; पण कुसाकांना प्रेमाच्या जाळ्यात पकडून, स्वत:ला त्याच्यापासून दूर, सुरक्षित अंतरावर ठेवावं आणि घरात फारच बिकट परिस्थिती निर्माण झाल्यास त्याच्या स्वाधीन होऊन घराचं रक्षण करावं, असा इचियोचा विचार होता. त्यामुळे कुसाकांना गळाला लावायचा प्रयत्न करावा आणि तो गळाला लागतोयसं दिसलं की, हिसडा देऊन त्यांना दूर सारावं असा तिचा खेळ चालू झाला. या खेळात आपण त्या बिचाऱ्याच्या भावनेशी खेळतोय, हे चांगलं नाही, या गोष्टीची तिला थोडीही बोच नव्हती. तिच्या मते बुद्धिमत्ता व सामाजिक प्रतिष्ठेच्या दृष्टीनं कुसाका तिच्यापेक्षा फारच खालच्या पायरीवर होते. कुसाकांची गडगंज संपत्ती, हजारो निष्ठावंत अनुयायी, उच्चभ्रू वस्तीतील आलिशान घर आणि स्वत:चं बकाल वस्तीतील दुकान, घर, पैशांचा ठणठणाट या गोष्टींचा विचार करता आपली सामाजिक प्रतिष्ठा त्यांच्यापेक्षा जास्त कशी हे तिला समजत नसे; पण तिला तसं वाटे हे मात्र नक्की!

थोडासा विचार करता, इचियोच्या लक्षात आलं की, अजाणताच कुसाका आणि तोसुईंची ती तुलना करत होती. ती दोघं दक्षिण आणि उत्तर ध्रुवांसारखी वेगळी आहेत, हे तिला प्रकर्षानं जाणवत होतं. तोसुईंबरोबरचे संबंध तोडून कित्येक महिने झाले होते, तरीही त्यांचा खानदानी रुबाब आणि मंत्रमुग्ध करणारं रूप आठवून तिला जितकं खूळ लागल्यासारखं होत होतं तितकंच ज्योतिषी कुसाकांचं सामान्यपण आठवून चिडल्यासारखं होत होतं.

हा विचार मनात येताच आपल्यात केवढा मोठ्ठा बदल झालाय, हे तिच्या लक्षात आलं. नकाराई तोसुईंभोवती कुबड काढून, मान खाली घालून गुपचूप घोटाळणारी ती लाजाळू, घाबरट, अल्लड मुलगी कुठं! आणि कुठं ही धीट, तिखट, धारदार जिभेची, क्षुद्र, हिशेबी तरुण बाई. तिचं मागील वर्ष ऱ्युसेनजीमधील त्यांच्या दुकानाला माल पुरवणाऱ्या व्यापाऱ्यांबरोबर हुज्जत घालण्यात गेलं होतं. त्यानं तिला कठोरपणा आणि व्यवहारी जगात जगण्यासाठी लागणारी चलाखी दिली होती. त्यामुळेच आता इचियो हिगुचीला, तिला पाहिजे असलेली गोष्ट मिळवण्यापासून कोणीच रोखू शकणार नव्हतं.

इचियोच्या लाजऱ्या-बुजऱ्या प्रेमकटाक्षांनी कुसाका शेवटी इतके घायाळ झाले की, स्वत:च्या मनावर ताबा ठेवणं, त्यांना अशक्य होऊ लागलं. इचियोनं त्यांची ठेवलेली बाई व्हावं यासाठी भली मोठी रक्कम देऊ करणारं एक पत्र त्यांनी तिला पाठवलं. त्यांच्या मनात अशा प्रकारची आशा आपणच निर्माण केली होती, हे ती परत एकदा सोईस्करपणे विसरून गेली. त्यांनी अशा प्रकारचा प्रस्ताव आपल्यापुढे मांडावा याचा तिला फार राग आला. पण रागाला आवर घालून तिनं विनम्र; पण ठाम शब्दांत त्यांना आपला नकार कळवला. त्यांनी आपला अशा प्रकारे विचार

करणे गैर असून त्यांचा हा उदार प्रस्ताव आपण स्वीकारू शकत नाही, असं त्यांना कळवलं. तरीही त्यांची आपल्यावर मर्जी राहावी यासाठी तिनं आपल्याबद्दलच्या त्यांच्या कळकळीबद्दल आभार मानले होते. आपल्याबद्दलच्या आस्थेपोटीच त्यांनी हा प्रस्ताव आपल्यासमोर मांडला असावा असाही विचार तिनं आपल्या पत्रात प्रकट केला होता.

पण कुसाका इतक्या सहजासहजी झटकले जाणाऱ्यांपैकी नव्हते. तिनं आपल्याबरोबर बाहेर यावं, यासाठी तो वेगवेगळ्या कारणांनी तिला आमंत्रणं देत राहिला. त्या वर्षी चेरीला फारच छान बहर आला होता. ते कधी तिला चेरीचा बहर पाहण्यासाठी आमंत्रण धाडत; तर कधी एखाद्या नवीन रेस्टॉरंटमध्ये खाना देण्यासाठी. इचियो प्रत्येक वेळी त्यांना आपला नम्र नकार कळवे. कुसाकांच्या संपत्तीनं तिला कितीही भुरळ घातली असली, तरी त्यांच्यावर आपल्याला जन्मात कधीही प्रेम करता येणार नाही, याची तिला खातरी पटली होती. त्यामुळे त्यांचा विचार सोडून देऊन पुढील आयुष्याची वाटचाल सुरू ठेवायची असा तिनं निश्चय केला होता. कुसाकाही एक अत्यंत चाणाक्ष व धूर्त व्यक्ती होते. त्यांच्या संपत्तीचा वाटा पदरात पाडून घेण्यासाठी हलक्या-फुलक्या प्रणयचेष्टा पुरेशा नव्हत्या. त्यामुळे इचियोनं प्रेमाचा तो खेळ आटोपता घ्यायचं ठरवलं.

कुसाकांना आपल्या आयुष्यातून दूर केल्यानंतर इचियोला नाक मुठीत घेऊन नकजिमाबाईसाहेबांच्या शाळेत नोकरीसाठी जावं लागलं. साहाय्यक शिक्षिकेची ती नोकरी बेताच्याच पगाराची होती; पण कुसाकांबरोबरच्या काळातील मन खच्ची करणाऱ्या अनुभवानंतर तिला तिथं बरं वाटलं. तिथं लिहिण्यासाठी चांगलं वातावरण तर होतं. हागिनोयातील शुद्ध व उत्साहवर्धक वातावरणानं तिच्या मनाला परत उभारी आली.

१८५५ साली इचियोनं 'चाइल्डस प्ले' ही पंचेचाळीस पानांची कादंबरिका लिहिली. तिचं खूप स्वागत झालं. ऱ्युसेनजी या स्वस्त बकाल वस्तीत इचियोनं स्वत: काही काळ कंठला होता. तशाच बकाल वस्तीतील एका लहान मुलाचं बालपण कसं हिरावून घेतलं गेलं आणि परिस्थितीच्या रेट्यामुळे त्याला लहान वयातच मोठं होणं कसं भाग पडलं, याची करुण कथा त्या कादंबरिकेत होती.

आतापर्यंत ती ज्या दलदलीत राहत होती, तिच्याकडं दुर्लक्ष करण्याकडं किंबहुना तिचं अस्तित्वच मान्य न करण्याकडं तिचा कल होता; पण 'चाइल्ड्स प्ले'मधील तिच्या लिखाणात एक नवीच परिपक्वता, बदललेली दृष्टी व तिच्या जीवनाला व लेखनाला मिळालेली नवीन दिशा दिसून येते. इचियो आता जीवनाच्या काळोख्या बाजूकडे, यथार्थ जीवनाकडे वळली होती. तिच्या लेखनात तिनं जवळपासच्या सर्व गोष्टींना आणि व्यक्तींना प्रेमानं स्थान दिलं होतं. 'द साउंड ऑफ कोटो' (कोटोचा आवाज), 'एनकाउंटर्स ऑफ डार्क नाइट्स' (काळोख्या रात्रीचे प्रसंग) व

'चाइल्ड्स प्ले' (पोरखेळ) या कादंबऱ्यांमध्ये शहराच्या रंगेल वस्त्यांचं, तेथील चाणाक्ष, धूर्त वेश्यांचं, त्यांच्या हाताखाली काम करणाऱ्या तरुण मुलींचं, भगभगीत दिव्यांचं, उत्तान नृत्यांचं व थिरकत्या संगीताचं चित्रण होतं. रोज दिवेलागणीनंतर तिथं लखलखतं, रंगीत जीवन साकार होतं आणि सकाळ होताच त्यावर दु:खाचं, उदासीनतेचं सावट पसरतं. कुसाकांबरोबरचे तिचे विचित्र अनुभवही तिच्या 'वाकरे मिची' म्हणजे 'सेपरेट वेज' या कादंबरीत प्रतिबिंबित झालेले दिसतात. या कादंबरीत तिनं आपल्या भाव-भावनांचं, संबंधांचं बऱ्याच धिटाईनं चित्रण केलेलं दिसतं.

'सेपरेट वेज'ची नायिका आपल्या प्रियकराला आपण एका श्रीमंत माणसाची रखेल होणार आहोत असं सांगते. अशी कोणाची तरी रखेल होऊ नकोस, या आपल्या प्रियकराच्या विनवणीला तिचं उत्तर आहे, "आता मला शिवणकामाचा, कपडे धुण्याचा फार वैताग आला आहे. या अंगावरील मळकट-विटक्या कपड्यांचा मला वीट आला आहे. मला छान दिसायचंय, राहायचंय. तलम, रेशमी, सुंदर किमोनो घालायचे आहेत."

कुसाकाच्या अमाप संपत्तीचा मोह पडून ती त्यांचं प्रणयाराधन करायला लागली होती, तेव्हाच्या तिच्या भावनांचं, मन:स्थितीचं या कादंबरीच्या पानापानांमध्ये स्पष्ट प्रतिबिंब दिसतं. तिच्या लाडिक हावभावांनी हुरळून जाऊन कुसाकांनी तिच्यासमोर आपली ठेवलेली बाई होण्याचा प्रस्ताव मांडला तेव्हा तिच्याकडून ते धाडस झालं नव्हतं; पण या कादंबरीची नायिका मात्र आपलं जीवन सुखाचं व्हावं म्हणून तो पर्याय धीटपणानं स्वीकारते.

मारुयामा फुकुयामधील आपलं घर न्युसेनजीमधील घरापेक्षा इचियोला थोडं बरं वाटत होतं. तसं हे घरही बाजारू, बकाल वस्तीतच होतं. त्यांच्या झोपडीला लागूनच एक खूप गजबजलेलं हॉटेल होतं. आजूबाजूला जुनाट टिनपाट दुकानं होती; पण निदान झोपडीसमोर एक छोटीशी बाग होती. तारेचं कंपाउंड होतं. छोटंसं फाटक होतं. आपल्या घराला हे सर्व असावं, असं इचियोचं आवडतं स्वप्न होतं. शिवाय हे घर त्यांच्या पूर्वीच्या किकुझोका या चांगल्या वस्तीच्या खूप जवळ होतं. इचियोच्या दृष्टीनं हा एक मोठाच फायदा होता.

आर्थिक विवंचना फारशा संपल्या नसल्या, तरी परिस्थितीच्या माऱ्यानं थकून गेलेल्या हिगुची बायकांना या नवीन घरी आल्यावर थोडीशी मानसिक शांती, समाधान लाभलं होतं. जवळपासच्या दारूच्या दुकानांमध्ये व चहाच्या हॉटेलमध्ये काम करणाऱ्या मुली कुनिको आणि त्यांच्या आईला पुरेसं शिवणकाम पुरवत. दुकान चालवायच्या व्यापातून सुटका झाल्यामुळे इचियो पुन्हा एकदा नव्या जोमानं आपल्या लिहिण्याच्या कामाला लागली होती. जणूकाही मध्ये गमावलेल्या एका वर्षाचं लेखन तिला पूर्ण करायचं होतं.

ती खूप झपाट्यानं लिहीत होती. दिव्याच्या अपुऱ्या प्रकाशात ती जवळजवळ रात्रभर लिहीत असे. कुनिको तिला थोडी विश्रांती घेण्याचा सल्ला देत राहत असे; पण बहुतेकदा इचियो तो कानांआड करे. पहाटे उठल्यावर कुनिकोला कितीदा तरी आपल्या दमल्याभागल्या थोरल्या बहिणीची मान लिहिण्याच्या डेस्कवर कलंडलेली दिसे. तिच्याभोवती कागदांचा आणि लिहिण्याच्या टाकांचा हाऽ पसारा पडलेला असे. इचियो दिवसेंदिवस रोडावतच चालली होती. तिचं वजन इतकं कमी झालं होतं की, कुनिको एकटीच तिला उचलून गादीवर नेऊन झोपवत असे. इचियोची खालावत चाललेली तब्येत पाहून कुनिकोला तिची फार काळजी वाटत असे.

१८५५च्या मध्यापासून १८९६च्या सुरुवातीच्या काही महिन्यांपर्यंत इचियोनं 'ट्रबल्ड वॉटर्स', 'ऑन द लास्ट डे ऑफ द इयर', 'द थर्टीन्थ नाइट', 'चाइल्डस प्ले' आणि 'सेपरेट वेज' अशा पाच कादंबऱ्या लिहिल्या. या काळात इचियोची जीवनशक्ती जणू सरसरून वर आलेली होती.

'शेवटी मला काही प्रमाणात तरी मन:शांती आणि समाधान मिळालंय,' तिनं डायरीत लिहिलं होतं, 'माझ्या खोलीखालच्या तलावात रंगांचे धुमारे घेऊन तरंगत जाणारी लठ्ठ, गुटगुटीत कोइ, बागेत पडलेल्या पाला-पाचोळ्यांमधून डराव डरावचे सूर लावणारे बेडूक; ही सर्व दृश्यं, त्यात विखुरलेले आवाजांचे पडसाद, माझ्या मनाचं व आत्म्याचं खाद्यही आहे आणि पोषक सारतत्त्वही. त्यांनी मला इतकी स्फूर्ती दिली आहे की, म्हटलं तरी माझं लिखाण मला थांबवता येत नाही.'

शिंपल्यातून मोती बाहेर पडावेत त्याप्रमाणे इचियोच्या कथांच्या खजिन्यातून भराभर कथा बाहेर पडत होत्या. एका वर्षात चक्क नऊ कादंबऱ्या! त्यातील चार तर फारच उत्कृष्ट कादंबऱ्या ठरल्या. अखेर इचियो एक प्रथितयश कादंबरीकार म्हणून प्रसिद्ध झाली. तिचं कर्तृत्व आता पूर्ण जपाननं मान्य केलं होतं. तिच्या लेखणीतून एकाहून एक सरस कादंबऱ्या जन्माला आल्या. कधीनाही इतकी इचियोच्या अनुयायांची संख्या वाढली. शेवटी तर तिचा 'बंदन' म्हणजे जपानी साहित्यसंघाकडून सत्कार झाला.

तिच्या 'चाइल्ड्स प्ले' या हृदयस्पर्शी कादंबरीत व्यवहारकठोर बाजारपेठांमध्ये बालपणीचं सुख न अनुभवताच मोठ्या झालेल्या मुलाचा जीवनपट उलगडून दाखवला आहे. इचियोचं याआधीचं जीवन बाजारपेठांमध्ये गेलेलं होतं. या कादंबरीत त्याचंच दर्शन होतं. बंगक्काई मासिकात वर्षभर मालिका रूपात प्रकाशित झाल्यानंतर १८९८मध्ये ती पुस्तकरूपात प्रसिद्ध झाली आणि तिला वाचक व टीकाकारांकडून भरभरून दाद मिळाली.

साहित्य जगतातील दिग्गज लोकांनी 'चाइल्ड्स प्ले' वर दिलखुलास परीक्षणं लिहिली. त्या काळच्या अत्यंत नामवंत अशा मोरी ओगाईंनी साइकाकू या अत्यंत

प्रसिद्ध लेखकाची स्त्री आवृत्ती असा इचियोचा गौरव केला.

साहित्याच्या, टीकाकारांच्या मते, 'इचियो हिगुचींच्या नुकत्याच प्रसिद्ध झालेल्या 'चाइल्ड्स प्ले'मधील व्यक्तिरेखा सगळ्यांना भुरळ घालतात कारण त्या हाडा-मांसाच्या जिवंत व्यक्ती वाटतात. नामवंत लेखकांच्या पुस्तकातील व्यक्तिरेखाही तितक्या सजीव वाटत नाहीत. प्रत्येक लेखकाने निर्माण केलेल्या आपापल्या कल्पनालोकातील त्या व्यक्ती वाटतात.' आणखी एक परीक्षक – 'हिगुचींच्या कथा-कादंबऱ्यांमध्ये जीवनाचा एक तुकडा पाहिल्याची भावना होते. त्यातील प्रेम, आनंद, शोक, गरिबी, हताशपणा किंवा इतर भावनाही खूप सच्च्या वाटतात. मनात काहीही राखून न ठेवता, कोणताही अभिनिवेश न बाळगता इचियो सर्व काही आपल्यासमोर प्रामाणिकपणे प्रकट करतात. इतक्या तरुण असूनही त्यांच्याकडे आयुष्याचा समृद्ध अनुभव आहे. त्यांची निरीक्षणं अत्यंत सूक्ष्म, तरल आहेत.''

जपानमधील बंगक्काई अर्थात साहित्यिक समाज तसेच सर्वसाधारण समाजही इचियोच्या कादंबऱ्या अत्यंत आवडीनं वाचत होता. ध्यानीमनी नसताना इचियोच्या लेखनानं लोकप्रियतेचा उच्चांक गाठला होता. प्रसिद्धीची आणखी एक पर्वतप्राय त्सुनामी लाट तिच्या दिशेनं येत होती; पण तिच्या अल्पकालीन आयुष्यात त्याच प्रमाणात तिला समृद्धीचं सुख मात्र मिळालं नाही.

इचियोच्या पुस्तकांवर लोकांच्या उड्या पडत. हे सुखद परिवर्तन कसं घडलं हे इचियोला स्वत:लाच कधी कळलं नाही, पण लवकरच ती इडो शहराच्या गळ्यातील ताईत झाली. शहरभर तिच्याबद्दलच चर्चा व प्रशंसा असे. तिच्या प्रशंसकांचे छोटे-छोटे गट रोज तिच्या घराच्या छोटेखानी फाटकासमोर उभे असत. लोक तिच्या घरी भेटवस्तू, स्तुतिपत्रं पाठवू लागले. काही जण तर तिची सही मिळवण्यासाठी वा तिच्याशी दोन शब्द बोलण्यासाठी तासन्तास ताटकळत उभे राहू लागले. रातोरात तिच्या प्रशंसकांनी आपला एक प्रशंसक संघ स्थापन केला. इचियोच्या यशाची, लोकप्रियतेची निखळ पावतीच होती ती.

आपल्या लेखनाचा लोकांवर पडत असलेला प्रभाव पाहून इचियो अत्यानंदानं मोहरून उठत होती. कोणत्याही प्रभावशाली घराण्याचा पाठिंबा नसलेली लेखिका म्हणून लोकांनी वर्षानुवर्षं तिची उपेक्षा केली होती. तिच्या लेखनाला स्वस्त मासिकांमध्ये दडपून टाकलं होतं; पण आता तेच लोक तिचं इतकं भरभरून कौतुक करत होते की, तिला सर्व काही भरून पावल्यासारखं वाटत होतं.

'हा माझा क्षण आहे. इतिहासात मी मिळवलेलं मानाचं स्थान आहे. हे सर्व पाहायला आज माझे बाबा जिवंत असायला पाहिजे होते,' इचियोनं डायरीत लिहिलं होतं, 'काल मी बाबांच्या थडग्यापाशी गेले होते. मी बाबांना सांगितलं की, बाबा, माझ्या लेखनाबद्दल तुम्ही बाळगलेला विश्वास आता सार्थ ठरला आहे. जपान

आपल्या लेकीला कधीतरी मानाची जागा देईल, तिच्या लेखनाचा आदर करेल ही तुम्ही पाहिलेली स्वप्नं मी साकार करून दाखवली आहेत.

'बाबा, माझा लेखनप्रवास किती लांबलचक, कठीण आणि निरपेक्ष होता, ते देवाला माहीत आहे; पण त्या मार्गावर तुम्ही सतत मला सोबत करत होतात. मला पुढे जाण्याचं बळ देत होतात. मी अयशस्वी होऊ नये किंवा लेखन सोडून देऊ नये म्हणून पुढे-पुढे जाण्याची प्रेरणा देत होतात. बाबा, माझं हे यश पाहून कृतार्थ व्हा. खूप कष्ट करून का होईना; मी माझं ध्येय गाठलं आहे.'

## २६

सन १८९६. इचियोच्या जीवनातील अखेरचं वर्ष. या वर्षी हिगुची कुटुंबाला थोडे बरे दिवस आले होते. कष्ट आणि दारिद्र्यानं गांजलेले त्यांचे त्रासदायक दिवस सरत चालले होते. झळाळत्या यशामुळे जीवनाला थोडं स्वास्थ्य, स्थैर्य मिळालं होतं. वैपुल्य आणि चैतन्यशक्तीनं मंतरलेले दिवस होते ते. फुरुयाच्या चेहऱ्यावरही थोडं हास्य फुलत होतं. घरी लेखक-कवींची, प्रकाशकांची वर्दळ असायची. इचियो हिगुची आपल्याला पुरेसा वेळ देत नाहीत, ही त्यांची गोड तक्रार असायची.

'आताशा कसं हवेत, स्वप्नलोकात तरंगत असल्यासारखं वाटतंय. माझ्यावर आणि माझ्या कादंबऱ्यांवर सारखा कौतुकाचा वर्षाव होतोय. खरं तर मला खूप आनंद व्हायला पाहिजे; पण एक अनामिक भीती मनात आहे. हे सगळं असंच टिकेल ना? लोक माझ्यापुढे वेगवेगळे प्रस्ताव मांडताहेत. काही सयुक्तिक आहेत; तर काही चक्क भीतिदायक, विचित्र आहेत,' इचियोनं आपल्या डायरीत नमूद केलंय, 'काल विद्यार्थ्यांचा एक गट मला भेटायला आला होता. मी त्यांना साहित्य शिकवावं असा त्यांचा आग्रह होता. मग एक माणूस आला. त्यानं त्याच्याबरोबर मी एक पुस्तक लिहावं अशी मला विनंती केली. भाषणं देण्याची व कवितावाचनाची तर भारंभार आमंत्रणं येतात हल्ली आणि आज सकाळी तर एका व्यापाऱ्यानं मला चक्क लग्नासाठी मागणी घातली.'

'अगदी कालचीच तर गोष्ट वाटतेय. आपल्या कुटुंबाच्या चरितार्थासाठी वेश्यावस्तीत दुकान चालवणाऱ्या इचियो हिगुचीबद्दल कोणाला काडीची पर्वा नव्हती. छोट्या-छोट्या गोष्टींसाठी तिला व्यापाऱ्यांशी हुज्जत घालावी लागत होती. आणि आता एकदमच ती सगळ्यांना हवीहवीशी वाटतेय.'

'हे स्वप्न तर नाहीये? स्वप्न असेल तर ते असंच चालू राहावं. कारण ते माझ्या आयुष्यातील सर्व कठोरता शोषून घेतंय. माझ्या सुखांना, कल्पनांना खतपाणी घालतंय.'

आताशा इचियोला बऱ्याचदा बरं नसायचं. कोणीतरी हातोड्यानं डोक्यावर घण घालतंय असं तिला वाटायचं; पण आपल्याला होणाऱ्या वेदना ती कोणाला, अगदी आपल्या घरातील लोकांनाही सांगत नसे. आयुष्यात पहिल्यांदा ती अशी यशाच्या उत्तुंग लाटेवर स्वार झाली होती. त्यातील धुंदी, आनंद तिला गमवायचा नव्हता. साहित्यिक वर्तुळात तिला फार मान मिळत होता. तिच्या चाहत्यांची संख्या दिवसेंदिवस वाढत होती. तिची सगळी पुस्तकं लोक उचलून धरत होते. या यशाला, आनंदाला तिला कोणत्याही कारणानं ग्रहण लागू द्यायचं नव्हतं.

इचियोचे प्रकाशक तिच्यावर बेहद्द खूश होते. तिची पुस्तकं आपल्यालाच मिळावीत म्हणून तिला आगाऊ रक्कम द्यायला तयार होते. तिचे प्रशंसक आणि चाहते तिची घरगुती बिलं भागवायला तयार होते. त्यामुळे हिगुचीला सतत सतावणाऱ्या आर्थिक विवंचना थोड्या कमी झाल्या होत्या. हिगुची बायका या बाबतीत सुखानं श्वास घेऊ शकत होत्या. रोज उठून त्यांना पैसा कसा मिळवावा या यक्षप्रश्नाला तोंड द्यावं लागत नव्हतं. कुठून का होईना; पण त्यांना पाहिजे तेव्हा आणि पाहिजे तेवढा पैसा मिळत होता.

एके रात्री इचियोनं कधी नाही ते पैसे खर्च करण्याबाबत एक मोठं धाडस केलं. काहीच आठवड्यांपूर्वी तिला ती पैशांची उधळपट्टी वाटली असती. कुनिकोला ती नाटक पाहायला घेऊन गेली. नाट्यगृहातील वैभव आणि नटांनी केलेला अभिनय पाहून दोघी हिगुची बहिणी अगदी मंत्रमुग्ध झाल्या.

नाटकाच्या जादूनं भारावून जाऊन कुनिकोनं आपल्या बहिणीचा हात दाबला तेव्हा तिच्या डोळ्यांत आनंदाचे अश्रू होते.

"तू मला इथं घेऊन आलीस हे किती छान केलंस. जन्मात कधी असा सुंदर अनुभव आपण घेतला नव्हता," कुनिको इचियोला म्हणाली.

बहिणीच्या तोंडचे हे शब्द ऐकून इचियोचं काळीज सुपाएवढं झालं. आपल्या हातून उत्कृष्ट कादंबऱ्या लिहिल्या गेल्याचा आनंद तर तिला होताच. शिवाय कित्येक वर्षांपूर्वी आपल्या या लहान बहिणीला सुखात ठेवण्याचं, स्वतःच स्वतःला दिलेलं वचन आपल्याला पुरं करता आल्याचं एक आगळंच समाधान तिला मिळालं.

इचियोला रोजच कितीतरी महत्त्वाच्या समारंभांची आमंत्रणं असायची. त्या समारंभांचे मुख्य अतिथी साहित्य जगतातील मोठमोठे, दिग्गज लोक असायचे. त्यानंतर दिमाखदार मेजवान्या असायच्या.

इचियोनं लोकांवर इतकी जबरदस्त मोहिनी घातली होती की, प्रकाशक आपणहूनच तिच्याकडं भारंभार कंत्राटं व तिनं आपल्यासाठी लिहावं म्हणून भरपूर आगाऊ रक्कम पाठवत.

'आमच्या जीवनात कोटो तंतुवाद्यावर वाजवल्या जाणाऱ्या गाण्याच्या सुरांसारखे

चढउतार येत आहेत. न्युसेनजीमध्ये घालवलेल्या आमच्या दिवसांत या वाद्याचे अंत:करणाला भुलवणारे तसेच पीळ पाडणारे किती तरी सूर आम्ही ऐकले आहेत. निराशेच्या अंधारात डोळ्यांतून सतत ओघळणाऱ्या अश्रूंची जागा आता सोनेरी सूर्यकिरणांनी आणि खळाळत्या हसण्यानं घेतली आहे. हे जर स्वप्न असेल, तर मला कोणी जागं करू नका. कधी-कधी मी चक्क स्वत:ला जोरात चिमटे काढते. त्यामुळे होणाऱ्या वेदना माझी खातरी पटवतात की, हे सुखाचं सोनेरी ऊन्ह खरं आहे. तो माझा भ्रम नाही.' यशाच्या शिखराकडे घेऊन जाणाऱ्या सुरुवातीच्या काळात, अनुभवास येणाऱ्या सुखाच्या झुळकीनं बावचळून गेलेल्या इचियोनं आपल्या डायरीत लिहिलेलं मनोगत आहे हे.

इचियोच्या घरी रोज येणाऱ्या साहित्यिकांमध्ये मेजी काळच्या अत्यंत प्रभावशाली लोकांचाही समावेश होता. पुरुषी अहंकाराच्या दर्पात बुडून गेलेल्या काही विद्वानांना व लेखकांना या हिगुची मुलीमध्ये जबरदस्त साहित्यिक गुण आहेत, हे मान्य करणं जड जात होतं; पण पुरुषांच्या जगात डोकावून पाहणारी ती एक होतकरू लेखिका आहे, या शब्दांनी ते आता तिची बोळवण करू शकत नव्हते.

एकदा कधीतरी इचियोच्या लक्षात आलं की, तिच्याभोवती जास्त म्हणजे पुरुषांचाच गराडा आहे. तिथं स्त्री औषधालाही नव्हती. थोडा विचार केल्यावर तिला त्याचं कारण कळलं. पुस्तकाचं प्रकाशन किंवा आपल्या एखाद्या पुस्तकाचं विश्लेषण ती पुरुषांबरोबरच करू शकत होती. स्त्रियांच्या प्रश्नांचा तिनं घेतलेला शोध किंवा गरिबी, सामाजिक दोष, वेश्यांच्या वाट्यास येणारे भोग यासारखे तिनं आपल्या पुस्तकात मांडलेले त्रासदायक विषय बायकांना आवडायचे तरी नाहीत किंवा झेपायचे तरी नाहीत. चुकून कधी तिला भेटायला बायका आल्या तरी त्यांचं बोलणं वरवरचंच असे. हागिनोयाच्या दिवसांत तिच्या संपर्कात आलेल्या कवयित्रींना, इतकंच काय, नकजिमाबाईसाहेबांनासुद्धा तिला अचानक मिळालेल्या प्रचंड यशाचा हेवा वाटे. पोटभर जेवणासाठीही त्यांच्यावर अवलंबून असलेली त्यांची ही सर्वांत गरीब विद्यार्थिनी एकदमच सगळ्यांच्या आकर्षणाचं केंद्रस्थान झाली होती. साहित्यसृष्टीतील मोहक अप्सरा झाली होती. हागिनोयातील काही महिला इचियोबरोबर अंतर राखून वागायच्या. त्यांच्या सगळ्यात गरीब, दीनवाण्या सहकर्मिणीनं साहित्यक्षेत्रात उडवून दिलेल्या खळबळीमुळं त्यांच्या मनात तिच्याबद्दलचा राग, द्वेष, असूया खदखदत होता.

इचियोला स्वत:ला मात्र नशिबानं घेतलेल्या या कलाटणीची गंमत वाटत होती. कधी काळी ती स्त्री आहे म्हणून तिच्या लेखनाला नाकं मुरडणारे लेखक आता तिच्यावर स्तुतिसुमनं उधळत होते. तिनं त्यांच्याबरोबर काम करावं असं तिला वारंवार सुचवत होते.

तिच्या लेखनकार्यात आपल्याला सहभागी होता यावं यासाठी प्रकाशक, मासिकं, लेखक अहमहमिकेनं तिच्या पुढे-पुढे करत होते. जवळजवळ रोजच तिच्यासमोर परस्परविरोधी साहित्यकंपूंकडून विनंतीवजा प्रस्ताव मांडले जात होते. आतापर्यंतच्या आपल्या गरिबीनं त्रस्त झालेल्या, अत्यंत हलाखीच्या जीवनामुळं आपल्यात कमीपणा आहे असं मानणाऱ्या, सगळ्यांपासून दूर राहणाऱ्या या लेखिकेवर एकदमच प्रसिद्धीचा, लोकप्रियतेचा प्रकाशझोत पडला होता. परस्परविरोधी कट-कारस्थानं, कारवाया करणाऱ्या लोकांच्या छद्मयुद्धांमध्ये स्वत:चा बळी जाऊ नये यासाठी इचियोला ज्या युक्त्या-प्रयुक्त्या कराव्या लागत होत्या त्यामुळे तिच्या मनावर प्रचंड दडपण येत होतं.

या सगळ्या प्रकारानं भांबावून जाऊन एकदा इचियोनं आपल्या डायरीत लिहिलं होतं, 'काल बूंदनच्या लोकांपैकी एकानं येऊन लेखनकलेबद्दल लेख लिहिण्याची मला विनंती केली. आज मोरी ओगाई, कोडा रोहन व सैटो ऱ्योकू या प्रथितयश लेखकांनी मला त्यांच्या कंपूत सहभागी होऊन मेझामाशिंगसु या मासिकात महिन्यातून एक स्तंभ लिहिण्याबद्दल सुचवलं. नंतर काही वेळानं ओगाईचा भाऊ मला भेटायला आला आणि मोरी ओगाईंच्या सूचनेविषयी माझं काय उत्तर आहे, हे जाणून घेण्यासाठी त्यानं माझ्यावर दबाव टाकला. शिवाय मी सैटो ऱ्योकूंवर विश्वास न टाकण्याबद्दल सावधगिरीची सूचनाही केली. त्यावर मला काही विचार करण्याची सवड मिळण्याआधीच ऱ्योकू येऊन मला म्हणाले की, मी मेझामाशिंगसु मासिकात अजिबात लिहू नये. ते कधीही बंद होण्याजोगं आहे. या लोकांनी येऊन असं एकमेकांविरुद्ध सांगणं मला अजिबात आवडत नाही. कोणाचं म्हणणं खरं आहे, कोणावर विश्वास ठेवावा, काय करावं काहीच कळत नाही. सगळं कसं सहनशक्तीच्या पलीकडे जात चाललंय. असं वाटतंय की, मी कचकड्याची बाहुली आहे आणि वेगवेगळे लोक माझे हात-पाय वेगवेगळ्या दिशांना ओढत आहेत. यश मिळवण्याची ही अशी किंमत मोजावी लागते की काय? का मी जरा जास्तच हळवी होऊन या गोष्टी मनाला लावून घेतेय?'

दुसऱ्या दिवशी ओगाईंचा भाऊ टाकुजिरो मोरी, इचियोला भेटायला परत आला. या वेळी तो कोडा रोहनला सोबतीला घेऊन आला होता. ती दोघं, मी मेझामाशिंगसु मासिकात लिहिण्यासाठी त्यांच्या लेखकसंघात सहभागी होऊ इच्छिते की नाही, हे विचारायला आली होती. या लेखकसंघाचे उद्देश होते, साहित्यसाधनेचा आनंद एकमेकांबरोबर लुटणे, एकमेकांना काही गोष्टी शिकवणे आणि अशा प्रकारे अधिकाधिक समृद्ध लेखक होणे.

टाकुजिरो मोरी आणि कोडा रोहननं इचियोबरोबर पूर्ण दुपार घालवली. मेझामाशिंगसुमधील लेखनाबरोबरच ती त्यांच्याबरोबर कादंबरीलेखनाचं कामही करू

शकेल असं त्यांनी तिला सुचवलं. त्यांनी मिळून लिहिलेल्या कादंबरीत तिनं लोकांना आवडणाऱ्या तिच्या विशिष्ट शैलीत सर्वसामान्य लोकांचं छानपैकी चित्रण करावं असंही सांगितलं.

आपल्याबरोबर काम करायला मोठ-मोठे लोक उत्सुक आहेत या गोष्टीनं इचियोला हुरळल्यासारखं झालं होतं, पण वर्षानुवर्षं तिला मिळत गेलेल्या नकारांनी आणि उपेक्षेनं ती जरा जास्तच सावध झाली होती. एकदमच या नामवंत लोकांना आपल्यात एवढा रस का वाटावा, हे तिला कळत नव्हतं आणि मनाच्या या गोंधळलेल्या अवस्थेत याबाबत ती काहीच ठाम निर्णय घेऊ शकत नव्हती.

"तुम्ही माझ्या कामात इतका रस घेताहात याबद्दल मी तुमची खूप आभारी आहे." ती त्या दिवशी टाकुजिरो मोरी व कोडा रोहनना म्हणाली होती, "पण खरं सांगू, माझं लेखन तितकं परिपक्व आहे असं मला वाटत नाही. त्यामुळे तुमच्यासारख्या नामवंत लेखकांच्या बरोबरीनं काम करण्याची माझी पात्रता आहे की नाही, याबद्दल मला शंका आहे."

इचियोचा संकोच पाहून तिला घाईघाईनं दिलासा देत ते म्हणाले होते, "अहो लेखनक्षेत्रात आम्हीही तुम्हाला वाटतो तेवढे काही मुरलेलो नाही आणि तसंही जन्मभर आपण काही ना काही नवीन शिकतच असतो. त्यामुळे तुम्ही आमच्यापेक्षा कमी आहात असं मुळीच समजू नका."

ते बराच वेळ असंच काहीबाही बोलत राहिले. एव्हाना इचियोचं डोकं गरगरायला लागलं होतं. हल्ली तिचं डोकं गरगरायचं प्रमाण वाढलं होतं. त्याची तीव्रताही वाढली होती. डोकं गरगरण्याच्या बरोबरीनं तिला मळमळायचंही. आपली मळमळ कशीबशी दाबून ठेवत ती सन्मान्य पाहुण्यांशी बोलत राहिली. ते जायला निघाले तेव्हा तिला सुटल्यासारखं वाटलं. ते बाहेर पडताक्षण इचियो मोरीकडं धावली आणि भडाभडा ओकायला लागली.

आपल्या मुलीच्या वाढत्या आजाराबद्दल फुरुयाला यत्किंचितही कल्पना नव्हती. हल्ली तिनं रोज सकाळी आपल्या नवऱ्याच्या फोटोसमोर उदबत्ती लावायचा नित्य नेम सुरू केला होता. फोटोसमोर बसून ती नवऱ्याला आपल्या मुलीची चढती यशोगाथा ऐकवत असे. आपल्या मुलीचं हे यशच आपल्या घरच्या सर्व आर्थिक विवंचना संपवून टाकणार आहे असं तिला वाटायचं.

"आपल्या नत्सुच्या प्रतिभेबद्दल तुम्ही जे काही सांगायचात ते किती खरं होतं! माझंच मेलीचं चुकत होतं." फुरुया कबूल करायची. कधी-कधी वर्षानुवर्षं चालू असलेल्या अडी-अडचणी व निराशेबद्दल विचार करून तिला भरून यायचं. मग ती नोरीयोशीच्या फोटोसमोर ओक्साबोक्शी रडू लागायची. कधीकधी तिच्या नजरेसमोर तिचं प्रणयाराधन करणारा उंच, धिप्पाड, तरुण नोरीयोशी तरळून जायचा. मग तिला

आपल्या कुटुंबाला सामुराई वर्गाचा दर्जा देण्यासाठी सतत धडपडणारा, कठोर, महत्त्वाकांक्षी नोरीयोशीही आठवायचा.

"इडोला आलो तेव्हा आपण किती तरुण होतो ना! डोळ्यांत मोठमोठी स्वप्नं आणि मनात खूप आशा होती." फुरुया फोटोतील नोरीयोशींना म्हणायची, "वर्षांमागून वर्षं निघून गेली. आपल्या मार्गात कितीदा तरी अडथळे आले. आपण खूप हालअपेष्टा सोसल्या. थोडं साधलं. थोडं गमावलं. हळूहळू तुमच्या डोळ्यांतील आशेची ज्योत विझत गेली. कित्येक स्वप्नं धुळीला मिळाली. चेहऱ्यावरील उत्साह ओसरत गेला. इतकं सगळं होऊनही तुमच्या मनात आशेचा एक किरण चमकतच असायचा. आपल्या नत्सुची प्रतिभा फुलेल, नावारूपाला येईल हा विश्वास सदैव तुमच्या मनात असायचा. तुम्हाला माहीत आहे नोरीयोशी, आपली नत्सु आजच्या काळातील सर्वांत प्रसिद्ध, लोकप्रिय लेखिका आहे.

"तुमची स्वप्नं तिनं पुरी केलीयेत. खूश आहात ना तुम्ही? आजचे सगळ्यात यशस्वी, प्रसिद्ध लेखक तिची ज्या प्रकारे स्तुती करताहेत, तिनं त्यांच्याबरोबर काम करावं म्हणून तिची ज्या प्रकारे मनधरणी करताहेत ते पाहून तुम्हाला तिचा खूप-खूप अभिमान वाटला असता. अत्यंत परखड टीकाकारही तिच्या कादंबऱ्यांबद्दल खूप चांगली परीक्षणं लिहितात. तुम्ही आम्हाला सोडून गेल्यानंतर आम्हाला ज्या काही हालअपेष्टा सोसाव्या लागल्या त्या सगळ्यांचं चीज झालं बघा."

१८९६चा उन्हाळा इचियोनं आपल्या कुटुंबीयांबरोबर तसेच आपल्या नव्या-जुन्या चाहत्यांबरोबर, लेखक व मित्रांबरोबर खूप सुखानं घालवला. तिच्या आयुष्यातील तो शेवटचा उन्हाळा ठरेल, हे त्या वेळी कोणाच्या ध्यानीमनीही नव्हतं.

वादळवाऱ्याला घेऊन येणारे काळेकभिन्न ढग क्षितिजावर डोकावू लागले होते, पण आश्चर्य म्हणजे इचियोभोवती रोज जमणाऱ्या लोकांपैकी एकाचंही लक्ष तिकडं गेलं नव्हतं.

नामवंत, प्रतिष्ठित लोकांचे वेगवेगळे लहान मोठे कंपू होते. प्रत्येक कंपूची वेगळी विचारसरणी, वेगळी कार्यपद्धती. इचियोला आपापल्या कंपूत ओढण्यात ते इतके मग्न होते की, उन्हाळा संपता-संपता तिची रया गेलीये, ती निस्तेज, रोगट झालीये इकडं कोणाचंच लक्ष गेलं नव्हतं.

स्वत: इचियो दातांनी ओठ दाबत आपली ढासळत चाललेली तब्येत, मधूनच उठणारी जीवघेणी उबळ शांतपणे पण जिवाच्या करारानं सहन करत होती. कारण तिला कोणत्याही कारणानं आपल्या कादंबरी-वाचकांचा व लेखकमंडळींचा आपल्याला मिळणारा प्रचंड प्रतिसाद कमी करायचा नव्हता. किती मुश्किलीनं मिळाला होता, तो तिला. कधीतरी कुनिकोला वाटे की कुठं तरी, काहीतरी गडबड आहे. तिनं इचियोला तिच्या वाढत्या डोकेदुखीबद्दल, रात्री येणाऱ्या तापाबद्दल विचारलं तर

इचियोचं उत्तर असे, ''काही नाही गं. दिवसाचे भरगच्च कार्यक्रम आणि रात्री उशिरापर्यंत चालणाऱ्या संगीताच्या मैफिली! शिवाय लेखकमंडळींच्या मेजवान्या! त्यामुळे थोडंसं बरं नाही!''

आताशा हिगुची निवासात लोकांची वर्दळ चांगलीच वाढली होती. बाहेरचे कार्यक्रम आटोपून इचियो घरी येई तेव्हा तिथेही तिच्या साहित्याचे तीन-चार भक्त तिची वाट बघत ताटकळत बसलेले असत. कधी-कधी युनिव्हर्सिटीचे विद्यार्थी कला व साहित्यावर तिच्याशी चर्चा करायला येत. मग सुशी किंवा हिरव्या चहाच्या जोडीनं त्यांची साहित्यचर्चा रंगे. इचियोच्या कादंबऱ्यांमधील वेगवेगळ्या व्यक्तिरेखांवर वा दुसऱ्या एखाद्या गाजलेल्या साहित्यकृतीवर त्यांची दिलखुलास चर्चा होत असे.

उत्साहानं ओसंडून जाणाऱ्या त्यांच्या गप्पा इचियोला खूप आवडत. त्यांच्यात असलं की, तिला आपल्या आजारपणाचा विसर पडत असे. पण उत्तररात्री, एकटेपणानं घेरलं गेलं की, तिचा आजार उचल खाई. मन काळजीनं, भीतीनं आकसून जाई. आपलं शरीर आजाराशी झुंज देऊन-देऊन पार थकून गेलंय, हे तिनं मनोमन ओळखलं होतं. आपल्या शरीराचा अंत फार दूर नाही हेही तिला कळत होतं; पण तरीही तिनं आशा सोडली नव्हती. नंतर शरीरात त्राण न उरल्यानं तिला आपल्या आवडत्या, अमूल्य डायरीची संगत सोडावी लागली तेव्हाही तिला हे जग सोडून जायचं नव्हतं.

'देवा!' तापानं गरम झालेलं तोंड गारगार उशीत खुपसून ती रडायची, ''देवा, फक्त चोवीस वर्षांची आहे मी. हे काय माझं मरण्याचं वय आहे? अजून कितीतरी द्यायचंय मला जगाला. देवा, माझ्यावर कृपा कर. माझं आयुष्य आणखी थोडं वाढव. माझं लेखनकार्य संपेपर्यंत तरी मला जगव.''

देवाला दीनभावानं विनवत असतानाही इचियोला जाणवत होतं की, तिच्या शरीराला आजारानं पुरतं पोखरून टाकलंय. ते कधीही कोलमडून पडेल. म्हणूनच डोळे मिटायचीही तिला भीती वाटे. कदाचित तीच तिच्या आयुष्यातील काळझोप ठरली तर? दुसऱ्या दिवशी तिचे डोळेच उघडले नाहीत तर? सकाळी सूर्याची कोवळी किरणं घरात शिरल्यावर तिच्या मनातील रात्रीची भीती, उदासीनता उघड्या खिडकीतून पळून जाई. परत एकदा ती उसनं बळ अंगात आणे.

रोज थोडी-थोडी शक्ती ओसरत असताना इचियोला सारखं वाटत होतं की, आपल्या आयुष्यातील एक अध्याय तिनं अजून पूर्णार्थानं संपवलेला नाही. तो अध्याय होता, नकाराई तोसुई अध्याय. तिनं वरवर जरी त्यांचा विचार सोडून दिलेला असला तरी आपल्या या पहिल्या प्रेमाला ती कधीच विसरलेली नव्हती. मनाला छळणाऱ्या त्या व्यक्तीला मनाबाहेर घालवून देण्याचा तिनं कितीही प्रयत्न केला असला, तरी तो बेटा तिथंच ठिय्या देऊन बसलेला होता. १८९६च्या उन्हाळ्यात

आपल्या हातून आयुष्य निसटत चाललंय असं जेव्हा तिला जाणवलं, तेव्हा तिनं ठरवलं की, एखादी कादंबरी जशी अर्धवट सोडून देता येत नाही, ती तडीस न्यावीच लागते, त्याचप्रमाणे नकाराई तोसुईंचं प्रकरणही तडीस न्यायचंच. टापटिपीनं काम करणारी इचियो कोणतंही काम, तेही मनाशी संबंधित असलेलं काम अर्धवट सोडून देईल हे शक्यच नव्हतं.

एके दुपारी, भोवती जमलेल्या विद्यार्थ्यांच्या व लेखकांच्या कोंडाळ्यातून शिताफीनं सुटका करून घेऊन ती ईदमचीला पोहोचली. तिथं तोसुई आपल्या आई-वडलांबरोबर राहत होते. मागे त्यांना भेटायचा विचार जरी मनात आला, तरी तिची छाती जोरजोरात धडधडू लागे; पण या वेळी मात्र इचियो कमालीची शांत, स्थिर होती. तोसुईंच्या घराचं लहानसं फाटक उघडून ती विलो झाडांनी आच्छादलेल्या दगडी रस्त्यावरून घराच्या पुढील दारी आली.

"इचियो हिगुची! तूच आहेस ना?" तोसुईंची बहीण कोको अत्यानंदानं ओरडली, "माझा माझ्या डोळ्यांवर विश्वासच बसत नाही. तब्बल तीन वर्षांनी येतेयस तू इथं. हो की नाही?

"इचियो, अगं आम्ही तुझ्याबद्दल वर्तमानपत्रात येणाऱ्या गोष्टी नेहमीच वाचत असतो. तुझ्या कादंबऱ्या काय लोकप्रिय झाल्यात! नकाराईनं नुकतीच तुझी 'चाइल्ड्स प्ले' वाचायला आणली होती. आम्हां सगळ्यांना ती खूप आवडली," इचियोला बोलायची संधी न देता कोको भरभरून बोलत होती.

तेवढ्यात एक तीन वर्षांची, छोटीशी मुलगी लाजत-लाजत दरवाजाशी, कोकोजवळ येऊन उभी राहिली. ती छियो, त्सुरुताची मुलगी असावी, इचियोनं अंदाज लावला. का कोण जाणे, पण छियोला इचियो आवडली. तोसुईंच्या घरात ती होती, तोपर्यंत छियो सारखी तिच्या आवतीभोवती घुटमळत राहिली. फार गोड होती ती मुलगी. इचियोचा प्रत्येक शब्द ती उत्सुकतेनं ऐकत होती. इचियोचं मनही त्या लहान मुलीभोवती घुटमळत होतं.

"बघ तरी. तुझा प्रत्येक शब्द किती उत्सुकतेनं ऐकतेय छियो," कोको हसत म्हणाली, "तू खूप मोठी लेखिका आहेस, हे तिलाही कसं न सांगता समजलंय बघ!"

कोकोचा स्वतःचा मुलगा दहा महिन्यांचा होता. त्यानंही इचियोला स्वतःला उचलू देऊन तिचा मान राखला. इचियोनं पहिल्यांदाच इतकं छोटं बाळ उचलून घेतलं होतं. त्याला उचलून तिनं त्याला छातीशी धरलं, तेव्हा त्याचा गोबरा चेहरा तिच्या हनुवटीपाशी आला, 'किती सुखद स्पर्श आहे हा! कापसासारखा मऊ-मऊ, हळुवार, नाजूक! मला कधीच न होऊ शकणाऱ्या बाळासारखाच गोड, हवाहवासा आहे हा!' कोकोच्या बाळाला छातीशी धरत इचियो विचार करत होती.

नकाराई तोसुईंना पाहून इचियोला आश्चर्याचा धक्काच बसला. त्यांची रया पार

गेलेली होती. कुठं ते आधीचे देखणे, राजबिंडे तोसुई आणि कुठं ही त्यांची आताची केविलवाणी पडछाया. मधल्या काही वर्षांनी त्यांचा उत्साह, देखणेपणा जसा काही शोषून घेतला होता. चेहऱ्यावर थकून गेल्याचा भाव होताच, शिवाय त्यांची कुडीही ही इचियोला लहानखुरी झाल्यासारखी वाटली.

त्यांचा तो आधीचा रुबाब, अधिकार गाजवण्याची सवय, अहंमन्यता, आत्मविश्वास! त्या वेळी त्यांच्या सान्निध्यात इचियोला चिडचिडल्यासारखंही व्हायचं आणि विरघळून गेल्यासारखंही. आता तिच्यासमोर बसलेली व्यक्ती जणू आधीच्या तोसुईंची छाया होती; पण तिच्याकडं पाहून ते हसले आणि त्यांच्या एका बाजूला कललेल्या स्मितहास्यानं त्यांचा चेहरा उजळून निघाला. त्याचबरोबर काही अंशी का होईना; पण त्यांचं तारुण्यातील देखणं, खंदं रूप त्यात क्षणमात्र चमकून गेलं.

इचियोला वाटलं आपण इथं आलो हे फार चांगलं केलं. ती आतापर्यंत मन पिळवटून टाकणाऱ्या पहिल्या प्रेमाच्या आठवणींनी तळमळत होती. समोर बसलेल्या तोसुईंना पाहून तिच्या मनातील ती भावना हळूहळू नाहीशी झाली. आता तिची जागा घेतली बहिणीच्या ममतेनं. ती तीन वर्षांनी परत त्यांच्या आयुष्यात आली होती; पण त्यांनी तिचं पूर्वीच्याच सहजतेनं स्वागत केलं. मधली तीन वर्षं जणू ते वेगळे झालेच नव्हते. ते आधीच्याच मोकळेपणानं तिच्याशी बोलत होते. त्यांना आपल्यासाठी चहा ओतताना, छान-छान वेस्टर्न केक पुढे करताना पाहून इचियोचं मन परत फुरंगटलं. 'ह्यांनी मला इतकी वर्षं छळलंय, मानसिक त्रास दिलाय! पण त्यांना त्याची काही जाणीव आहे का पाहा! यांच्याशी असलेले संबंध तोडून टाकायचे, आपलं आयुष्य नव्यानं घडवायचं, असं ठरवल्यावरही त्यांच्यासाठी तिच्या मनाची होणारी घालमेल कधीच कमी झालेली नव्हती.'

'नकाराई, तुमच्यासाठी मी किती रात्री तळमळत घालवल्या आहेत! तुमच्याबद्दलच्या भावनांनी, विचारांनी डायरीची किती पानं भरलीयेत. कितीतरी गोष्टींमध्ये आणि कादंबऱ्यांमध्ये मी तुमचं चरित्र रंगवलंय! तुमच्या प्रेमानं मी किती घायाळ होत राहिलेय, हे तुम्हांला कधीच कळणार नाही नकाराई तोसुई!' इचियो मनातल्या मनात म्हणत होती.

नकाराईंना ती अखेरची भेटली होती, त्यानंतर कितीतरी गोष्टी बदलल्या होत्या. आता या क्षणी मात्र तिच्या मनात त्यांच्याबद्दल निखळ मैत्रीची भावना होती. पूर्ण तोसुई परिवारच आपला मित्र आहे, असं तिला वाटत होतं. नकाराई तोसुईंना पाहून तिच्या मनात उसळणाऱ्या आणि तिला छळणाऱ्या प्रेमाच्या, अनावर आवेगाच्या, आसक्तीच्या लाटा आता शांत झाल्या होत्या. त्याबरोबरच तिचं मनही शांतवलं होतं, सुखावलं होतं.

इचियोची ती दुपार फार छान गेली. संध्याकाळ झाल्यावर त्यांचा निरोप घेणं

तिला थोडं जडच गेलं; पण परत भेटायला यायचं आश्वासन देऊन ती उठली. तोसुई, त्यांचा परिवार आणि तेथील लहान मुलांबरोबर घालवलेला वेळ इचियोला खूप आवडला. ती बाहेर आल्यावर त्या घराचं दार बंद झालं. इचियो पायाखालची ती ओळखीची वाट बहुधा शेवटचीच चालायला लागली, तेव्हा तिला एक वेगळीच हुरहुर जाणवली. तिच्या आयुष्यातील एक प्रकरण पुरेसं सुख-समाधान न देताच संपून गेलं होतं. तिला खूप गळाठल्यासारखं झालं होतं. घरी परत येताना ती जवळच्या सार्वजनिक स्नानघरात गेली आणि तेथील तन-मनाला सुखावणाऱ्या परिशुद्ध करणाऱ्या गरम पाण्यात ती कितीतरी वेळ डुंबत राहिली.

कित्येक दिवसांत प्रथमच तिचं डोकं ठणकलं नव्हतं. त्या दिवशी तिला नेहमीच्या तापानंही सतावलं नव्हतं. सार्वजनिक स्नानघरातील त्या वाफाळलेल्या कढत पाण्यात इचियो खूप वेळपर्यंत बसून राहिली. कढत पाणी तिला कुरवाळत असताना नकाराई तोसुईबरोबरच्या नात्यातील कितीतरी चढउतार तिच्या डोळ्यांसमोर आले. दुसऱ्याच कोणाच्या आयुष्यातील प्रसंग आपण पाहत असल्यागत त्यांच्याकडे ती तटस्थपणे पाहत राहिली.

# २७

१८९६चा पूर्ण उन्हाळा, वार्ताजगतातील सगळ्यांचं लक्ष वेधणारी व्यक्ती म्हणून इचियो वर्तमानपत्रात झळकत राहिली. ती मेजी काळातील प्रसारमाध्यमांची लाडकी लेखिका होती. लिहायला सुरुवात केली तेव्हा तिला कोणी ओळखत नव्हतं. किंबहुना; एक स्त्री आणि तीही अगदी सामान्य घरातील म्हणून लोकांनी तिची अवहेलनाच केली होती; पण लिंगभेदाची समस्या वा प्रतिष्ठित कुलाचा अभाव या अडसरांची पर्वा न करता ती लिहितच राहिली... लिहितच राहिली... समाजातील उपेक्षित, तळागाळातील लोकांबद्दल, त्यांच्या वास्तव जीवनाचं ती इतक्या सुंदर, आकर्षक शैलीत वर्णन करत असे की, जपानी लोक ते आवडीनं वाचत. ती वर्णनं वाचून जपानी वाचकांचं अंतःकरण हेलावून जात असे. इचियोच्या प्रत्ययकारी साहित्यानं तिला जपानच्या इतिहासात विशिष्ट स्थान मिळवून दिलं होतं. दुर्दैव म्हणजे ती लवकरच जपानच्या इतिहासाचा भाग बनणार होती, हे त्यांना माहीत नव्हतं.

इचियो हिगुची एखाद्या डासासारखी त्रासदायक होती. डासाला मारायचा कितीही प्रयत्न केला तरी डास मरत नाही. इचियोलाही कितीही दाबायचा प्रयत्न केला, तरी ती उसळून परत वर येतच राहिली. पुरुषप्रधान साहित्य क्षेत्रातील लेखकांनी ती एक वेडपट लेखिका आहे, फार काळ टिकणार नाही असं म्हणून तिचं अस्तित्व व महत्त्व नाकारण्याचा खूप प्रयत्न केला; पण त्यांच्याकडे दुर्लक्ष करून इचियो चिकाटीनं आणि पूर्ण तन्मयतेनं लिहितच राहिली. शेवटी कुरकुरत का होईना; इचियोचं लेखन वैशिष्ट्यपूर्ण व चांगलं आहे, हे त्यांना मान्य करावं लागलं. तिच्या कादंबरीतील पात्रांनी जगलेलं आयुष्य, त्या जागा, तो काळ त्या लहानखुऱ्या लेखिकेनं स्वतः अनुभवलेला असल्यामुळे तिचं लेखन सरस, सजीव झालं, हे त्यांना मान्य करावं लागलं. त्या वस्त्यांमधील सुख-दुःखं, काळज्या, ते अनुभव तिला चांगले माहीत होते. गरिबी, कष्ट, वेदना, तळमळ यांचं ती वर्णन करायची

तेव्हा ते वास्तव दाहक वाटायचं, खरं वाटायचं कारण ते खऱ्याखुऱ्या अनुभवांतून आलेलं असायचं. पुस्तकांनी भरलेल्या आरामशीर अभ्यासिकेत बसून कल्पनेनं निर्माण केलेलं नसायचं.

इचियोभोवती जमलेल्या प्रशंसकांमधील दोन तरुणांची तिच्यावर अपार भक्ती होती. तिलाही ते फार आवडायचे. त्यातील एक होता, युनिव्हर्सिटीत शिकणारा खानदानी घरातील बाबा कोचो. त्याचा इचियोवर इतका श्रद्धाभाव होता की, गरीब वस्तीतील मारुयामा फुकुयामाच्या तिच्या घरात त्याच्या आठवड्यातून तीनदा तरी फेऱ्या असायच्या. इचियोचा दुसरा परम प्रशंसक होता हिराना टोकूबोकू. हाही एक मान्यवर विद्वान होता. बाबा कोचीच्या तोडीचा होता; पण बाबाच्या दिलखुलास स्वभावामुळे, बालिश स्तुतीमुळे आणि तिच्यावरील पूर्ण विश्वासामुळे तो इचियोचा जास्त लाडका झालेला होता.

गंभीर स्वभावाचा हिराता, उत्तरेतील धनाढ्य व्यापाऱ्याचा मुलगा होता. त्याच्या मनातही इचियोबद्दल इतका आदर होता की, मारुयामा फुकुयामा हे माझं दुसरं घर आहे, असं सांगून तो कित्येकदा तिथंच मुक्कामाला असायचा.

१८९६च्या त्या उन्हाळ्यात संध्याछाया गडद होऊ लागल्या; रातकिड्यांची किरकिर वाढू लागली, तरी हे दोन तरुण इचियोच्या घरात रेंगाळत राहत. कधी आपणहून; तर कधी त्यांच्याबरोबर इचियोला भेटायला आलेल्या हुशार व जिज्ञासू तरुणांच्या व लेखकांच्या आग्रहामुळे. तिथं बसून ते जणू इचियो हिगुचीच्या ओजस्वी प्रतिभेचं तेज पीत राहत. खरं तर ती जवळ-जवळ त्यांच्याच वयाची होती; पण तिच्यात त्यांच्यापेक्षा खूप अधिक शहाणपण व दूरदर्शिता होती. तिला भेटायला येणाऱ्या कुलीन, लाडावलेल्या पण हुशार तरुणांनी कधीच अनुभवलं नव्हतं, असं खूप काही त्रासदायक वास्तव तिनं कोवळ्या वयातच अनुभवलं होतं, पचवलं होतं. त्यांच्यापेक्षा ती खूपच जास्त अनुभवी व परिपक्व होती. 'इचियो जन्माला आली तीच मुळात प्रौढ होऊन' असं इचियो नेहमीच स्वतःबद्दल म्हणत असे. तिचं संपूर्ण आयुष्यच त्याचं उदाहरण होतं.

आपल्या चंद्रमौळी झोपडीत, चांगल्या-चांगल्या घरात जन्मलेल्या यशस्वी लेखकांची, अभ्यासकांची रीघ लागलेली पाहून सुरुवातीला तिला खूप हुरळून गेल्यासारखं व्हायचं. ते तिच्या घरच्या जुनाट, डाग पडलेल्या तातामी चटयांवर किंवा खिळखिळ्या टेबलाभोवती बसत; पण त्या चटयांकडे, टेबलाकडे किंवा इचियोनं मोठ्या कष्टानं डागडुजी केलेल्या खिडक्यांच्या फाटक्या शोजी पडद्यांकडे त्यांचं लक्षच नसे. इचियोच्या काडीसारख्या काटकुळ्या शरीरावर लोंबकळणारे ढगळ कपडे व तिच्याभोवती पसरलेलं कळाहीन वातावरण तिच्या लखलखीत साहित्यिक व्यक्तिमत्त्वानं झळाळून उठे. तिथं जमलेले सगळे जण तिच्या तेजस्वी

व्यक्तिमत्त्वानं दिपून गेलेले असत. घरातील उणिवांकडं त्यांचं लक्षच नसे.

"हिगुचीसाननं खोलीत प्रवेश करताच, तिथं सूर्याचं तेज प्रकाशू लागतं." इचियोचा सर्वांत मोठा चाहता बाबा कोची वारंवार बोलून दाखवे. इचियोला त्याच्या या वाक्यानं लाजल्यासारखं होत असे; पण तरीही स्वत:च्या या स्तुतीनं तिला फुशारल्यासारखंही होत असे. कित्येक वर्षं उपेक्षेच्या अंधारात राहिल्यावर मिळालेली ही दाद तिला खुलवून जात असे.

बऱ्याचदा संध्याकाळच्या वेळी स्वयंपाकघरात काम करणाऱ्या कुनिकोच्या कानांवर बाहेरच्या खोलीतील बोलणी, हास्यविनोद, थट्टामस्करी येत असे. एखादा तावातावानं लावलेला विरोधाचा सूरपण त्यात असे. दैवानं त्यांच्या बाजूनं घेतलेली कलाटणी पाहून तिला कित्येकदा गदगदून येत असे. आपल्या लाडक्या ताईला चांगल्या-चांगल्या मासिकांचे मान्यवर संपादक अखेर योग्य ते श्रेय, मान-सन्मान देत आहेत आणि त्यामुळे तिला सार्थकता वाटत आहे, हे पाहून कुनिकोचे डोळे पाणावत.

तिला फक्त एकाच विचारानं धास्तावल्यासारखं वाटे. इचियोच्या कौतुकाच्या, मान-सन्मानाच्या, प्रशंसेच्या व सुखाच्या लाटा फारच भराभरा येत होत्या. अत्यानंदाच्या आवेगात त्यांच्या पायाखालची वाळू निसटून जाऊ पाहत होती. सुख-सुविधा व मान-सन्मानाचं ते मिश्रण चक्रावून टाकणारं होतं. आतापर्यंत कोणतीही गोष्ट त्यांना झगडल्याशिवाय मिळाली नव्हती आणि आता सहजासहजी त्यांच्या दारी अमाप सुख-समाधान आलं होतं. कुनिकोच्या मनात भीतीची पाल चुकचुकत होती. अशा प्रकारचे विचार करून आपल्या मनात आपण नकारात्मक ऊर्जा साठवत आहोत, या गोष्टीचं कुनिकोला वाईट वाटत असे; पण तरीही या अचानक दारी आलेल्या सुखाची, मन:स्वास्थ्याची आपल्याला काय किंमत मोजावी लागणार आहे, हा विचार राहून-राहून तिच्या मनात येत असे.

इचियोला मात्र आपल्या कादंबऱ्यांना मिळणारी अफाट लोकप्रियता किती दिवस टिकेल, इकडं लक्ष द्यायला सवडही नव्हती. तिला एवढंच कळत होतं की, आपल्याकडे आता मोजकेच दिवस उरले आहेत आणि त्यात साधेल ते आणि साधेल तितकं साधून घ्यायचं आहे. इचियो, बाबा कोची आणि हिराता कितीतरी दुपारी काव्याबद्दल, इचियोच्या पुस्तकांबद्दल किंवा इतर प्रमुख लेखकांच्या पुस्तकांबद्दल चर्चा करण्यात घालवत. कधी-कधी तर प्रतिष्ठित लेखकांच्या पुस्तकांची चिरफाड करण्यात त्यांना अपार आनंद लाभत असे.

त्या तिघांच्या हसण्याच्या आणि तावातावानं केलेल्या चर्चेच्या आवाजानं, सदोदित आजारपण आणि आर्थिक चिंतांनी मलूल असलेलं त्यांचं घर सुखावू लागे. खूप दिवसांच्या आजारपणानं जेरीला आलेली फुरुयाही पुन्हा स्मितहास्य करायला शिकली होती.

इचियोच्या डायरीतील या काळच्या नोंदी आनंदी, उत्साही नसत्या तरच नवल! तिनं कितीदा तरी, लहान मुलाच्या उत्साहानं टिपून ठेवलं होतं की, तिच्या वडलांच्या मृत्यूनंतरचं १८९६ हे सगळ्यात चांगलं, आनंदाचं वर्ष होतं.

इचियो संध्याकाळी आपल्या आईला व बहिणीला बरोबर घेऊन बाहेर जात असे. नेहमीप्रमाणे पैशा-पैशांचा विचार न करता, हात सोडून पैसे खर्च करायचं सुख अनुभवत असे. हातात पुरेसा पैसा नसला तरी ती नाक उडवत म्हणे, ''काही काळजी करू नका. आपले प्रकाशक आपल्या खर्चाची काळजी घेतील. आपल्या सर्वांत लोकप्रिय लेखिकेच्या दारात देणेकरी धरणं देऊन बसलेले त्यांना परवडणार नाही. हो की नाही?''

यावर कुनिको हसून म्हणे, ''नत्सु, मला तुझा खरा स्वभाव माहीत नसता ना, तर मी म्हटलं असतं, काय तोऱ्यानं वागतेय ही बाई!''

अशाच एका प्रसंगानंतर इचियोनं कधी नव्हे, ते आपल्या बहिणीला कोपरानं ढोसलं आणि मग त्या दोघी खळखळून हसत राहिल्या. आधी भानावर आली कुनिको. ती गंभीरपणानं म्हणाली, ''इचियो, खरं तर आधी तुला काही चांगल्यापैकी किमोनो घ्यायला हवेत. साहित्य क्षेत्रातील मातब्बर लोकांबरोबर तुला वावरायचं असतं. तुझ्या नवीन यशाला हे फिकट किमोनो शोभून दिसत नाहीत.''

''अगं, मी काय घालतेय यानं काही फरक पडत नाही, कुनिको. कारण त्यांना इचियो या बाईमध्ये नाही; तर लेखिकेमध्ये रस आहे. खरं तर मी बाई असूनही लोकांना आवडणारी पुस्तकं लिहिते म्हणून त्यांना बळजबरीनं मला मान द्यावा लागतोय,'' इचियो शांतपणे म्हणाली, ''तूच छान-छान किमोनो घालायला पाहिजेस. तुला एखादा छान माणूस मिळाला पाहिजे. त्याच्याशी लग्न करून तू सुखात राहिली पाहिजेस. लग्न, घर, संसार, मुलं-बाळं हे सगळं तुला मिळायला पाहिजे. छान जमेल ते तुला.''

''नाही, नत्सु. मला नाही लग्न करायचं. मी जन्मभर तुझी काळजी घेत राहीन. मी नसले, तर तुझं लिहिण्याचं टेबल कोण बरं आवरून ठेवेल? तुला खाण्या-पिण्याची, झोपण्याची आठवण कोण बरं करून देईल? कधीकधी तू इतकी फिकुटलेली दिसतेस की मला वाटतं, कामाच्या व्यापात तू तब्येतीची हेळसांड करत आहेस.''

यावर इचियो गप्पच बसली. दोघींमध्ये एक प्रकारची अस्वस्थ शांतता पसरली. कुनिकोनं नकळत इचियोच्या मर्मावर बोट ठेवलं होतं. आपल्या बहिणीची तब्येत किती नाजूक आहे, हे तिला माहीत नव्हतं; पण तिचे बोल अगदी खरे होते.

खरं तर गेले कित्येक महिने इचियोची तब्येत बरी नव्हती आणि हल्ली-हल्ली तर तिचं डोकं दुखण्याचं आणि रात्री दरदरून घाम येण्याचं प्रमाण खूप वाढलं होतं.

पण मातब्बर लेखकांकडून मिळणारा मान व त्याचबरोबर तिच्या कुटुंबाला मिळणारा थोडा बहुत आराम तिला इतका महत्त्वाचा वाटत होता की, स्वत:वर वैद्यकीय इलाज करून घेऊन त्याला खीळ पाडणं तिला बरोबर वाटत नव्हतं. ती इतक्या हालअपेष्टांत, कष्टात वाढलेली होती की, आयुष्याच्या उतरणीला लागलेलं माणूस कोणाला आवडत नाही, हे तिला चांगलंच माहीत होतं. आपल्या सध्याच्या समर्थकांना, प्रशंसकांना आपण आजारी असल्याची, यापुढे कादंबऱ्या लिहू न शकण्याची जराशी जरी कुणकुण लागली, तरी ते आपल्याला लगेच सोडून देतील याची तिला पुरेपूर जाणीव होती. हे सगळं तिला इतक्या लवकर होऊ द्यायचं नव्हतं म्हणूनच तिनं आपल्या आजाराची बातमी इतक्या शिताफीनं लपवली होती की, तिच्या घरच्या लोकांनाही, ती किती आजारी होती हे माहीत नव्हतं. आपली लोकप्रियता जपण्याची, आजारपणावर लवकर उपाय न करून घेतल्याची इचियोला शेवटी फार मोठी किंमत मात्र मोजावी लागली.

लवकरच तिच्या आजारानं उग्र रूप धारण केलं. तिला गादीवरून उठण्याचं त्राणही राहिलं नाही. इतक्या दिवसांत तिचं आजारपण आपल्या लक्षात कसं आलं नाही, या विचारानं लेखक व विद्वान स्वत:ला बोल लावून घेऊ लागले. इचियो आतून येणारी खोकल्याची उबळ दाबत, कोरड्या ओठांवर जीभ फिरवत हसण्याचा प्रयत्न करत असे किंवा कधी-कधी जोरजोरात खोकत असे. इचियोच्या विलक्षण लेखनानं आणि चमकदार बुद्धीनं सगळे इतके भारलेले असत की, त्यामुळेच तिच्या असाध्य आजाराची कोणाला कल्पना आली नव्हती. "आपल्यापैकी कोणालाच तिचा आजार का कळला नाही? रोग बळावण्यापूर्वी औषधोपचार करून घेण्यासाठी आपण तिचं मन का वळवलं नाही?" घरातील व बाहेरचे लोक हताश होऊन एकमेकांना म्हणत.

'माणूस म्हणून मी काय आहे, कशी आहे याची लोकांना पर्वा नाही. एक लेखिका असलेली इचियोच त्यांना आवडते.' हे इचियोचं म्हणणं किती खरं होतं, हे झाल्या घटनेवरून चांगलंच स्पष्ट झालं होतं. इचियोचे परमप्रशंसक म्हणवून घेणाऱ्या बाबा व हिरातांनीदेखील आपल्या तारुण्यसुलभ महत्त्वाकांक्षेमुळे इचियोला आपलं दैवत मानलं; पण ती एक हाडामांसाची माणूस आहे आणि आपल्या अंतिम यात्रेच्या दिशेनं निघाली आहे, हे ओळखलं नाही. ज्या कुटुंबीयांबरोबर ती राहत होती, खात-पीत होती, झोपत होती, त्यांचं लक्षही तिच्या ढासळत्या तब्येतीकडे वेळेवर गेलं नाही. त्या सर्वांनी बहुधा तिला इतक्या उंचीवर नेऊन ठेवलं होतं की, तिच्यातही काही दोष असू शकतो, तिची तब्येतही बिघडू शकते, हे त्यांच्या लक्षातच आलं नव्हतं.

उन्हाळ्याच्या शेवटी-शेवटी इचियोला कळून चुकलं की, तेव्हा ती मरणाच्या

दाराशी उभी होती. त्या ठिकाणी ती अगदी एकटी होती, या विचारानं तिच्या जिवाचं पाणी-पाणी झालं. फुरुया आणि कुनिको झोपी गेल्यावर, रात्री उशिरा इचियोला खोकल्याची उबळ येत असे. त्यांची झोपमोड होऊ नये किंवा त्या घाबरून जाऊ नयेत म्हणून ती आपला खोकला दाबून ठेवायचा खूप प्रयत्न करत असे. इचियोची त्या दिवसांमधील एकमेव सखी, तिची डायरीच तर होती.

'मला वाटतं, हा क्षयरोग मला मारून टाकतोय, हे कटू सत्य मी आता नाकारू शकत नाही. आणखी किती काळ, मी ही गोष्ट बाकी लोकांपासून लपवून ठेवू शकणार आहे?'

'डायरी, मला मृत्यूची भीती वाटत नाही की वाटतेय; मला मृत्यूची भीती? पण मला त्याचा खूप-खूप राग येतोय हे मात्र नक्की. फक्त चोवीस वर्षांची आहे मी. हे काय मरायचं वय आहे? मला अजून कितीतरी कादंबऱ्या, कथा, कविता लिहायच्या आहेत. माझ्या वाचकांना, प्रशंसकांना कितीतरी गोष्टी द्यायच्या आहेत. त्या सर्व गोष्टी माझ्या डोक्यात आहेत. त्यांना मी आता आपल्याबरोबर आपल्या थडग्यात घेऊन जाईन. दुसऱ्या कोणालाही त्या कळणार नाहीत.'

'केवढा घोर अन्याय आहे हा! मी स्वत:लाच वारंवार प्रश्न करते. मीच का म्हणून मरायचं? आणि तेही आता? मला अजून कितीतरी गोष्टी द्यायच्या आहेत जगाला.' इचियो उशीत डोकं खुपसून रडायची आणि उशी निर्विकारपणे ओरडायची, 'मरणासाठी तुझीच निवड का केली, याचं खास काही कारण नाही. हे तुझं नशीब आहे एवढंच!'

हालचाल न करता तसंच पडून राहावंसं वाटणं आणि वाढती शारीरिक दुर्बलता यांच्याशी इचियो संघर्ष करत राहिली. हाती घेतलेलं काम तडीस नेलंच पाहिजे या तीव्र इच्छेनं लिहितच राहिली. १८९६मध्ये मृत्यूच्या काहीच महिने आधी इचियोनं 'सेपरेट वेज' ही नवीन कादंबरी लिहायला घेतली. तीच तिची शेवटची कादंबरी ठरली. जीवनातील अत्यंत कष्टदायक घटनांना तिनं वाहिलेली ती करुण आदरांजली होती. जीवनातील अपरिहार्य व दु:खद परिस्थितीनं तिला वेगळ्या वाटांवर नेऊन सोडलं होतं. वेगळ्या वाटांचा विचार करताना तिला एकीकडे नकाराई तोसुईंपासून वेगळं करणारी, मन पिळवटून टाकणारी परिस्थिती आठवत होती; तर दुसरीकडं स्वत:च्या येऊ घातलेल्या मृत्यूमुळे स्वत:ची आपल्या कुटुंबीयांबरोबरची फारकत, आपल्या वाचकांबरोबरची, इतर लेखकमंडळींबरोबरची फारकत दिसत होती. एका दृष्टीनं इचियोची ही शेवटची कादंबरी, वेगळ्या वाटेनं निघून जाण्याआधी तिनं जगाचा घेतलेला मनाला चटका लावणारा निरोप होता.

## २८

१८९६च्या ऑगस्टपर्यंत कुनिकोच्या लक्षात आलं नव्हतं; पण नंतर इचियोचं वजन अचानकच भराभर कमी होत गेलं. तिच्या केसांचे झुपकेच्या झुपके गळून पडू लागले. तेव्हा मात्र कुनिकोला जाणवलं की, इचियोची तब्येत फारच खालावत चाललीये. तिला कोरड्या खोकल्याची असह्य ढास लागायची. तिच्या खोकल्याचा आवाज ऐकून कुनिकोला क्षयानं खंगत गेलेल्या आपल्या भावाची – सेंटारोची आठवण यायची. जीवनासाठी त्यानं केलेल्या करुण धडपडीची आठवण येऊन तिच्या मनात कालवाकालव होत असे. त्याच्या भयंकर खोकल्याची सुरुवातही अशीच झाली होती. कुनिकोला येऊ घातलेल्या धोक्याची जाणीव झाली. बहिणीचा खोकला वाढतच गेला तशी लहानांनी मोठ्यांचा अधिकार मुकाटपणे मानावा, शहाणपणा करून त्यांना काहीही विचारू नये, काहीही सांगू नये, ही मेजी जपानची परंपरा तिनं मोडली.

एकदा तिनं इचियोला तिच्या तब्येतीबद्दल गंभीरपणानं विचारलं.

"मला काहीही झालेलं नाही. उगाचच काळजी करतेस तू." असं म्हणून इचियोनं हा विषय हसण्यावारी नेण्याचा प्रयत्न केला, "अगं, उन्हाळ्यात उडणाऱ्या धुळीनं आणि फुलांच्या परागानं येतोय मला कधी-कधी खोकला. हिवाळी वारा सुरू झाला, हवा स्वच्छ झाली की आपोआप बरं वाटेल मला."

"नाही, इचियो. महिनोन्महिने छळतोय तुला हा खोकला. मार्चपासून ऐकतेय मी तुझ्या खोकल्याचा आवाज. हिवाळ्यात थंडी वाढली की, त्याचा जोर आणखीच वाढेल." कुनिको जोर देऊन म्हणाली, "तुझं हे खोकणं ऐकून मला तर सेंटारोचं आजारपण आठवतंय. त्याच्या त्या भयंकर खोकल्याची सुरुवातही अशीच झाली होती."

"म्हणजे मलाही सेंटारोसारखा क्षयरोग झालाय; असं तर नाही म्हणायचंय ना तुला?" इचियोनं रागावून विचारलं; पण तिच्या सुरात संतापापेक्षा असाहाय्यताच जास्त होती. तसं म्हटलं तर कित्येक महिन्यांपासून तिला आलेला पण तिनं बळेच

मनाआड टाकलेला संशयच तर कुनिको काळजीपोटी बोलून दाखवत होती. गरिबी, कुपोषण आणि परिणामी क्षयरोग. या रोगानंच तर तिच्या भावाचा व वडलांचा बळी घेतला होता. तिलाही तोच झाला असण्याची शक्यता नाकारता येत नव्हती.

"इचियो, मला माहीत नाही, खरंच माहीत नाही पण मला एवढंच कळतंय की, तू ताबडतोब डॉक्टरांकडे जायला पाहिजेस. समजा, तुला क्षय झाला असला तरी त्याची नुकतीच लागण झाली असली, तर योग्य त्या औषधांनी, ओषधी मुळ्यांनी तो बरा होऊ शकेल. आपण लवकरात लवकर डॉ. टाकाहाशींकडे जाऊ या."

"अजिबात जायचं नाही डॉक्टरांकडे." इचियो निर्धारपूर्वक म्हणाली, "त्यासाठी माझ्याकडे वेळच नाही. कितीतरी गोष्टी करायच्या आहेत अजून. हिवाळ्याच्या शेवटी का होईना; पण मला 'सेपरेट वेज' पूर्ण करायचंय. पुढच्या महिन्यापर्यंत माझा खोकला बरा झाला नाहीतर नक्की जाईन मी डॉक्टरांकडे. तुझी शपथ!"

कुनिकोनं आणखी काही म्हणण्याआधीच दारावर जोरात थाप पडली. हातातील वर्तमानपत्र हलवत, बंदन गटाचे काही लेखक घरात शिरले. सगळे एका सुरात जोरात ओरडले, "महान कथाकार सैटो ऱ्युकूंनी हिगुचीबाईंच्या 'चाइल्ड्स प्ले' कादंबरीचं परीक्षण लिहिलंय. कादंबरीच्या कथानकाची आणि लेखनशैलीची खूप स्तुती केलीये त्यांनी. शहरात सगळ्यांच्या तोंडी आज 'चाइल्ड्स प्ले'चीच चर्चा आहे. जपानच्या आदरणीय महाराणीसुद्धा वाचताहेत ही कादंबरी."

"आमच्यात एक फार प्रतिभावंत लेखिका आहे, या गोष्टीचा आम्हाला फार फार अभिमान आहे."

सामान्यत: आपल्या कादंबरीची चांगली परीक्षणं छापून आल्यावर इचियोला छानच वाटे; पण काही टीकाकार जेव्हा ती स्त्री असूनही कुतूहलवर्धक, दर्जेदार कादंबऱ्या लिहिते आणि लेखिकांमध्ये हा गुण दुर्मीळ असल्यानं हे विशेष आहे, असा सूर लावत, तेव्हा ते तिला तितकंसं पसंत पडत नसे.

"फक्त लेखिका असल्यामुळे तिला वेगळ्या नजरेनं का पाहिलं जावं?" तिच्या मनात प्रश्न उठे.

तिच्याभोवती जमलेल्या विद्यार्थ्यांच्या व तरुण कवींच्या गटाला तिनं त्या दिवशी प्रश्न केला, "स्त्रिया आणि पुरुष एकाच प्रकारचा मेंदू, हात-पाय घेऊन जन्माला येतात. हो की नाही? दोघांमध्ये फरक असलाच तर तो इतकाच आहे की, स्त्रियांना दाबून ठेवण्याचा समाज प्रयत्न करतो. त्यामुळे त्यांना कुठल्याही क्षेत्रात प्रगती करणं खूप कठीण जातं. तेच पुरुषांना कोणत्याही क्षेत्रात काम करण्याची, प्रगती करण्याची मोकळीक दिली जाते. लेखिका वा कवयित्रींना काही टीकाकार त्या स्त्रिया आहेत म्हणून जे दुय्यम स्थान देतात, ते मला अजिबात आवडत नाही."

सर्व टीकाकारांमध्ये इचियोला सैटो ऱ्युकूंबद्दल फार आदर होता. एक तर ते

ती स्त्री आहे म्हणून तिच्यात व इतर लेखकांत काही भेदभाव करत नसत. शिवाय ते तिच्या लेखनावर कठोर टीका करण्यासही मागे-पुढे बघत नसत.

"तुझ्यातही पुरुषांसारखीच लेखनप्रतिभा आहे किंबहुना; ती काकणभर जास्तच आहे. मग तुझा विचार करताना वेगळे निकष का लावायचे?" ते म्हणत.

इचियोला आपल्या स्त्रीत्वाची मुळीच लाज नव्हती; पण का कोण जाणे, तिची स्त्रियांबरोबर फारशी मैत्री झाली नाही. कदाचित तिच्याशी विचारविनिमय करण्याची त्यांच्यात कुवत नसावी. ज्या-ज्या बायका तिच्या संपर्कात आल्या त्या सर्वांना ती फार विचित्र वाटे. त्यामुळे त्या तिच्याशी वरवरचेच संबंध ठेवत. हागिनोयाच्या तिच्या कवयित्री मैत्रिणींना तर तिचा हेवाच वाटे. सौंदर्य, उच्च शिक्षण, घरंदाज खानदान किंवा मित्रमैत्रिणींना आधार नसतानाही ती स्वत:च्या हिमतीवर व गुणांच्या जोरावर साहित्यक्षेत्रात वर आली होती आणि तेच त्यांना खटकत होतं. त्यांना वाटत असे की, पूर्णत: प्रतिकूल परिस्थिती असतानाही, हिनं इतकी मजल कशी मारली? अशा प्रकारे मनात तिच्याबद्दल असूया असूनही त्या तिच्या यशाचं कुरकुरत का होईना; पण कौतुक करत.

१८९६चा सप्टेंबर महिना. इचियो नेहमीसारखीच उत्साहानं सळसळत होती. तिचं खोकणंही थोडं कमी झालं होतं. तरीही कुनिकोची काळजी मात्र कमी होत नव्हती. एकदा सार्वजनिक स्नानघरात तिनं इचियोचं तापानं लाल झालेलं किडकिडीत शरीर पाहिलं आणि आपली बहीण फारच आजारी आहे, याबद्दल तिची खातरीच पटली.

'खोकला थांबला नाहीतर पुढच्या महिन्यात मी डॉक्टरकडे जाईन असं नत्सु म्हणतेय; पण तोपर्यंत कदाचित खूप उशीर झालेला असेल, अशी भीती मला वाटतेय,' रात्र-रात्र जागून इचियोची काळजी करताना कुनिको स्वत:शीच चिडून म्हणायची.

इचियोला मिळालेल्या अमाप यशानंतर अनुभवलेले आनंदी, निश्चिंत क्षण अचानकच संपून गेले. आता त्यांची जागा घेतली दु:ख, काळजी, भीती, अनिश्चितता या नेहमीच्या भावनांनी. या भावनांची त्या तरुण मुलीला इतकी सवय झाली होती की, त्या सोबतीला आल्यावर तिला एक विचित्र असा दिलासा मिळाला.

'आम्हाला दोन महिने मिळालेल्या सुखाची, आरामशीरपणाची ही किंमत आहे तर!'

'मला कदाचित वेड लागलं असेल. कारण इचियोला अचानक मिळालेल्या घवघवीत यशाची आम्हाला काय किंमत मोजावी लागत्येय हे कळल्यावर मला काहीसं सुटल्यासारखं वाटतंय. आता आमच्यापासून काही एक लपून राहिलेलं नाहीये.'

आपल्या बहिणीला दिवसभर भेटायला येणाऱ्या विशिष्ट लोकांसाठी व चाहत्यांसाठी गरमागरम हिरवा चहा आणि तांदळाच्या लहान-लहान इडल्या तयार करताना

कुनिकोच्या मनात असेच काहीसे विचार घोळत असायचे.

बहुधा नशीब हिगुची कुटुंबाबरोबर लपंडाव खेळत होतं. कारण पुढील दोन आठवडे कुनिकोच्या काळज्या निराधार आहेत, असं वाटावं इतके सुरळीत गेले. शिवाय इचियोचं खाण्याचं प्रमाण वाढलं होतं आणि तिचा खोकलाही खूप कमी झाला होता. एका नव्याच उत्साहानं झपाटली गेल्यासारखी ती लिहीत होती. तिनं आपली म्हणजेच 'सेपरेट वेज' कादंबरी पूर्ण झाल्याची घोषणा केली.

इचियोच्या शेवटच्या कादंबरीचा मध्यवर्ती विषय होता, एका वाया गेलेल्या मुलात आणि हालअपेष्टेच्या जीवनातून सुटका करून घेण्यासाठी 'ठेवलेल्या बाई'चं आरामशीर आयुष्य पत्करण्याचा त्रासदायक निर्णय घेतलेल्या शिंपिणीमध्ये उमलत गेलेलं मैत्रीचं आणि प्रेमाचं नातं. खरं तर ही कादंबरी म्हणजे आपल्या अल्पकालीन आयुष्यात इचियोनं ज्या-ज्या खडतर गोष्टी अनुभवल्या होत्या, त्या सर्वांची तिनं केलेली एक फार चांगली गोळाबेरीज होती. तिचा मूळचा एकटेपणा, तत्कालीन समाजात राहायला आपण योग्य नाही ही भावना, स्त्रियांच्या सर्वसामान्य चौकटीत आपण बसू शकत नाही ही असाहाय्यता, समाजानं उपेक्षा केल्यानं आलेली विरक्ती, तिच्या वाट्याला आलेल्या वेगवेगळ्या निराशा... काय नव्हतं 'सेपरेट वेज'मध्ये?

गळ्याचा फास बनत चाललेल्या अत्यंत कष्टदायक, अंतहीन गरिबीतून सुटका करून घेण्यासाठी कादंबरीची नायिका – ओक्यो, ठेवलेली बाई बनण्याचा निर्णय घेते. तिचं चित्रण करताना इचियोला कष्टदायक परिस्थितीतून सुटका करून घेण्यासाठी ज्योतिर्विद कुसाकांची ठेवलेली बाई बनण्याचा आपल्याला पडलेला मोह नक्कीच आठवला असणार. ओक्योचा आपल्या किशोरवयीन प्रेमाला सोडून देऊन एका श्रीमंताची ठेवलेली बाई बनण्याचा निश्चय म्हणजे इचियोच्या आपल्या खऱ्या प्रेमाला, नकाराई तोसुईंना सोडून देण्याच्या अवघड निश्चयाला तिनं मनोमन दिलेली मानवंदनाच होती.

इचियो हिगुचीसारखी वास्तववादी कादंबरी लिहिण्याची शक्ती कोणातच नव्हती; म्हणूनच साहित्यजगतातील सर्व स्तरांतील माणसं इचियोच्या चंद्रमौळी झोपडीत गर्दी करत. तिथं मुराकामी, नामिरोकू, सैटो ऱ्युकू, कोडा रोहनसारखी मातब्बर लेखक मंडळी येत, तसेच बाबा कोचो, हिराता, टोकू बोकूसारखे तरुण होतकरू लेखकही येत. कोणत्याही प्रकारचं औपचारिक शिक्षण न घेतलेल्या तसेच गंभीर आजार आणि दारिद्र्य यांच्याशी रात्रं-दिवस लढा देणाऱ्या एका तरुण बाईमध्ये इतकं लेखनकौशल्य कसं आहे, तिच्या कादंबऱ्यांमध्ये जीवनाचा इतका सखोल विचार, मन गुंतवून ठेवणाऱ्या भावनांचा सुंदर आवेग कसा काय आहे, हे त्या लहान-मोठ्या लेखकांना पडलेलं एक मोठं कोडं होतं.

इचियोनं आपल्या लेखनाचे प्रकाशन हक्क फक्त आपल्यालाच द्यावेत, यासाठी

प्रकाशक तिला मुक्तहस्तानं अग्रीम रक्कम द्यायला तयार होते. उच्च वर्गाच्या झगमगत्या मेजवान्यांची तिला नेहमीच खूप आमंत्रणं असायची. हिगुचींचं जीवन अत्यानंदानं भोवळ यावी, अशा अत्युच्च पातळीवर पोहोचलं होतं. कितीदा तरी त्या दोघी बहिणी मजा करायला म्हणून बाहेर पडत. त्यासाठी पैसा कुठून येणार हेही त्यांना माहीत नसे; पण इचियोला नव्यानं मिळालेल्या प्रसिद्धीमुळं कोणत्याही बिकट परिस्थितीत कुठून तरी पैसा उभा राहायचा आणि त्यांची नड भागायची.

नुकत्याच पूर्ण झालेल्या आपल्या कादंबरीचा आनंद साध्याशा, घरगुती समारंभानं साजरा व्हावा, अशी प्रसिद्धीपराङ्मुख इचियोची नम्र सूचना होती, पण बाबा कोचो आणि त्याच्यासारख्या तरुण, होतकरू बंगक्काई लेखकांनी हा समारंभ मोठ्या प्रमाणात व्हावा, असा आग्रह धरला होता.

समारंभ साधा व्हावा; या इचियोच्या विनंतीमागे आणखीही एक कारण होतं. आदल्या रात्री खोकता-खोकता तिला पहिल्यांदाच रक्ताची गुळणी झाली होती. त्या रात्री क्षयरोग बळावल्यानं आपण मरणार आहोत, याची इचियोला खातरीच पटली होती.

१८९६च्या ऑगस्टमध्ये इचियोची तब्येत झपाट्यानं ढासळत चालली होती. पण तिच्याभोवती जमलेले साहित्यप्रेमी इचियोचं जास्तीत जास्त काम आपल्याला मिळावं, तिचं लक्ष आपल्याकडे वेधलं जावं या खटपटीत इतके गुंतलेले होते की, आपली लाडकी लेखिका मृत्यूच्या अधिकाधिक जवळ जात आहे, हे त्यांच्या लक्षातच आलं नव्हतं. तावातावानं चाललेल्या साहित्य चर्चांमध्ये हिरिरीनं भाग घेण्याऐवजी ती गप्प-गप्प राहत आहे, इकडे त्यांचं लक्षच गेलं नव्हतं.

असंच एकदा, आपलं डोकं ठणकत असल्यानं आपल्याला रात्री जास्त वेळ बसता येणार नाही, असं इचियोनं घरी जमलेल्या लेखकांना सांगितलं. तिचा उतरलेला चेहरा बघून लवकरच एकेक करत लेखक निघून जायला लागले. शेवटच्या लेखकाला निरोप दिल्यावर इचियो विश्रांतीसाठी आपल्या खोलीत गेली. कुनिकोनं तिच्यामागोमाग जाऊन तिच्या अंगाला हात लावला; तेव्हा तिनं पाहिलं की, इचियोचं अंग तापल्या तव्याप्रमाणे गरम झालेलं होतं आणि तिला दरदरून घाम आलेला होता. खोकता-खोकता तिचे डोळे पांढरे झाले होते आणि श्वास घेताना तिची दमछाक होत होती.

"आई, आई," कुनिको किंचाळली, "अगं, नत्सु खोकता-खोकता खाली कोसळलीये. तिला ताबडतोब डॉक्टरांकडे न्यायला हवं. मला मदत कर त्यासाठी."

पण घरात हूं नाही की चूं नाही, आपल्या घाबरलेल्या अवस्थेत कुनिको विसरलीच होती की, तिची आई फुरुया आपल्या मैत्रिणींबरोबर गरम पाण्याच्या झऱ्यावर गेली होती. नोरीयोशींच्या मृत्यूनंतर पहिल्यांदाच ती अशी बाहेर गेली होती. नत्सुच्या त्या अवस्थेत आपल्याला एकटीला तिला डॉक्टरांकडं घेऊन जायला कसं

जमणार या विचारानं कुनिकोला रडूच कोसळलं.

'गप्प. रडणं थांबव एकदम. काहीतरी कर. नत्सुला तुझ्या मदतीची अतिशय गरज आहे आणि असं गर्भगळित होण्यानं काहीच साधणार नाही.' कुनिकोनं स्वत:लाच दटावलं आणि घराजवळून जाणाऱ्या रिक्षाला थांबवायला ती बाहेर धावली.

शहरातील इतर लोकांप्रमाणे रिक्षावाल्यालाही इचियो ही एक खूप प्रसिद्ध लेखिका आहे, हे माहीत होतं. आश्चर्यचकित होऊन, त्यानं त्या बेशुद्ध लेखिकेला उचललं आणि आपल्या रिक्षात आणून ठेवलं. परिस्थितीचं गांभीर्य त्याच्या लक्षात आलं होतं. त्यामुळे कुनिकोनं लाकडी बाक असलेल्या त्या साध्यासुध्या रिक्षात आपल्या बहिणीला जरा नीट बसवून ठेवण्याआधीच त्यानं सुसाट वेगानं रिक्षा पळवली.

"आठवतंय तुला? आपण या रिक्षावाल्यांचा किती तिरस्कार करायचो! का तर ते त्या वेश्यावस्तीतील वेश्यांची आणि त्यांच्या गिऱ्हाइकांची ने-आण करायचे!" बेशुद्ध इचियोला आपल्या बाहूत जोजावत कुनिको पुटपुटली, "पण आज मात्र आपल्या घराजवळून जाणाऱ्या या रिक्षाला पाहून मला किती हायसं वाटलं! नत्सु, तू बरी झाल्यावर आणि बरी तर तू होणारच, या गोष्टीसाठी आपण पोट धरधरून हसू या."

दुसरीकडे कुनिकोच्या मनात आणखीही एक विचार येत होता. रिक्षावाल्यांच्या आपापसात किती गप्पा होतात, हे माहीत असल्यामुळे इचियो बेशुद्ध होऊन कोसळल्याची बातमी दुसऱ्या दिवशी शहरभर पसरेल, अशी तिला भीती वाटत होती. आपल्या आजाराचं गांभीर्य आपल्या कुटुंबीयांसकट कोणालाही कळू नये यासाठी इचियोनं किती आटापिटा केला होता, याची कुनिकोला कल्पना होती. त्यामुळे शुद्धीवर आल्यावर या नको त्या प्रसिद्धीवर इचियोची काय प्रतिक्रिया होईल, या विचारानं कुनिकोच्या मनाचा थरकाप उडत होता. इचियोला आपल्याला नुकत्याच मिळालेल्या यशाची नाव अशा प्रकारच्या अडचणींनी होलपटावी आणि त्यामुळे साहित्यिक वर्तुळात वावड्या उडाव्यात हे कधीच आवडलं नसतं. तसं होऊ नये म्हणूनच तर तिनं आपल्या आजारपणाची बातमी गुप्त ठेवली होती. त्यासाठी असह्य वेदना सहन केल्या होत्या.

"क्षयरोग झालाय. अगदी शेवटची स्थिती आहे," कुनिकोची भीती खरी ठरवत डॉ. टाकाहाशी म्हणाले, "फार उशीर झालाय आता. या स्थितीत बरं व्हायची काहीच शक्यता नाही."

"काय म्हणताहात डॉक्टर! काहीतरी करा ना! आमची नत्सु फक्त चोवीस वर्षांची आहे हो! किती तरुण आहे ती! तिच्यात मृत्यूशी लढण्याची शक्ती आहे. तिला वाचवण्यासाठी काहीतरी करा ना, डॉ. टाकाहाशी!"

"सुरुवातीच्या दिवसात उपाय केले गेले नाहीत, तर क्षयानं कोणत्याही वयात माणूस दगावतो. इचियोबाईंचा रोग तर फारच बळावलेला आहे," डॉक्टर टाकाहाशी

हळहळत म्हणाले. इतक्या प्रतिभावंत लेखिकेचा इतक्या तरुण वयात अंत व्हावा या गोष्टीनं हेलावून जाऊन ते म्हणाले, ''मला कळत नाहीये, इतकं कसं दुर्लक्ष केलंत तुम्ही? खूप आधीच मिस हिगुचींवर इलाज व्हायला हवा होता. तुमच्या घरात आधीच क्षयानं दोघं जण मरण पावली आहेत. त्यांच्या रोगाची लक्षणं तुम्हाला दिसलीच असतील.''

''ती लक्षणं तिनं आमच्यापासून लपवून ठेवली डॉक्टर आणि माझ्या जेव्हा ती लक्षात यायला लागली तेव्हा इलाज करून घेण्यासाठी मी तिच्या मागे लागले; पण ती ऐकायलाच तयार नाही. डॉ. टाकाहाशी, माझी बहीण कमालीची हट्टी आहे हो!'' कुनिको म्हणाली; पण तिला माहीत होतं की, तिचे शब्द तितकेसे खरे नव्हते.

कठोर आत्मपरीक्षण केल्यावर तिच्या लक्षात आलं की, 'इचियोचं दिवसेंदिवस खंगत जाणारं शरीर पाहूनही, तिच्या गंभीर आजाराच्या बातमीनं तिच्या वाढत्या लोकप्रियतेला ओहोटी लागेल आणि त्यामुळे हिगुची परिवाराला लोकांकडून मिळणारा आदरसत्कार, मानमरातब कमी होईल या स्वार्थी विचारामुळेच तर ती इचियोचं म्हणणं ऐकत गेली होती! इचियोला क्षय झालाय हे लोकांना कळलं, तर तिची लोकप्रियता ओसरून जाईल ही भीती आपण बाळगायला नको होती. आपल्यामुळेच आपल्या बहिणीचा आजार विकोपाला गेला. इचियोचं काही एक न ऐकता आपण तिचा इलाज करवून घ्यायला पाहिजे होता हे तिला पटत होतं; पण आता असा विचार करून काय उपयोग होता? परिस्थिती हाताबाहेर गेली होती!'

'समोर स्पष्ट दिसणाऱ्या गोष्टीकडं लोभ आणि स्वार्थामुळे आपण पाहिजे तितकं लक्ष दिलं नाही. त्याचा परिणाम म्हणजे आणखी किती तरी दशकं जगून जगाला खूप मौल्यवान साहित्य देऊ शकणारी ही प्रतिभावंत लेखिका अकाली मृत्युमुखी पडत आहे.' कुनिको हळहळली.

दवाखान्यातील पांढऱ्याधोप गादीवर आपल्या बहिणीचं निश्चेष्ट पडलेलं अशक्त शरीर पाहून कुनिकोला ब्रह्मांड आठवलं. आपल्या ताईचा असाध्य रोग, तसंच हिगुची परिवारानं वर्षानुवर्षं सहन केलेल्या गरिबीच्या हालअपेष्टा आठवून कुनिकोला भरून आलं. ओक्साबोक्सी रडत ती स्वत:शीच पुटपुटली, ''इचियोचं असं व्हायला नको होतं.

अवघ्या चोविसाव्या वर्षी, तेही कित्येक वर्षांच्या चिकाटीची, अवहेलनेची भरघोस यशानं परतफेड होत असताना, तिला या जीवघेण्या रोगानं गाठायला नको होतं. किती चांगली, प्रतिभावान मुलगी आहे ती! तिच्या प्रतिभेचं आता चीजही होत आहे. हे सगळं तिच्यापासून मृत्यूनं हिरावून घ्यायला नको.''

एक मोठा सुस्कारा सोडून कुनिको मोठ्यानं म्हणाली, ''मी जरा कमी स्वार्थी असते आणि ती मिळवत असलेल्या पैशांपलीकडे नजर टाकून तिच्या खंगत

चाललेल्या तब्येतीकडं पाहिलं असतं, तर किती बरं झालं असतं! ती इतक्या दिवसांपासून आजारी आहे आणि ते माझ्या लक्षात कसं आलं नाही? केवढी अक्षम्य चूक झाली माझ्या हातून!''

# २१

...रिक्षावाल्याकडून आपल्या बहिणीच्या आजारपणाची बातमी सगळीकडे पसरेल हा कुनिकोचा अंदाज खरा ठरला. दुसऱ्या दिवशी सकाळी-सकाळी उदयोन्मुख लेखिका इचियो हिगुची क्षयरोगानं ग्रस्त झालेल्या असून त्यांची तब्येत पार ढासळत चालल्याची बातमी सगळीकडे पसरली होती.

लोकप्रिय 'योमुरी शिंबम'मध्ये याबाबतीत बातमी प्रसिद्ध झाल्यावर बाबा आणि हिरात या इचियोच्या निष्ठावंत अनुयायांच्या पोटात खड्डाच पडला. पहाटे पहाटेच रडवेले होऊन ते इचियोच्या घरी आले.

"मिस हिगुचींबद्दल आम्ही ऐकलेली अफवा खरी आहे का?" बाबानं कुनिकोला जोरात विचारलं, "काल रात्री ती बातमी ऐकल्यावर कसाबसा पहाट होईपर्यंत दम धरला. मनातल्या मनात मी देवाला प्रार्थना करत होतो की देवा, एखादी अफवा असू दे बाबा ही!"

"बाबा, थोडा शांत हो. आवाज खाली आण. इचियोला विश्रांतीची फार गरज आहे," कुनिकोनं त्याला विनवलं. इचियोबद्दलच्या वाईट बातमीनं हादरून गेलेल्या तिच्या त्या लाडक्या अनुयायांचं समाधान कसं करता येईल, याचा कुनिको विचार करत होती.

"हो, हो. कळतंय मला; पण ती बातमी ऐकून मला इतका मोठा धक्का बसला होता की, ही पहाटेची वेळ आहे आणि मी साहित्यचर्चा करत नाहीये, ह्याचा विसरच पडला होता मला. तुला माहीत आहे ना, मिस हिगुचींमुळे आमच्या चर्चा कशा रंगायच्या ते? आम्ही नेहमीच उत्साहानं, तावातावानं बोलत असायचो आणि त्याही आम्हाला त्यासाठी उत्तेजन देत."

"हो. मला माहीत आहे. तुम्ही सगळे बंगक्काई लेखक तिला जीव की प्राण आहात." कुनिको त्यांना दुजोरा देत म्हणाली. तिनं ठरवलं होतं की, त्यांना खरं काय ते सांगून टाकायचं. नाहीतरी कधी ना कधी, सत्य काय ते साहित्यिक

लोकांनी विचारलंच असतं. शिवाय योम्युरीनं इचियोच्या गंभीर आजारपणाला प्रसिद्धी दिलेली होती.

"बाबा, इचियोला खरंच क्षयरोग झालाय. ती मरणाच्या दारात आहे. डॉक्टरांचं मत आहे की, कदाचित हिवाळा संपायच्या आतच..." अखेर धीर करून कुनिकोनं सांगून टाकलं. बोलता-बोलता तिचा गळा दाटून आला. तिनं हात दाखवून, त्या तरुण लेखकांच्या तोंडून बाहेर पडणारा दीन विलाप रोखायचा प्रयत्न केला; पण कुनिकोनं सांगितलेल्या बातमीनं ते इतके विव्हल झाले होते की, त्यांना ते शक्यच झालं नाही.

"हे खरं असूच शकत नाही," आपण सामुराई कुलातील पुरुष असल्यानं दुःख ओठ दाबून गिळून टाकायचं असतं, हे विसरून बाबा विव्हळला. हिराता अविश्वासानं म्हणाला, "नाही. हे खरं नाहीये. तुझी काहीतरी चूक होतेय. हिगुचीबाईसाहेबांना असं होऊच शकत नाही. इतक्या प्रभावशाली, उत्साही लेखिकेला काळ आमच्यातून घेऊन जाऊ शकेल? आमची थट्टा तर करत नाहीयेस ना तू?"

"कुणाची थट्टा चाललीये? मोरी ओगाईची नक्कीच नसणार!" एक जोरदार आवाज ऐकू आला. तो ऐकताच सगळे आश्चर्यचकित होऊन मागं वळले. तिथं, आपल्या खोलीच्या दाराशी इचियो उभी होती. नेहमी बुचड्यात घट्ट बांधलेले तिचे केस मोकळे सुटलेले होते. तिचा किमोनो थोडा चुरगळलेला होता आणि गाल थोडे काळवंडलेले. तेवढं सोडल्यास इचियो नेहमीसारखीच दिसत होती.

ते दोघे तरुण लेखक पटकन आपल्या लेखन गुरूकडे धावले. रूढिवादी मेजी युगातील लोक सगळ्यांसमोर आपल्या भावना व्यक्त करायला खरं तर संकोचत; पण भावनांना आवर घालणं अशक्य होऊन त्यांनी इचियोच्या अशक्त शरीराला हलकेच कवटाळलं.

"हिगुचीबाईसाहेब, तुम्ही तर एकदम छान दिसताहात!" हिराता आनंदानं किंचाळला. हिगुचीला सुखरूप पाहून त्याला इतकं बरं वाटलं होतं की, त्यानं आपल्या डोळ्यांतील अश्रू लपवण्याचाही प्रयत्न केला नव्हता.

"काय घाबरलो होतो मी..." बोलता-बोलता त्याचा आवाज थरथरला. आपलं वाक्य तो पूर्ण करू शकला नाही.

"चिडू नकोस रे इतका! माझ्याबद्दल तुला इतकी काळजी वाटते हे पाहून खूप बरं वाटलं; पण माझी तब्येत खरंच बरी नाहीये. थोड्याच दिवसांची सोबतीण आहे मी," इचियो शांतपणे म्हणाली.

"खरं सांगायचं तर मी आजारी आहे हे मला बऱ्याच दिवसांपासून माहीत होतं; पण माझी तब्येत इतक्या लवकर बिघडेल असं नव्हतं वाटलं. वाटलं होतं की, आणखी काही वर्षं तुमच्याबरोबर राहीन. आणखी काही पुस्तकं लिहीन, पण दैवाला

ते मान्य नाहीसं दिसतं.'' एक सुस्कारा टाकत इचियो म्हणाली. तिचा तो दीर्घ सुस्कारा ऐकून हिराताला त्याच्या लहानपणी आईनं वाचून दाखवलेली गोष्ट आठवली. त्या गोष्टीत एका राक्षशिणीनं रागारागानं दिलेल्या शापानं, आकाशात चमचमणाऱ्या चांदण्या राख होऊन जमिनीवर पडल्या होत्या.

इचियोनं नेहमीच्या शांत, स्पष्ट शब्दांत सत्य परिस्थिती सांगितली, तेव्हा तिचे ते लाडके अनुयायी घाबरून गप्प बसले. 'देवा, स्वतःच्याच नजीकच्या भविष्यात होणाऱ्या मरणाची गोष्ट ही किती शांतपणे सांगत आहे!' त्यांना वाटले.

''हे कसं शक्य आहे हिगुचीसान? मरण तर म्हाताऱ्या माणसांना येतं. तुम्ही फक्त चोवीस वर्षांच्या आहात. नाही. आम्हाला सोडून नाही जाऊ शकत तुम्ही. तुमच्याशिवाय आम्ही नाही राहू शकणार!'' शेवटी बाबाच्या तोंडून शब्द उमटले.

''बाबा, मरण कोणालाही केव्हाही येऊ शकतं, त्यात एवढं आश्चर्य वाटण्याजोगं काय आहे? जीवन, मरण, प्रेम, राग-द्वेष, आयुष्यात नेहमी घडणाऱ्या घटनांबद्दल मी सतत लिहीत आले आहे. जीवनाची ही सर्वांत शेवटची स्थिती आता मी स्वतःच अनुभवत आहे.'' इचियोचं बोलणं ऐकून कुनिकोच्या डोळ्यांत पाणी आलं, ''आता मला जाणवतंय की, तब्येतीची हेळसांड करून मी आपलं कुटुंब, वाचक, तुमच्यासारखे जिवाभावाचे अनुयायी, बंगक्काई लेखक, या सगळ्यांचा घोर अपराध केला आहे; पण आता काही होऊ शकत नाही. क्षयरोगानं माझ्या शरीराचा व आयुष्याचा पुरता ताबा घेतला आहे. त्याच्याविरुद्ध लढण्याची ताकद आता माझ्यात नाहीये. शेवटच्या घटका मोजतेय म्हणा ना मी.''

''नाही हिगुचीसान. आता काहीच करता येण्यासारखं नाहीये ह्या गोष्टीवर माझा विश्वास नाहीये. अजूनही काहीतरी उपाय निघेल.'' दुःख अनावर होऊन हिराता ओरडला. त्याचा भावनाप्रधान स्वभाव सगळ्यांना माहीत होता. रागानं मुठी वळवून त्यानं इतक्या जोरात समोरच्या लाकडी टेबलावर मारल्या की ते जोरात हादरलं.

स्वतःबद्दलचं कटू सत्य इचियोला कळून चुकलं होतं, तरीही बाबा आणि हिरातांच्या, सगळं काही संपलेलं नाही, अजूनही तिला वाचवता येईल या भोळ्या विश्वासाला तिनं विरोध दर्शवला नाही. 'त्या विचारानं त्यांना बरं वाटत असेल तर वाटो बापडं!' तिनं विचार केला.

क्षयरोग हळूहळू आपली शक्ती, आपलं आयुष्य खाऊन टाकत आहे हे तिला जाणवत होतं. तिच्या डोक्यात सतत नवीन कविता, नवीन कादंबऱ्यांचे विचार घोळत असत; पण ते लिहायचं त्राण मात्र आता तिच्यात उरलेलं नव्हतं. तिच्या डायरीतील नोंदीही खूप अंतरानं होऊ लागल्या होत्या आणि शेवटी तर त्या थांबल्याच.

'मानवी शरीरात अडकून पडलेल्या भुतासारखी अवस्था झालीये माझी. फरक एवढाच की, शरीराला अजून जगायचंय, पण त्यात अडकलेल्या भुताला मृत्यूच्या

खोल दरीत जायची घाई झालीये. त्याची शक्ती दिवसेंदिवस वाढत चाललीये. मला जायचं नाहीये, पण ते खेचत असलेल्या दिशेकडं मला जावंच लागतंय. जीवन-मृत्यूच्या झगड्यात मृत्यूचं पारडं जड होत चाललंय.'

'लिहायला डोक्यात कितीतरी विषय आहेत; पण माझे हात दगडासारखे जड झालेत. एकेक शब्द लिहायला खूप-खूप प्रयत्न करावे लागताहेत. डायरी, तू माझी जिवाभावाची सखी आहेस; पण तुझ्यापाशी मन मोकळं करायलाही मला किती कष्ट पडताहेत. तुझ्यासमोर व्यक्त केलेलं हे बहुधा शेवटचंच मनोगत असेल माझं!'

'मी कुठं चाललेय; माझ्यापुढे काय वाढून ठेवलंय, जरा सांग तरी मला. मी रात्र-रात्र जागून विचार करत असते. मी झोपले तर दुसऱ्या दिवशीचा सूर्योदय पाहायला माझे डोळे उघडतील की नाही, या शंकेनं मला रात्री डोळेसुद्धा मिटावेसे वाटत नाहीत.'

'तुला एक गुपित सांगायचंय मला. मी मारे सगळ्यांना सांगते की, मला मृत्यूची भीती वाटत नाही; पण खरं सांगते ही इचियो हिगुची आपल्या कादंबऱ्यांमध्ये मृत्यूबद्दल कितीही निर्भयपणे लिहीत असली, तरी स्वत:च्या मृत्यूचा विचार मनात येताच, ढगांच्या गडगडाटाला घाबरणाऱ्या लहान मुलाप्रमाणे ती घाबरते. जीवनाच्या अखेरीकडे घेऊन जाणारा हा रस्ता इतका अरुंद आहे की, त्याच्यावर माझ्याबरोबर आणखी कोणीही चालू शकत नाही.'

कुनिकोला वाटलं होतं, त्याप्रमाणे इचियोच्या गंभीर आजाराची बातमी लगेचच सगळीकडं पसरली होती. इचियोला भेटायला दिवसभर वेगवेगळ्या गटाच्या लेखकांची, कवींची, प्रकाशकांची रीघ लागली होती. त्या सर्वांना इचियोच्याबद्दल किती काळजी, भक्तिभाव, आदर वाटत होता, हे त्यांच्या संख्येवरून आणि चेहऱ्यावरून स्पष्ट दिसत होतं.

इचियोचे चाहते तिला मदत करायला, तिचं सांत्वन करायला, धीराचे दोन शब्द सांगायला सारखे तिच्याभोवती होते. दिवसाच्या शेवटच्या प्रहरी तर इचियो इतकी थकून गेली की, तिच्या आईला व बहिणीला तोंड उघडून सांगावं लागलं की आता इचियोला एकटीला सोडा. तिला विश्रांतीची गरज आहे.

इचियोला भेटायला आलेल्यांचा तिथून पाय निघत नव्हता; पण बळेबळेच एकेक जण आपापल्या घरी जायला लागला. बाबा जवळच्या देवळात इचियोच्या प्राणांची भीक मागायला गेला होता.

त्या रात्री उन्हाळ्याच्या उकाड्यातही इचियोला थंडी भरून आली. कुनिको आणि फुरुयानं तिच्या अंगावर तीन-तीन रजया घातल्या तरीही तिची 'किती थंडी वाजतेय,' ही तक्रार चालूच होती.

मधूनच तिला खूप थंडी वाजे तर मधूनच तापानं अंग खूप गरम होई. आपल्या

आईचं आणि बहिणीचं दु:ख पाहून तिनं त्या अवस्थेतही विनोद केला, "थंडी अन् ताप ही खट्याळ भावंडं मला आपल्याकडे ओढण्याचा खेळ खेळताहेत."

फुरुया आणि कुनिकोला थोडं हसवावं म्हणून इचियोनं हा विनोद केला होता; पण त्यावर त्या दोघींना हसू येण्याऐवजी रडूच कोसळलं. पहाटे-पहाटे इचियोचा डोळा लागला, तेव्हा तिचा ताप ओसरला होता. सकाळभर ती झोपूनच होती. दुपार होता-होता तिला जाग आली तेव्हा खोलीत आपल्या आईचा वावर तिला ऐकू येत होता. दुपारच्या जेवणासाठी मासे तळल्याचा वास येत होता आणि हवं नकोय काय हे पाहायला जमलेल्या लेखकांशी व विद्वानांशी कुजबुजत्या स्वरात कुनिको काहीतरी बोलत असल्याचा आवाजही येत होता.

भेटायला येणाऱ्या लोकांसाठी हिरवा चहा आणि थोडाफार नाश्ता तयार करण्यात फुरुया गुंतून गेली होती. त्यांच्या येण्यानं इचियोला खूप बरं वाटतं, हे तिला माहीत होतं. आजारानं हल्लक झाली असली तरी लोकांच्या प्रशंसेनं, आदरानं तिच्या चेहऱ्यावरचा थकवा दूर होत होता.

सगळे मोठमोठे लेखक, कवी व विद्वान इचियोला भेटायला येत होते. तिच्या पुस्तकांनी पूर्ण इडो शहराचं मन जिंकलेलं होतं. खेदाची गोष्ट इतकीच होती की, जिच्या लेखनशैलीची, शब्दांच्या निवडीची व आगळ्यावेगळ्या छान कथानकांची भरभरून स्तुती होत होती, ती लेखिका मोटोयामा फुरुयामामधील घरात मृत्युशय्येवर पडलेली होती.

कोणी भेटायला आलं की, इचियो धडपडून उठून बसे. आपल्या आजारपणाची बातमी कळली की सगळे आपल्याला लगेच सोडून जातील, हा आपला विचार किती चुकीचा होता हे जाणवून तिला भडभडून येत असे. त्यांनी दाखवलेल्या आदरानं व आस्थेनं तिला दर संध्याकाळी दुसऱ्या दिवशीचा सूर्योदय पाहण्यासाठी रोगाशी झगडण्याचं बळ मिळत असे.

काही दिवसांनी, आपल्याला भेटण्यासाठी आपली हागिनोयातील जीवश्चकंठश्च मैत्रीण मिनोको तनाका येत असल्याचं तिला कळलं. त्या दिवशी तिनं उठून अंघोळ करण्याचा, आपला त्यातल्या त्यात चांगला किमोनो घालण्याचा आणि कुनिकोकडून केस विंचरून घेण्याचा हट्टच धरला.

पण आपण चांगलं दिसावं यासाठी इचियोनं केलेल्या धडपडीमुळं ती पार गळून गेली. शेवटी मिनोको आली तेव्हा तिला गादीवर पडून, बऱ्याचशा उश्यांचा आधार घेतच गप्पागोष्टी कराव्या लागल्या.

इचियोची अंगयष्टी तशी किरकोळच होती; पण तरीही तिचे बसलेले गाल आणि चेहऱ्यावरील फिकुटलेपण पाहून मिनोकोला आश्चर्याचा धक्काच बसला. तिखट जिभेच्या माऱ्यानं व वेचक विनोदानं समोरच्यांची गाळण उडवणाऱ्या

आपल्या मैत्रिणीची ती स्थिती पाहून मिनोकोच्या जिवाचं पाणी-पाणी झालं; पण मृत्युशय्येवर पडलेल्या आपल्या मैत्रिणीसमोर टिपं गाळली तर तिचा धीर आणखी कमी होईल, असा विचार करून ती इचियोसमोर हसत गप्पा मारत राहिली. त्या एकत्र असताना कशा मजा करत याबद्दल उत्साहानं बोलत राहिली. याआधी आपण या मैत्रिणीसाठी वेळ काढून का आलो नाही यासाठी स्वत:ला दोष देत राहिली. इचियोसाठी काहीही करायची वेळ आता निघून गेलीय, हेही तिच्या लक्षात येत होतं.

"चेरीचा बहर पाहण्यासाठी आपण काढलेल्या सहली, मेजवान्या आठवतात तुला इचियो? हागिनोयातील इतर मुलींपेक्षा आपण दोघी किती वेगळ्या होतो नाही? म्हणूनच मी शेवटी स्वत:ची शाळा काढली आणि तू इतकी प्रसिद्ध, छान लेखिका झालीस. आपल्या दोघींबद्दल तुला अभिमान वाटत असेल ना? मला तरी खूप वाटतो."

त्या दोघींनी एकत्र घालवलेले भूतकाळातील दिवस आठवून इचियो भावनाविवश झाली. मग दोघी गप्प झाल्या. दोघींच्या मनात एकच प्रश्न घोळत होता. तो हा की, मृत्युशय्येवर असलेल्या आपल्या विद्यार्थिनीला व साहाय्यक शिक्षिकेला भेटायला नकजिमाबाई का बरं आल्या नव्हत्या? त्या शतकातील एका अत्यंत असामान्य महिलेचा असा अंत होत असल्याचं सगळ्यांना झालेलं दु:ख त्यांना नव्हतं का झालं?

पण आतल्या आत इचियोला माहीत होतं की, नकजिमाबाईसाहेबांना आजारपणाची व मरणाची भीती वाटत असल्यामुळेच त्या आपल्याला भेटायला आलेल्या नाहीत. त्यांचा जन्म हिऱ्या-मोत्यांशी खेळण्यासाठी, कविता करण्यासाठी झाला होता, हा काही त्यांचा दोष नव्हता. गरिबी, आजारपण, मरण या गोष्टी बघण्याचं त्यांच्यात धाडस नव्हतं, यातही त्यांचा दोष नव्हता; पण तरीही इचियोला वाईट वाटल्यावाचून राहिलं नव्हतंच. ज्या बाईंना तिनं वर्षानुवर्षं आपला आदर्श मानला, ज्यांना तिनं आपल्या गुरुस्थानी ठेवलं, त्यांच्यात थोडीतरी जास्त कणव, माननीय संवेदना असावी अशी तिची अपेक्षा होती.

...सप्टेंबरच्या दुसऱ्या पंधरवड्यात इचियोच्या चेहऱ्यावरील आजारपणाचा पांढरटपणा नाहीसा होऊन त्याची जागा तजेल्यानं घेतली होती. इचियोला उत्साहानं बोलताना, कधी-कधी बाबाची व इतर तरुण लेखकांची मस्करी करताना पाहून, कुनिकोची आशा पालवू लागली होती. कदाचित ते सगळे ज्या चमत्कारासाठी देवाची करुणा भाकत होते, तो घडला होता. इचियोची तब्येत सुधारू लागली होती. आईच्या तोंडून तिनं एका क्षयानं पीडित मुलाची गोष्ट ऐकली होती. एखादा चमत्कार झाल्यासारखा त्याचा रोग बरा झाला होता आणि त्याच्या आयुष्याची दहा वर्षं वाढली होती. नत्सुकोनं आणखी काही चांगली पुस्तकं लिहावीत म्हणून बहुतेक देवानं तिच्यावर आणि त्यांच्यावरही कृपा केली होती.

''देवा, आमच्यावर तुझी कृपा अशीच राहू दे. नत्सुकोचं आयुष्य वाढू दे,'' कुनिकोनं देवाला आळवलं.

आजारानं थकलेल्या शरीरात परत एकदा शक्ती संचारत आहे, हे पाहून इचियोच्या मनावरील आजाराचं दडपण थोडं दूर होऊ लागलं. खरं तर काहीच बदललेलं नव्हतं. रोग अजूनही आपल्या शरीरात दडी मारून बसला आहे, यावर तिचा विश्वासच बसत नव्हता. देवाचा काय खेळ चाललाय कोण जाणे; ती कितीदा तरी स्वत:शी पुटपुटे.

पण सप्टेंबरमध्ये तिच्यात आलेलं चैतन्य ऑक्टोबरमध्ये परत ओसरू लागलं. इचियोला वारंवार खोकल्याची जीवघेणी उबळ येऊ लागली आणि तिच्या कुटुंबीयांना तिच्या यातना पाहण्याची असह्य मानसिक वेदना सहन करावी लागू लागली. परत तेच थंडी वाजून ताप येणं, रात्री घामाघूम होणं. या वेळी त्याचं प्रमाण आणि तीव्रता आणखी वाढली होती. आता त्यांनी वाइटात वाईट गोष्ट सहन करायची मानसिक तयारी केली. कदाचित इचियोच्या तरुण आयुष्याचा सूर्यास्त जवळ येऊ लागला होता.

...इचियोचा मृत्यू नक्की कसा झाला याबाबत वेगवेगळी मतं आहेत. कुनिकोच्या म्हणण्यानुसार तिच्या बहिणीचा अंत झाला तेव्हा तिच्याभोवती तिचे प्रिय साहित्यिक मित्र, लेखक, कवी व चाहते होते; पण इतर काही जणांचं मत आहे की, मृत्युसमयी इचियोच्या आवतीभोवती कोणीही नव्हतं. ती एकटीच शांतपणे मृत्यूला शरण गेली. तिच्या मृत्यूच्या नोंदीनुसार २३ नोव्हेंबर, १८९६ला पहाटे-पहाटे तिचा मृत्यू झाला. त्यामुळे इचियोनं शेवटचा श्वास घेतला तेव्हा ती अगदी एकटी होती, हेच मत खरं असण्याचा संभव आहे.

इचियोच्या मृत्यूनं बंगक्काई लेखकसंघात मोठीच पोकळी निर्माण झाली. मेजी जपानच्या साहित्य क्षेत्रात तिचा उदय अचानकच झाला होता. तिथं येताच तिनं एकामागोमाग एक अशा अनेक उल्लेखनीय कादंबऱ्या वाचक-वृंदाला दिल्या होत्या. त्या कादंबऱ्यांमध्ये तिनं बकाल वस्तीत राहणाऱ्या लोकांचं जीवन, त्यांच्या भावना तसेच उच्चभ्रू वस्तीत राहणाऱ्या लोकांची फुलपाखरी वृत्ती, त्यांची आढ्यता उत्कृष्ट भाषाशैलीत व समर्पकपणे जिवंत केलेली होती. आयुष्याच्या शेवटच्या काही वर्षांत इचियोला आजारपणानं व गरिबीनं पछाडलं होतं. छोट्याशा पक्ष्यासारख्या या नाजूक बाईनं विपरीत परिस्थितीत धैर्य आणि दृढनिश्चयाच्या जोरावर हजारो कविता, असंख्य कथा व अनेक कादंबऱ्या लिहिण्यासाठी लागणारी अपार ऊर्जा मिळवली हेच यातून सिद्ध होतं.

आपण एक स्त्री आहोत, आपल्याला कोणत्याही धनाढ्य व प्रतिष्ठित कुलाचं पाठबळ नाही, यात तिला थोडाही कमीपणा वाटत नव्हता. मनाला वाटेल व पटेल ते ती कोणाचीही पर्वा न करता लिहीत राहिली आणि शेवटी बरे-वाईट पूर्वग्रह,

हलाखीची गरिबी यांसारख्या अडथळ्यांना ठोकर मारून तिनं मुसंडी मारली व ती एकदमच अभिजात साहित्याच्या क्षेत्रात दाखल झाली. मृत्यूपूर्वीचे काही महिने तर उत्तुंग प्रतिभेनं चमचमणारी ही चांदणी आपल्या तेजानं लोकांचे डोळे दिपवत राहिली. फुलपाखरानं काही वेळ इकडं-तिकडं उडून लोकांचं लक्ष आपल्याकडं वेधावं त्याप्रमाणे इचियो हिगुचीनं आपल्या अल्पकालीन आयुष्यात आपल्या प्रतिभेच्या लखलखाटानं सगळ्यांचं लक्ष आपल्याकडं वेधून घेतलं. एवढंच नाहीतर तिच्या मृत्यूनंतरही लोक तिच्या कथा-कादंबऱ्या, कविता आवडीनं वाचत राहिले. जपानच्या पाच हजार येनच्या नोटेवर इचियोचा चेहरा झळकत आहे. हा मान जपानच्या अन्य कोणत्याही साहित्यिकाला आजवर मिळालेला नाही. तिचं शरीर थडग्यात विसावलं असलं, तरी ती अजूनही जपानच्या नोटांवर हसते आहे.

जवळ-जवळ सव्वाशे वर्षांपूर्वी एका छान दुपारी इचियोच्या लहान बहिणीनं, कुनिकोनं तिला थट्टेत म्हटलं होतं, ''इचियो, तू आता प्रसिद्ध होऊ लागलीयेस. कदाचित कधी काळी, तुझा फोटो नोटांवर झळकेल आणि मग आपण गरीब असे राहणारच नाही.''

कुनिकोच्या त्या थट्टेचं उत्तर इचियोनं जोरात हसून दिलं होतं, ''स्वप्न बघ तू कुनिसान! अर्थात स्वप्नं मात्र आपण भरपूर पाहू शकतो. स्वप्नं बघायला काही पैसे द्यावे लागत नाहीत.''

दैवगती किती विचित्र असते. जिवंत असताना इचियो हिगुचीची सांपत्तिक स्थिती इतकी वाईट होती की, तिला पोटभर खायचीही वानवा होती. पौष्टिक आहार न मिळाल्यानं तिला क्षयरोग झाला आणि ऐन तारुण्यात तिला मृत्यूनं गाठलं. पैशानं तिला जन्मभर हुलकावणी दिली. इतकंच नाहीतर तिचा जीवच घेतला. मृत्यूनंतर मात्र त्याच पैशाच्या प्रतीकावर, पाच हजार येनच्या नोटेवर तिला मानाचं स्थान मिळालं. आज पाच हजार येनच्या नोटेवर स्वार होऊन इचियो हिगुची मानानं जगभर फिरत आहे. जिवंत असताना कल्पनाही करू शकली नसती, इतकी ती आता श्रीमंत झालीये. पण ती श्रीमंती मिळवायला इचियो हिगुचीला आपल्या अनमोल जीवनाची व डोक्यात असलेल्या पण कागदावर न उतरवू शकलेल्या श्रेष्ठ साहित्याची आहुती द्यावी लागली.